சர்ரியல் இரவு
சிறுகதைகள்

இரா. முருகவேள்

ஐம்பொழில் பதிப்பகம்
கோவை

நூற்பெயர்	: சர்ரியல் இரவு
ஆசிரியர்	: இரா. முருகவேள் ©
மொழி	: தமிழ்
முதல் பதிப்பு	: ஆகஸ்ட் 2023
பதிப்பகம்	: ஐம்பொழில் பதிப்பகம்
	634, லாலி சாலை கோவை-641 003.
பேச	: 94430 14445
மின்னஞ்சல்	: iramurugavel@gmail.com
விலை	: ₹ 260/-

Book Name	: Surreal Iravu
Author	: Ira. Murugavel ©
Language	: Tamil
Edition	: First Edition Aug 2023
Publisher	: Aimpozhil pathippakam
	634, lawley road,
	Coimbatore-641 003
Mobile	: 94430 14445.
Mail	: iramurugavel@gmail.com

Book & Wrapper Design: Lakshmi sivakumar.

ISBN: 978-93-5967-388-2

உள்ளே

	முன்னுரை	5
1.	தளையறுத்தல்	7
2.	ஆதோனி	22
3.	ஒரு வக்கீலின் வாழ்க்கையில்	39
4.	கவக்காளியம்மன் அருளில் பிணைமனு	43
5.	மரபெழில் வாய்ந்த மயானம்	48
6.	தலைவன்	65
7.	மதமாற்றம்	77
8.	ஈவில் ஜீனியுஸ்	89
9.	உலகம் திருச்செங்கோட்டை ஆய்வு செய்கிறது	101
10	சர்ரியல் இரவு	129
11.	முதலாவது சார்பு நீதிமன்றத்தில் சோழன் பூர்வ பட்டயம்	139
12.	யார்?	148
13.	அண்ணன்	161
14.	கனவு	174
15.	ஊழ்	184
16.	அரசும் புரட்சியும்–1	227
17.	முற்றிலும் இந்திய அரசுக்குச் சொந்தமானது–1	233
18.	முற்றிலும் இந்திய அரசுக்குச் சொந்தமானது–2	236
19.	முற்றிலும் இந்திய அரசுக்குச் சொந்தமானது–3	239
20.	அரசும் புரட்சியும்–2	243

முன்னுரை

சர்ரியல் என்றால் விந்தையான, கனவு போன்ற நிகழ்வுகளும், கருத்துகளும், உருவங்களும் இரண்டறப் பிணைந்து நிற்பது என்று பொருள் கொள்கிறார்கள். கனவு அந்தரத்திலிருந்து தோன்றுவதில்லை. அதனூடே ஒரு உண்மை இழைகிறது. நம்ப முடியாத கனவுவெளி போல விரியும் தனிச்சிறப்பான சில தருணங்கள் சர்ரியல் தன்மை கொண்டவை.

அப்படிப்பட்ட ஒரு இரவைப் பற்றிய கதை ஒன்று இத்தொகுப்பில் இருக்கிறது. சர்ரியல் இரவு என்பது அக்கதையின் தலைப்பு என்றாலும் இத்தொகுப்பிலுள்ள வேறு சில கதைகளும் இரவோடும், அதன் மாயத் தன்மையோடும் பின்னிப் பிணைந்துள்ளன. எனவே மொத்தத் தொகுப்புக்கும் அதுவே பொருத்தமான தலைப்பாக அமைந்து விட்டது.

இது எனது முதல் சிறுகதைத் தொகுப்பு. எனது நாவல்கள் இறுக்கமான கட்டமைப்பைக் கொண்டவை. அதற்கு மாறாக இந்தச் சிறுகதைகள் பல்வேறு காலகட்டங்களில், மனநிலைகளில் எழுதப்பட்டவை. இவை ஒன்றுக்கொன்று தொடர்பில்லாதவையாக, முற்றிலும் வேறுபட்டவையாகத் தோன்றினாலும், வாழ்வின் பல்வேறு பரிமாணங்கள் என்ற விதத்தில் ஒன்றுடன் ஒன்று இணைந்தவை என்பதை தேர்ந்த வாசகர்களான நண்பர்கள் உணரக்கூடும்.

இக்கதைகளின் ஆக்கத்தில் தோழர் முத்து முருகன், தாராபுரம் விஜயன், பனைரவி, மற்றும் பல நண்பர்கள் உறுதுணையாகவிருந்தனர். இக்கதைகளை வெளியிட்ட இருவாட்சி இதழ் ஆசிரியர் எஸ். சங்கர நாராயணனுக்கும், உயிர்மை ஆசிரியர் மனுஷ்ய புத்திரனுக்கும், பேசும் புதிய சக்தி இதழுக்கும், bookday.com-க்கும் நான் கடன் பட்டுள்ளேன். இக்கதைகளை முகநூலில் பதிவிட்டபோது தங்கள் பின்னூட்டங்களால் அதை மிக அழகான நினைவாக நண்பர்கள் மாற்றினர். இவர்கள் அனைவருக்கும் எனது மனமார்ந்த அன்பும் நன்றியும். வடிவமைத்த அன்பு நண்பரும், எழுத்தாளருமான லஷ்மி சிவக்குமார் ஆகியோருக்கும் மனமார்ந்த நன்றிகள். வழக்கம் போல முதல் வாசகரும், விமர்சகருமான என் மனைவி ப.பானுமதி இந்நூலின் ஆக்கத்திலும் முக்கிய பங்காற்றியுள்ளார்.

இரா. முருகவேள்
iramurugavel@gmail.com

தளையறுத்தல்

'அ ஆ ஆ ங்...' கையைத் தலைக்குக் கொடுத்து உட்கார்ந்த வண்ணம் உறங்கத் தொடங்கியிருந்த குமரனுக்கு சிபியின் அடித் தொண்டை அனத்தல் எங்கோ தொலைவில் கேட்பது போலிருந்தது...

"அ... ஆ... ஆஆங்..." இந்த முறை சிபியின் குரல் கம்பியால் குடைவதுபோல அவர் காதுக்குள்ளேயே கேட்டது. குமரன் துள்ளி எழுந்து ஒரு கையில் டார்ச்சையும், இன்னொரு கையில் தாம்புக் கயிற்றையும் எடுத்துக்கொண்டு அந்த ஒற்றை அறையின் இரும்புக் கதவைத் திறந்தார். ஒரு விநாடி டார்ச் ஒளி கும்மிருட்டில் ஆழ்ந்திருந்த இரங்காட்டின் ஓரத்திலிருந்த தென்னை, பலா மரங்களின் மேல் அலைந்து நின்றது.

அவருக்கு நேரெதிரே நின்றிருந்தது சிபி. அதன் உயர்ந்த திமிலோடும், கொம்புகளோடும் சேர்த்து பார்த்தால் ஏழரை அடி உயரம். தரையைக் குத்திக்குத்தி கொம்புகள் நுனியில் சிதைந்திருந்தன. வழக்கமாக அது கால்களை மாற்றி வைக்கும். வாலை அடித்துக் கொண்டிருக்கும். அதன் பார்வையில் இருக்கும் ஏக்கம், கோபம், பசி, தாபம் அனைத்தையும் ஒருகணத்தில் உணர அவர் பழகியிருந்தார். இன்று சிபி அசையாமல் நின்று உணர்ச்சியற்ற கண்களால் அவரை நேராகப் பார்த்துக்கொண்டிருந்தது. இந்தப் பார்வை புதியது. இந்தப் பார்வையில் மூக்கணாங்கயிற்றை அறுத்துக்

கொண்டு ஓட முயலும் குறும்பு இல்லை. அது அவருக்கு எதிரே நெடிதுயர்ந்து நின்று சவால் விட்டது.

இரவு ஒன்பது மணியிலிருந்து மூன்றுமணி நேரமாக சிபி ஆட்டம் காட்டிக்கொண்டிருந்தது. அதை விரட்டி விரட்டிச் சலித்துப்போய் காலையில் பார்த்துக் கொள்ளலாம் என்று ஓய்ந்து படுத்து பத்து நிமிடம்கூட ஆயிருக்காது. தோட்டத்துக்கு நடுவே இருந்த அறைக்கு எதிராக வந்து நின்று அவரை அழைக்கிறது. குமரன் கடுஞ் சீற்றத்துடன் கயிற்றை வீசி "டேய்" என்று கத்தியவாறு ஒரு படி இறங்கினார்.

ஐநூறு கிலோ எடையும், பிரம்மாண்டமான உருவமும் கொண்டிருந்த சிபி சுழன்று திரும்பி பூமியதிர வேலியோரம் ஓடியது. குமரன் அதை விரட்டிக்கொண்டு ஓட்டமும் நடையுமாகத் தொடர்ந்தார். ஏதாவது பக்கத்துத் தோட்டத்துக்குள் புகுந்து நாசம் செய்துவிட்டால் பஞ்சாயத்தாக்கிவிடுமே என்ற கவலை அவருக்கு.

தோட்டத்திலிருந்து வெளியே செல்லும் வழியில் ஒரு மூங்கில் கதவு போடப்பட்டிருக்கும். சிபி அதுவரை ஓடி பின்பு திரும்பி கொட்டிலில் கட்டப்பட்டிருக்கும் பசுமாடுகளுக்கும், உழவு மாடுகளுக்கும் அருகே வந்து நின்றுகொண்டது. யாராவது உதவிக்கு இருந்தால் நன்றாக இருக்குமே என்று குமரனுக்குத் தோன்றியது. மணி பனிரெண்டை நெருங்கிக் கொண்டிருந்தது. இருள் ஒரு மாபெரும் போர்வைபோல சுற்றுப் புறங்கள் அனைத்தையும் போர்த்து மூடியிருந்தது. அந்த இருட்போர்வையில் சிறு பொத்தல்கள் போல தொலைவிலிருந்த தோட்டத்து சாளைகளின் முன்னே எரிந்துகொண்டிருந்த டியூப் லைட்டுகள் தென்பட்டன. சில்வண்டுகளின் ஓசை, எங்கோ சுவர்கோழிகளின் கிறீச் ஒலி, தென்னை இலைகள் சரசரப்பு வேறெந்த ஓசையும் இல்லை. இந்த இரவில் உதவிக்கு யாரை அழைப்பது? அவர்கள்தான் வந்து என்ன செய்துவிட முடியும்?

சிபி தோட்டத்துக்கு வெளியே போகமாட்டேனென்கிறது. அதுவரை நல்லதுதான். கொஞ்சம் ஓட்டம் காட்டிவிட்டு நின்று விடும். நாமே பார்த்துக் கொள்ளலாம் என்று முடிவுசெய்தவர் சிலுசிலுத்த காற்றில் அடிவற்றில் கனத்தை உணர்ந்தார். வேலியோரமாக நின்றவண்ணம் சிறுநீர் கழித்துவிட்டு ஒரு கணம்

நின்றவர் ஏதோ அசைவு தெரிய திரும்பினார். அவருக்கு நேர் பின்னே சிபி நின்றிருந்தது.

அதே பார்வை...

பனியாகக் குளிர்ந்த ஒரு நீர்த்தாரை குமரனின் முதுகிலிருந்து மேலெழும்பி நெஞ்செல்லாம் பரவியது. தான் சிறுநீர் கழிப்பதை அது அமைதியாக நின்று பார்த்துக் கொண்டிருந்திருக்கிறது. தன்மீது பாய வேண்டுமென்றால் பாய்ந்திருக்கலாம். ஆனால் செய்யவில்லை. அதே நேரம் அதன் பார்வையில் நட்பும் இல்லை. தும்பைப் பிடித்ததும் அமைதியாகக் கூட வரும் பழைய சிபி இல்லை. ஆனால் இது ஏன் தன்னைப் பின்தொடர்கிறது. வெளியே அழைக்கிறது. ஆனால் நெருங்கத் தயங்குகிறது?

டார்ச் ஒளி நேராக சிபியின் முகத்தில் பட்டதும் சிபி முகத்தைத் திருப்பிக் கொண்டது. தான் தற்செயலாகக் கொண்டுவந்திருந்த டார்ச்தான் தன்னைக் காத்துக் கொண்டிருக்கிறது, இல்லையென்றால் அது தன்னைத் தாக்கியிருக்கக் கூடும்... குமரனுக்குத் தன்னுள்ளத்தில் நிழலாடிய இந்த பயங்கர எண்ணத்தை நம்பவும் முடியவில்லை, ஒதுக்கித் தள்ளவும் முடியவில்லை.

“டேய் உனக்கு என்னடா வேணும்? பட்டயெடுக்கறன் பாரு. கையில கிடச்சே... தொலைச்சுப்புடுவேன்” கடுங்கோபத்துடன் கயிற்றை அதை நோக்கி வீசினார்.

சிபி திரும்பவும் காற்றாய் பறந்து மேய்ச்சலுக்காக விடப் பட்டிருந்த பகுதியை ஒரு சுற்று சுற்றி வந்தது. மூங்கில் கதவு வரை சென்றுவிட்டு திரும்பி திபுதிபுவென்று ஓடி வந்தது. அந்த இருளில் அந்த ஓட்டமும், அந்த உருவமும் பார்வையும்... நெஞ்சில் படர்ந்த பயம் மூச்சுத் திணறச் செய்தது. அவருக்கு இது பழக்கமில்லாத உணர்வு. ஏன் இது சத்தமில்லாமல் தனக்குப் பின்னே வந்து நிற்கிறது. என்ன செய்ய முயல்கிறது? இதற்கு என்ன வேண்டும்?

குமரன் வேக வேகமாக நடந்து அறைக்குள் புகுந்து கதவைத் தாளிட்டுக் கொண்டார். ஒன்பது மணியிலிருந்து சிபி பின்னால் அலைந்ததில் உடல் ஓய்ந்து வந்தது. கண்களைச் சுற்றிக்கொண்டு வந்த தூக்கத்திலும் ஏதோ நெருக்கடியில் சிக்கிக்கொண்டது போன்ற சங்கடமான உணர்வு விரட்டிக் கொண்டேயிருந்தது.

தூக்கத்தில் அவர் எதையோ புரிந்துகொள்ள முயன்றார். சிபி எதிரே நின்றது. மூக்கணாங்கயிற்றை வீசினார். அது ஒரு டெம்போவின் கம்பிகளில் சிக்கிக்கொண்டு வர மறுத்தது. இங்கே எப்படி டெம்போ வந்தது? யாருடைய வண்டி இது? சிபி அறைக்குள் சகஜமாக உலவியது. அறை எப்போது இவ்வளவு பெரியதாக ஆனது? டெம்போ எங்கே நிற்கிறது? ஒருவேளை கனவோ என்று அவருக்குக் கனவிலேயே தோன்றியது. இப்போது தன்னுடைய பிரச்சினை என்னவென்று தீவீரமாகச் சிந்தித்தார்.

குழப்பமான நினைவுகளை இழையிழையாகப் பிரித்து காலையில் நடந்த சம்பவத்தை நினைவு கூர்ந்த நொடியில் தூக்கம் அவரை முழுமையாகத் தழுவிக்கொண்டது.

—

குமரன் இயற்கை வேளாண்மை செய்யத் தொடங்கியதும் ஒரு காளை மாடு வாங்க விரும்பி இரண்டு ஆண்டுகளாகத் தேடி வந்தார். வெள்ள கோவில் அருகே ஒரு விவசாயின் வீட்டில் ஒரு வருடக் குட்டியாக இருந்த சிபியைப் பார்த்ததுமே அவருக்குப் பிடித்துவிட்டது. சிபி வயதுக்கு மீறிய வளர்ச்சி யுடனிருந்தது. குமரன் தோட்டத்துக்கு வந்த மூன்று நான்கு ஆண்டுகளில் கோவையிலிருந்த நாட்டு மாடுகளிலேயே உயரமாக, வலிமையாக, உயர்ந்த திமிலோடு கம்பீரமாக உருவெடுத்தது சிபி. அதைப் பார்க்கவே நண்பர்கள் வருவார்கள். குமரன் வாங்கி வந்த நாட்டுப் பசுக்களோடு சிபி சேர்ந்து ஒரு சிறிய மாட்டுப்பண்ணை தோட்டத்தில் உருவாகிவிட்டிருந்தது.

சிபிக்காகவே காய்ந்து போயிருந்த ஓடையோரம் வட்டவடிவில் மரங்களடர்ந்த குட்டி தோட்டத்தை குமரன் உருவாக்கியிருந்தார். சிபிக்கும் அவருக்குமான உறவு அற்புதமானது. அவர் தூக்கி வளர்த்த சிபி. அதை பிரஷ் வைத்து தேய்த்துத் தேய்த்துக் குளிப்பாட்டுவார். சிபி அவர் தேய்க்க வாகாக கழுத்தைத் தூக்கிக்கொடுத்து கண் மூடி குளியலை ரசிக்கும். ரம்பம் போன்ற நாக்கால் அவர் உடல் முழுவதும் நக்கி அன்பை வெளிப்படுத்தும். குமரன் வெல்லத்தையும், பப்பாளியையும் அதற்கு ஊட்டுவார். அது மேய்ந்து கொண்டிருக்கும்போது மரத்திலிருந்து பப்பாளி பறித்தால் விரட்டிக்கொண்டு வந்து பிடுங்கியே தீரும். சில நேரம்

கயிற்றை அறுத்துக்கொண்டு ஓடும். தோட்டத்தைச் சுற்றி வந்து விளையாட்டுக் காட்டும். மூக்கணாங்கயிற்றைப் பிடித்ததும் பின்னால் வந்துவிடும்.

அவர் எங்காவது போய்விட்டு வருவதற்குத் தாமதமானால் சிபி கோபம் கொண்டுவிடும். உஸ்ஸென்று மூச்சு விடும், கால்களை மாற்றி மாற்றி வைத்து தனது அதிருப்தியை வெளிக் காட்டிக் கொள்ளும். கொஞ்ச நேர ஊடலுக்குப் பிறகு ஒட்டி உரசத் தொடங்கிவிடும்.

இப்போது சிபியின் கன்றுகள் கோவை, அன்னூர், பொள்ளாச்சி யெல்லாம் நிறைந்திருந்தன. சிபிக்கு வயது ஏழு.

ஒருமுறை சிபியைப் பார்த்த நண்பர் ஒருவர் காளைக்கு பல் சேர்ந்து விட்டது. இனி அது உங்களுக்குக் கட்டுப்படாது. பொலிகாளையாகிவிட்டது. யாருக்காவது கொடுத்துவிடுங்கள் என்றார். குமரன் சிரித்தபடி மௌனமாகிவிட்டார். சிபிக்கும் தனக்குமான உறவை இவர்களுக்கெல்லம் புரியவைக்க முடியாது என்று நினைத்துக் கொண்டார்.

அன்று காலையில் இணைசேர்ப்பதற்காக ஒரு நண்பர் தனது பசு மாட்டை டெம்போவில் கொண்டு வந்திருந்தார். மிக நன்றாக வளர்க்கப் பட்டிருந்த கண்ணபுரம் சந்தைப் பசு அது.

டெம்போவை விட்டு இறங்கியதும் நன்றாகப் பழகியது போல பசு நேராக சிபியிடம் சென்றது. அதைக் கண்டதும் சிபி திமிறி, துள்ளி மூக்கணாங்கயிற்றை அறுத்துக்கொள்ள முயன்றது. அதன் துள்ளல் அதிகமாக இருப்பதைப் பார்த்தவர் முன்தினம் எருதாட்டத்துக்கு அதைக் கூட்டிச் சென்றவர்கள் அதற்குச் சாராயம் கொடுத்திருக்கவேண்டும் என்று குமரன் ஊகித்தார். பசுமாடும் அதன் திமிறலைப் பொருட்படுத்தாமல் முகத்தோடு முகம் வைத்துத் தேய்க்க முற்பட சிபிக்கு மூக்கணாங்கயிற்றை ஒட்டிய பகுதியில் சிவப்புத் தீற்றல் தென்பட்டது. காயமாகி ரத்தம் கசிவதை சிபி பொருட்படுத்தவேயில்லை. பின்பு துரத்தல், இணைதல், விலகல், துரத்தல் என்று இணைசேர்ப்பு இயல்பாக அழகாக நடந்து முடிந்தது.

ஒருமுறை இணைசேர்ந்து சிபியும், பசுமாடும் உரசிக்கொண்டும் நக்கிக்கொண்டும் நின்றிருந்தன. உடன் வந்தவர்கள் நேரமாச்சு

என்று பசுமாட்டை இழுத்துச் செல்ல முயன்றனர். குமரன் விடுங்க என்று அவர்களை டீ சாப்பிட அழைத்துச் சென்று விட்டார். அவசரம், வேலையிருக்கு, வேன் வாடகை இருக்கு என்பது போன்ற சொற்கள் இரண்டு உயிர்களின் காதல் உறவுக்கு முன்னால் அபத்தமானவையாக அவருக்குத் தோன்றின.

அன்று மாலை சிபிக்குக் தட்டு எடுத்துப் போட்டவர் கண்ணில் அது தனது முகக் காயத்தை நாவால் விடாமல் நக்கிக் கொண்டிருப்பது பட்டது. காலையில் பார்த்துக் கொள்ளலாம் என்று விட்டுவிட்டார்.

சிபி தொடர்ந்து நக்கியதில் நனைந்து நைந்துபோன மூக்கணாங்கயிறு இரவு ஒன்பது மணிக்கு அறுந்து போனது. கொட்டிலில் தடாலென்று சத்தம் கேட்டு குமரன் பதறி எழுந்து வந்தபோது சிபி மூக்கணாங்கயிற்றை அறுத்து விட்டு ஓடிக் கொண்டிருந்தது. அப்போதிருந்து நடந்து கொண்டிருந்தது இந்த ஓடிப் பிடிக்கும் விளையாட்டு.

சிபி அறைக்கதவை உடைத்துக் கொண்டு உள்ளே வந்தது. குமரன் தயாராக வைத்திருந்த பப்பாளிப் பழத்தை அதனிடம் கொடுத்தார். சிபி அதை வாயில் வாங்கிக் கொண்டு அவருடன் சாதுவாக நடந்து வந்தது.

"இதுக்கு ஏண்டா இத்தனை தொந்தரவு பண்ணின!" என்று குமரன் முளை அடித்துக் கொண்டிருந்த போது...

"அ ஆ ஆ ஆங்…"

குமரன் திடுக்கிட்டு விழித்துக்கொண்டார். கனவு. சிபி இன்னமும் வெளியே சுற்றிக் கொண்டுதானிருக்கிறது. ஒரு வெறுமை படர கதவை லேசாகத் திறந்து எட்டிப் பார்த்தார். நேர் எதிரே சிபி. கயிற்றை வீசியதும் சிபி பாய்ந்தோடி மாட்டுக் கொட்டிலருகே நின்றுகொண்டது. அது நின்ற சாதுவான தன்மையைப் பார்த்ததும் தன்னை ஒப்புக் கொடுக்கிறது என்று அவருக்குத் தோன்றியது. அவர் பெருமூச்சு விட்டார். ஒருவழியாக இந்தப் போராட்டம் முடிவுக்கு வருகிறது. இதைக் கண்டு ஏன் பயப்படவேண்டும். குமரன் இறங்கி விடுவிடுவென்று அதை நோக்கி நடந்தார்.

அந்த அமானுஷ்ய இரவும், தனிமையும், சோர்வும், தூக்கமும்,

நெஞ்சில் படர்ந்து அழுத்திக் கொண்டிருந்த பயமும் அவரது புலன்களை மந்தப்படுத்தியிருந்தன. அவர் கிட்டே நெருங்கியதும் சிபி துள்ளிப் பாய்ந்து விலகி நின்றது. அவர் கயிற்றை வீசி அதை நோக்கி ஒரு எட்டு வைத்ததும் மேலும் பின்வாங்கி அவருக்கு நேராக நின்றது. அதன் அகன்ற கண்களில் தெரிந்த ஒளிவுமறைவற்ற வெறுப்பு அவர் மீது கத்தி போலப் பாய்ந்தது.

யுகம்யுகமாக நீண்டது அந்தக் கணம். சிபி மூச்சு விடும் ஓசை... கொட்டிலில் ஏதோ ஒரு மாடு எதையோ அசைக்கும் ஓசை... இலைகள் அசையும் சலசல ஒலி... வீசியடிக்கும் காற்று...

பனிப்பாறையாக உறைந்து நிற்கும் இந்த கணம் உடையும் மாய நொடியில் அது தன் மீது பாயப்போகிறது. குமரன் தலையோடு காலாகப் பதறினார். குப்பென்று நெஞ்சில் ஏதோ அடைத்துக்கொண்டது. அவரால் மூச்சுவிட முடியவில்லை. தன் முழங்கால்கள் நடுங்கிக் கொண்டிருப்பதை உணர்ந்தார். தனது புலன்களை ஏதோ மாயத்திரை மறைத்து இயங்கவிடாமல் செய்வது போல... தன்னைக் கண்ணுக்குத் தெரியாத கயிறுகள் தரையோடு தரையாகப் பிணைத்துவிட்டது போல... மரத்துப் போய் எத்தனை நேரம் நின்றிருந்தாரோ தெரியாது. பின்பு ஒருபோதும் அந்த மாயக் கணங்களை அவரால் நினைவுபடுத்திக் கொள்ள முடியவில்லை. காதோரமிருந்து ஒரு குளிர்ந்த வியர்வைத் துளி கீழிறங்கித் தோளில் சொட்டியது.

குமரன் பெருமுயற்சி செய்து தன்னுணர்வை மீட்டுக் கொண்டார். சிபி கல்லாய் உறைந்துவிட்டது போல அசையாமல் நின்றிருந்தது. அந்தப் பார்வை... அது இன்னும் எதற்காகக் காத்திருக்கிறது? தனக்கு எத்தனை நேரம் கொடுக்கும்? அவர் அதன் மீது வைத்த கண்களை அகற்றாமல் அறையை நோக்கிப் பின்புறமாக அங்குலம் அங்குலமாக நகரத் தொடங்கினார். சிபி அசையவில்லை. அது தன் மீது பாய்ந்தால் அதன் முழுகனத்தையும் தன்னால் தாங்க முடியுமா? அதன் நுனி சிதைந்த கொம்புகள்... தன் உடலில் எங்கே பாயும்... அறை அங்கிருந்து முப்பதடி தூரத்தில் தானிருந்தது. ஆனால் அதையடையும் நேரம் முடிவே இல்லாமல் நீண்டுகொண்டிருந்தது. ஒவ்வொரு கணமும் வெப்பமும் கனமும் அழுத்த இரைகொண்ட பாம்பு போல மெதுவாக நகர்ந்தது.

சிபியின் முகத்தில் நிலைகுத்தியிருந்த தன் பார்வை ஒரு

நீண்ட கோலைப் போல அதைத் தன்னை நோக்கிவராமல் தடுத்துக் கொண்டிருக்கிறது. தன் பார்வை அலைந்தால் தன் கதி அதோகதியாகிவிடுமென்று மனம் நடுங்கியது. சிபி நகரவில்லை. மண்வெட்டியோ கட்டையோ பின்னால் கிடக்கக்கூடாது. இடறி மட்டும் விழுந்துவிடக் கூடாது... விழுந்தால்... என்ன வேண்டுமானாலும் நடக்கலாம். இப்போதைக்கு அறைக்குள் புகுந்துகொள்வது ஒன்றே தான் செய்யக் கூடியது... குமரன் பின்னால் திரும்பாமல் மனக்கணக்கில் அறை இருக்கும் இடத்தைத் குறிவைத்து பின்வாங்கிக் கொண்டிருந்தார்.

ஒருமுறை சிபி அவர் கால் கட்டை விரலை மிதித்து ரத்த விளாறாக்கிவிட்டது. அவர் கோபத்தில் வைக்கோலை எடுத்து விளாசினார். சிபி கால்களை ஒடுக்கி நின்று அசையாமல் அடிகளை வாங்கிக்கொண்டது. தப்புசெய்த சிறுவன் துயரத்துடன் அடிக்குக் காத்திருப்பது போலிருந்தது அதன் செய்கை. குமரன் வைக்கோல் பத்தையை வீசிவிட்டு குற்ற உணர்ச்சியுடன் அதைத் தடவிக் கொடுத்து ஆசுவாசப்படுத்தினார்.

அதே சிபி இப்போது அவரை மர்மம் நிறைந்த விழிகளுடன் பார்த்துக் கொண்டே இருக்கிறது. அவருக்கு சவால் விடுகிறது. பாய்ச்சல் காட்டுகிறது. நட்பற்ற பாவனையோடு அவரைத் தொடர்கிறது.

தனக்கு ஏழு எட்டு அடி தொலைவில் அறை இருப்பதை சர்வாங்கத்தாலும் உணர்ந்தார் அவர். அடுத்த வினாடி எல்லா ஜாக்கிரதை உணர்வையும் கைவிட்டுவிட்டு பாய்ந்தோடி அறைக்குள் புகுந்து கதவைத் தாளிட்டுக் கொண்டார். ஜன்னல் வழியாக எட்டிப் பார்த்தபோது சிபி கதவுக்கு எதிரே அவரை சவாலுக்கு அழைக்கும் இடத்துக்கு வந்து அசையாமல் நின்றுகொண்டிருந்தது.

அறை தரையிலிருந்து இரண்டடி உயரத்தில்தான் இருந்தது. பத்துக்கு பத்து அளவுதான். அங்கே ஒரு நாற்காலியையும், கட்டிலையும் தவிர எந்த சாமானும் இல்லை. சிபி கதவை உடைத்துக்கொண்டு உள்ளே வந்தால் என்னவாகும் என்ற பயங்கரமான கற்பனை தோன்றியது. வரட்டும் என்று கருவிக் கொண்டார். இரும்புக் கதவுதான் என்றாலும் அது ஒரு முட்டு முட்டினால் இந்தக் கதவு சிதறிவிடும்.

அ ஆ ஆங்...

சிபி உள்ளே வரவில்லை. அவரை வெளியே அழைத்தது.

குமரன் இந்த முறை அசையவில்லை. சிபி இரண்டு மூன்று முறை கனைத்துவிட்டு துள்ளல் நடையில் விலகிச் செல்லும் ஓசை கேட்டது. குமரன் மணி பார்த்தார். இரண்டு. இன்னும் மூன்று மணி நேரம்தான் நடமாட்டம் தொடங்கிவிடும். பால்கார ஆத்தா நிலைமை தெரியாமல் உள்ளே வந்து விட்டால்... குமரன் செல்லில் நான்கு மணிக்கு அலாரம் வைத்துவிட்டு கண் மூடினார். தூக்கத்தில் சிபி கனைத்தது. அவர் மீது பாய வந்தது. எது உறக்கம், எது விழிப்பு, எது உண்மை, எது கனவு என்று அவருக்குப் புரியவில்லை.

செல் அடிக்கத் தொடங்கியது. குமரன் அது நின்றுவிடும் என்று நினைத்துக்கொண்டு உறக்கத்துக்குத் திரும்ப முயன்றார். செல் விடாமல் அடித்துக் கொண்டேயிருக்க சிரமப்பட்டு கண்களைத் திறந்ததும் அனைத்தும் நினைவுக்கு வர சட்டென்று தூக்கம் கலைந்து விட்டது. செல்லைத் தாவியெடுத்தார்.

"ஐயா..." பால்கார் ஆத்தாவின் குரல். "மாடு பாய்ச்சல் காட்டுது. வெளிய வந்துடாதீங்க"

இருளின் கனம் குறைந்து அறையில் மெல்லிய வெளிச்சம் பரவியிருந்தது. மணி ஆறு இருக்கலாம். அலாரம் அடிக்கவில்லை. அல்லது அடித்ததை அறியாமல் தூங்கியிருக்கிறோம் என்ற குற்றவுணர்வு ஏற்பட்டது. விஷயம் தெரியாமல் யாராவது உள்ளே வந்து ஏதாவது ஆகியிருந்தால்... குமரன் தன்னைத் தானே நொந்துகொண்டு அவசரமாகக் கதவைத் திறந்தார்.

இருநூறடி தூரத்தில் மூங்கில் கதவுக்கு அப்பால் ஒரு கூட்டம் நின்று கொண்டிருந்தது.

சிபியைக் காணவில்லை. குமரன் இறங்கி விடுவிடுவென்று கதவை நோக்கி நடக்கத் தொடங்கினார்.

"ஐயா வராதீங்க மாடு முட்ட வருது" குரல்கள் பீதியுடன் அலறின. அவற்றைப் பொருட்படுத்தாமல் குமரன் மூங்கில் படலை நெருங்கிவிட்டார்.

இரா. முருகவேள்

ஏது அவரை விரட்டியது? இரவு முழுவதும் அனுபவித்த தனிமையிலிருந்து விடுதலை அடைந்து, தன்னவர்களிடம் சென்றுவிடும் ஆவல் உந்தித் தள்ளியதா? வெறுப்பு, கோபம், பயம், குழப்பத்தில் மனம் சிந்திக்கும் திறனை இழந்து விட்டிருந்ததா? அல்லது இருள் விலகிப் பரவிக் கொண்டிருக்கும் ஒளி தந்த துணிச்சலா?

குமரன் மூங்கில் கதவை நெருங்கிவிட்டார். கதவில் கை வைத்தும் விட்டார். அ அ ஆ ஆங் அந்த எக்காளக் குரல் ஏறக்குறைய அவரது தோளுக்கு மேலே கேட்டது. சிபி அவருக்குப்பின் இருபதடி தொலைவில் தள்ளி வேப்ப மரத்தடியில் நின்றிருந்தது. அது மூச்சுவிடும் புஸ் ஓசை கூட அவருக்குக் கேட்டது. அறையிலிருந்து அவர் பின்னாலேயே வந்திருக்க வேண்டும். குமரன் கடுங்கோபமடைந்தார்.

“டேய் உனக்கு எத்தன ஏத்தம்...”

சிபி தன் முழு உயரத்துக்கும் நிமிர்ந்து நின்று அவரை துணிச்சலுடன் உற்றுப் பார்த்தது. அதில் விளையாட்டு இல்லை. கிடைத்திருக்கும் சுதந்திரத்தை ஒருபோதும் விட்டுத் தரப்போவதில்ல என்ற பிடிவாதமே தென்பட்டது. குமரனுக்கு ஏனோ அது தன்னை நோக்கிக் குனிவது போலத் தோன்றியது. ஒரு முடிவுடன் படலிலிருந்து திரும்பி அதை நோக்கி எட்டு வைத்தார்.

“ஐயா வேண்டா... போகாதீங்க...” பின்னால் பல குரல்கள் பதற்றத்துடன் கூச்சலிட்டன.

சிபி அசையாமல் நின்றிருந்தது. அவர் பத்தடி தொலைவில் வந்ததும் குனிந்தது. அது கயிற்றுக்குத் தலையைக் கொடுக்கிறது என்று கருதி குமரன் கயிற்றை வீசினார்.

ஐயோ... யாரோ அலறுகிறார்கள். இல்லை அந்தக் கூச்சல் தன்னிடமிருந்து தான் வருகிறது.

என்னவோ நடந்தது. என்ன என்று அவருக்குப் புரியவில்லை. வழுவழுப்பான, உருக்கைப் போன்ற உறுதிகொண்ட ஏதோ ஒன்று அவரை அணைத்துத் தூக்கியது. அந்த நீண்ட முகத்தின் சொரசொரப்பு திமில்... அவர் விண்ணில் பறந்தார்.

தான் அனிச்சையாக எழுந்து நின்றுகொண்டிருப்பதை அவரால் சற்றுநேரம் கழித்துதான் உணரமுடிந்தது. பலர் தன் நெஞ்சைத் தடவிக்கொடுத்து ஆசுவாசப்படுத்துவதையும், தாங்கிக் கொள்வதையும் கண்டார்.

அவரது உடல் அசுரகதியில் ஆடிக்கொண்டிருந்தது. "எங்க குத்தியிருக்கு பாருங்க..." பேச்சு குழறலாக வந்தது.

பாருங்க பாருங்க... யாரோ பதட்டத்துடன் சொன்னார்கள். யாரோ அவரது வேட்டியை விலக்கிப் பார்த்தார்கள்.

"இல்ல எங்கியும் குத்தல... அணைச்சுத் தூக்கி வெளிய போட்டிருச்சு..."

யாரோ அவரது காதில் கிசுகிசுத்தார்கள். குமரனுக்கு மெல்லத் தன்னுணர்வு திரும்பியது. சிபி அவரை தூக்கி வேலியைத் தாண்டி வீசியிருக்கிறது...

"சிபி எங்கே...?" குமரன் கேட்டார்.

"அதோ!"

சிபி மேய்ச்சல்வெளியைச் சுற்றி ஓடிக்கொண்டிருந்தது. இரண்டு வட்டம் அடித்து விட்டு கொட்டகை அருகே போய் வழக்கம் போல நின்று கொண்டது.

சுற்றிலுமிருந்த தேர்ந்த விவசாயிகள் ஒன்றாகக் கூடியிருந்தார்கள். எல்லோருக்கும் மாடுகள் கொடுத்த வீரத் தழும்புகள் உடலெங்கும் இருந்தன. "இது பொலிகாளையாயிருச்சு. நாம புடிக்க முடியாது" அதை உற்றுப் பார்த்துக் கொண்டிருந்த பங்காளி ஒருவர் கூறினார். "பல்லு சேர்ந்திருச்சுன்னா அது நம்ம சொல்றபடி கேக்காது. அது நீங்க கொட்டில்ல வெச்சிருக்கற பசுமாடுகளையும், உழவுக்கு வெச்சிருக்கற மாடுகளையும் தன்னோட மந்தையாப் பாக்குது. அதான் கொட்டி கிட்ட போய்ப் போய் நிக்குது".

குமரனுக்கு அவர் சொல்வது திரை விலக்குவது போலிருந்தது. அவரே அதை உணர்ந்திருக்கிறார். இங்கே இருக்கும் உழவு மாடுகள் அது போட்ட குட்டிகள்தான். அவற்றை உழவுக்குப் பழக்கிக் கொண்டிருந்தார். அவற்றை அடிக்கும் போது சிபி உம்ம்ம்ம் என்று குரலெழுப்பும்.

முதல் முறை அவர் சிபியின் உக்கிரத்தை உணர்ந்த சம்பவம் ஒன்று நடந்தது. தனது பண்ணையிலிருந்த ஒரு இளம் பசுவை இணைசேர்க்க உரிய நேரம் வந்துவிட்டது என்று அவர் கருதியிருந்தார். நாட்டு மாடுகள் வளர்ப்பில் ஈடுபடுபவர்கள் ஊசிமூலம் கருத்தரிப்பு செய்வதை ஏற்றுக் கொள்வதில்லை. சிபியின் பிரமாண்டமான உருவம் அவரையும் நண்பர்களையும், பயப்படுத்தியது. இந்த முறை சிபி வேண்டாம். கொஞ்சம் உருவத்தில் சிறிய காளையிடம் சேர்க்கலாம் என்று பசு மாட்டை வேறொரு தோட்டத்துக்கு அழைத்துச் சென்றார்.

இணை சேர்ப்புக்குப் பிறகு பசு மாட்டை திரும்பக் கொண்டுவந்து கட்டிப்போட்டார். பின்பு சிபிக்காக சோளத் தட்டுகளைக் கொண்டுவந்து அது தின்பதற்கு வாகாக முன்னால் போட்டவர் ஏதோ வழக்கத்துக்கு மாறான சத்தம் கேட்டு நிமிர்ந்தார். அன்று சிபி இரண்டு முளைகள் அடித்துக் கட்டப்பட்டிருந்தது.

சிபி...

சிபி உஸ்ஸென்று மூச்சுவிட்டபடி பின்வாங்கிக் குனிந்தது. அதன் கண்களில் அப்படியொரு குரோதத்தை அவர் அதுவரை பார்த்ததில்லை. சிபி புழுதி பறக்க அவரை நோக்கி நீட்டிய கொம்புகளுடன் விண்ணில் எழும்பியது. அவர் பாய்ந்து விலகித் தரையில் உருண்டார். முளைகள் கிறீச்சென்ற ஓசையுடன் அசைந்தன. ஆனால் உடையவில்லை. கயிறும் அறுந்து போகவில்லை. சிபியும் முழங்கால் மடங்கி தடுமாறி நின்று மீண்டும் உஸ்ஸென்று மூச்சு விட்டது.

குமரன் விக்கித்து நின்றுவிட்டார். அவரது உடல் நடுங்கிக் கொண்டிருந்தது. சிபியைத் தழுவிக் கொள்ளவேண்டும் என்றும் அதனிடம் உளப்பூர்வமாக மன்னிப்புக் கேட்டுக்கொள்ள வேண்டும் என்றும் அவருடலின் ஒவ்வொரு அணுவும் துடித்தது. சிபி ஒருபோதும் தன்னை மன்னிக்கப் போவதில்லை. தனது மரணம் சிபியின் கொம்புகளில்தான் என்று மனதில் ஒரு மூலையில் அவர் உணரத் தொடங்கியது அன்றுதான்.

இன்று உடல் முழுவதும் வலியாலும், கடுங்கோபத்தாலும் பேச்சற்று நின்றிருந்தாலும் சிபி தன்னிடம் கருணை காட்டி யிருக்கிறது என்ற எண்ணமும் ஒரு மூலையில் மின்னி மறைந்தது.

கூட்டத்திலிருந்த யார் மூங்கில் படலைத் தொட்டாலும் சிபி பாய்ந்து வந்தது. துள்ளியது. சுழன்றது. மண்ணைப் பறித்தது. இது வேறு சிபி. தனது சுதந்திரத்தை உணர்ந்து கொண்ட சிபி. அதை முற்றிலும் நிலைநாட்டத் துடிக்கும் சிபி. தான் வகுத்துக் கொண்ட எல்லையிலிருந்து, தன்னுடைய உலகிலிருந்து அன்னியனான தன்னை வெளியேற்றத்தான் அது இரவு முழுவதும் போராடியிருக்கிறது...

'கோசாலைல மாடு பிடிக்கற பசங்க நாலஞ்சு பேர் இருக்காங்க. வரச்சொல்லலாம்'' என்று பக்கத்து தோட்டக்காரர்கள் முடிவு செய்தனர். பதினோரு மணிக்கு கோசாலை இளைஞர்கள் வந்து சேர்ந்தனர். எல்லோரும் ஒரே மாதிரி முறுக்கேறிய தசைநார்களும், ஒடுங்கிய கன்னமும் கொண்டிருந்தனர். சிபியைக் காணவில்லை. குமரனுக்கு சிபி தனக்குக் காட்டிய சலுகையை இவர்களுக்குக் காட்டுமா என்ற சந்தேகம் தோன்றியது. அந்த உருக்கைப் போன்ற வலிமை வாய்ந்த வழவழப்பான கொம்புகள் அணைத்துத் தூக்குவதற்கு பதில் விலாவில் பாய்ந்தால்... ஏற்கெனவே புண்ணாக வலித்துக் கொண்டிருந்த உடலில் ஈட்டியைப் பாய்ச்சியதைப் போன்ற வலி தோன்றியது.

சிபி எங்கோ ஒளிந்திருக்கிறது. தங்களை உற்றுக் கவனித்துக் கொண்டிருக்கிறது என்பதை தோட்டத்துக்குள்ளிருந்து வீசிய காற்று உணர்த்தியது.

"எங்க உங்களைக் குத்தி வீசுச்சு?'' வந்தவர்களில் ஒருவன் கேட்டான்.

"அதோ அந்த வேப்ப மரத்தடில''

"அப்ப அங்க வரும். எங்க ஆக்ஸிடெண்ட் நடந்துச்சோ அந்த இடத்துக்கு அடிக்கடி வந்து பார்த்துட்டுப் போகும்''

இளைஞன் ஓசையின்றி வேலியை விலக்கி வழி செய்துகொண்டு வேப்ப மரத்தை நெருங்கினான்.

அ ஆ ஆ ஆ... உக்கிரமாகக் கனைத்தபடி சிபி கெட்டிலுக்குப் பின்புறமிருந்து தோன்றியது. அதனது ஓட்டத்தில் புதிதாக ஒரு கம்பீரம் தோன்றியிருந்தது. தனது நிலப்பரப்பைக் காவல் காக்கும் தலைவனின் தகுதியை அடைந்து விட்டதைப் பறைசாற்றியது

அது. பாய்ச்சலில்லாமல் தலையை உயர்த்தி கால்களைச் சீராக வைத்து வேப்பமரத்தை நெருங்கியது. இளைஞன் மின்னல் போலப் பாய்ந்து மரத்தின் மீதேறிக் கொண்டான்.

சிபி மரத்தைச் சுற்றி வந்தது. துள்ளியது. பின்பு மூங்கில் படலருகே வந்து கூட்டத்தை வெறுப்பு உமிழும் கண்களால் நோக்கியது. கூட்டம் சிதறிப் பின்வாங்கியது. சிபி திரும்பவும் வேப்ப மரத்தை நெருங்கியது. தனது வெற்றியைப் பறை சாற்றுவது போல ஒரு அச்சில் சுழன்றது. பின்பு தனது முழு உயரத்துக்கும் இரண்டு கால்களில் எழும்பி நின்றது. குமரன் இணைசேர்க்கக் கொண்டு செல்லும்போது அது இப்படி நிற்பதைப் பார்த்திருக்கிறார். சுதந்திரமும், நெருங்கிவரும் போரும் காமத்தைப் போன்ற உத்வேகத்தை அதற்கு அளித்திருக்குமோ?

குமரன் அந்தக் காட்சியின் வசீகரத்தில் லயித்துப் போய் நின்றிருந்தார். ஒருகணம் எல்லாவற்றையும் நிறுத்திவிட்டு அந்தப் பண்ணையை சிபியிடமே ஒப்படைத்துவிட்டு வெளியேறிவிட மனம் துடித்தது. இந்தப் போராட்டத்தில் ஒருபோதும் சிபி வெல்லப் போவதில்லை.

சிபியின் கொம்புகளுக்கு ஐந்து அடி உயரத்தில் இளைஞன் மரத்தின் மேல் நின்றிருந்தான். சிபி திரும்பவும் எம்பியது. இன்னும் ஒரு எம்பு. அவனைத் தொட்டுவிடும் என்று தோன்றியது. புழுதி சுற்றிலும் பறக்க சிபி சுழன்றது.

"ஜல்லிக்கட்டு மாடு மாதிரியே பண்ணுதுப்பா" யாரோ கிசுகிசுத்தார்கள்.

"பாய்ச்சல் மாட்டை விட சுத்தற மாடு மோசமானது. யாரும் கிட்ட நெருங்க மாட்டாங்க"

இளைஞன் கையில் சுருக்குடன் காத்திருந்தான். சிபி திரும்பவும் அவனை நெருங்கியது. பின்னங்கால்களில் எம்பியது. இளைஞன் சுருக்கை வீசினான். இரண்டு கொம்புகளிலும் அது மாட்டிக் கொண்டதும் ஒரு கணம் திகைத்தது. அதன் கண்களில் மிரட்சி... சிபி இழுத்துச் சென்றிருந்தால் இளைஞன் மரத்தின் மீதிருந்து விழுந்திருப்பான். ஆனால் சிபி தயங்கிய அந்த ஒருகணம் அவனுக்குப் போதுமானதாக இருந்தது. கயிற்றை அசைக்க அது கொம்பை சுற்றி இறுகியது.

இன்னொரு கயிறு பறந்துவந்து சிபியின் முகத்தில் வகையாக விழுந்தது. இறுகியது. சிபியின் கவனம் மரத்தின் மேலிருந்தவன் மீதிருக்க வேலியைத் தாண்டி வந்திருந்த இன்னொரு இளைஞன் அதன் முகத்தில் சுருக்கை வீசியிருக்கிறான். சுருக்கு விழுந்ததும் மற்றவர்களும் உள்ளே ஓடிவந்து கயிற்றைப் பிடித்துக் கொண்டார்கள். ஆனாலும் சிபியின் பலத்துக்கும் முன்னே இவர்கள் ஒன்றுமில்லை.

சிபி திமிறவில்லை. ஓட முயலவில்லை. பிறந்தது முதலே கயிறுகளால் கட்டுப்படுத்தப்பட்டு வந்திருந்த அந்த ஜீவன் அசையாமல் நின்றது.

பின்பு முழங்கால்களை மடித்துப் படுத்தது.

குமரன் கடுங்கோபமும் துயரமும் பாறாங்கல்லாக மனதை அழுத்த, கைக்கு வாகாகக் கிடைத்த களிதட்டை எடுத்து சிபியை விளாசினார். சிபி அசையவில்லை. யாரோ தடுத்தார்கள். யாரோ அதைத் தடவிக் கொடுத்தார்கள். அதற்குத் தண்ணீர் வைக்க முயன்றார்கள். சிபி இழுத்து வரப்பட்டு கொட்டிலில் நான்கு கயிறுகள் போட்டுக் கட்டப்பட்டது.

“இத வித்திருங்க. இல்லாட்டி கோசாலைக்குக் கொடுத்திருங்க. ஒருதடவ குத்தி பழகிட்டா அப்புறம் அது அடங்காது. வயசாயிருச்சு” இளைஞன் நிதானமாகச் சொல்லிவிட்டுக் கிளம்பினான்.

இரண்டு நாட்கள் சிபியின் பெண்ணைப் போன்ற பெரிய கண்களிலிருந்து தாரை தாரையாக கண்ணீர் வழிந்து கொண்டே இருந்தது.

ஆதோனி

மேலுதட்டில் அங்கொன்றும் இங்கொன்றுமாக வெள்ளிப் பொட்டுகள் பளிச்சிட்டன. மீசை நரைத்த பிறகு டை அடிக்க சரியாக வருவதில்லை. எனவே இப்போதெல்லாம் மீசையை எடுத்துவிடுகிறேன். வழுக்கை, கண்ணாடி, சுத்தமாக வழிக்கப்பட்ட முகம் என எனது தோற்றத்தில் அறிவுக்களை சொட்டுகிறது. வக்கீல் முகம் இப்படித்தான் இருக்க வேண்டுமென்று மனைவி சொல்வாள்.

சுந்தர் செல்லில் எதையோ நோண்டிக்கொண்டிருந்தான். ஷேவிங் செய்யலாமா என்று யோசித்தேன். மீசை எடுக்கத் தொடங்கியபிறகு ஒரே நாளில் வளர்கிறது.

"சார் பொன்னுசாமி நாட் ரீச்சபிள்லேயே இருக்கிறாரு."

"ட்ரெயின் கரெக்ட் டைமுக்கு வருதா?"

"ஆமா சார். பன்னெண்டே முக்காலுக்கு வருது. கேன்சல் பண்ணிரலாமா சார்?"

"இல்ல, நாம கெளம்பலாம்"

"சார்" சுந்தர் அதிர்ச்சியுடன் கேட்டான்.

"வேல இருக்குப்பா போய்த்தான் ஆகணும்"

"பொன்னுசாமி?"

“அது அவன் பிரச்சினை. பொன்னுசாமியே பாத்துக்கட்டும்”

“சார். அவர் அட்ரஸ் தேடி போயிருக்கார் போலிருக்கு. ஃபோன் நாட் ரீச்சபிள்ல் இருக்கு. விக்னேஸ்வரன் பஞ்சாயத்து வேற போயிட்டிருக்கு” என்றான் சுந்தர்.

நான் பதில் பேசாமல் மனைவிக்கு போன் செய்தேன். வருவதைச் சொன்னதும் அவளுக்கு மகிழ்ச்சி. மறக்காமல் மாத்திரை போடுங்க. இன்னபிற அன்பு நிறைந்த ஆலோசனைகள். இதைக் கேட்டபிறகு அன்றைய கடமை முடிந்த திருப்தி. சுந்தர் என்னை ஒருவிநாடி ஆழ்ந்து பார்த்து விட்டு விக்னேஸ்வரன் கும்பலிடம் சொல்வதற்காகக் கிளம்பிப் போனான். செல்போன் ஒலித்தது.

“என்னப்பா என்ன பண்ணிட்டிருக்கிறீங்க?” ஒரு பெண் குரல் குழைந்தது. எனக்கு அப்பா என்று சொந்தம் கொண்டாடும் பெண்களைப் பிடிக்காது.

“இதோ பார் அன்பே. உனக்குத் திருமணம் ஆகிவிட்டது. நான் கிழவனாகிவிட்டேன்.” என்றேன்.

“அப்படித் தெரியலையே” மறுமுனையில் குரல் கிளுகிளுத்து சிரித்தது.

—

எனக்கு பயணங்கள் பிடிக்கும். ஓட்டல் அறைகள், ஒயின், சிகரெட், பால்கனி இத்தியாதி விஷயங்கள் பிடிக்கும். ஆனால் அலுவல் ரீதியான பயணம் பிடிக்கவே பிடிக்காது. வேறு ஊருக்குப் போய் பிரீஃப்கேசிலிருந்து கேஸ்கட்டை எடுத்து ஓட்டல் அறை படுக்கையில் உட்கார்ந்து நோட்ஸ் போடுவது கொஞ்சமும் பிடிக்காது. திருப்பூர், பொள்ளாச்சியைத் தாண்டி வழக்கு இருக்குமானால் நிர்தாட்சண்யமாக முடியாது என்று சொல்லிவிடுவேன்.

ஆனால் பொன்னுசாமி இந்த வழக்கைத் தூக்கிக்கொண்டு வருவதற்கு முன்பு ஷேர்மார்க்கெட்டில் சரியான அடி. பணம் வேண்டியிருந்தது. ஆதோனி வரமுடியுமா என்று கேட்டபோது இரண்டு மனமாகத்தானிருந்தேன். எனது நட்டத்தையெல்லாம் ஈடுகட்டுவதுபோல் ஒரு தொகையைச் சொன்னபோது

ஆச்சரியமளிக்கும் விதமாக பொன்னுசாமி ஒப்புக்கொண்டான். நானும் ஒப்புக்கொண்டேன். எனக்கென்ன எங்கு போனாலும் ஒரே வேலைதானே!

பொன்னுசாமியின் அப்பாவின் சொத்துத் தகராறு வழக்குகளை நான்தான் பார்த்து வந்தேன். உண்மையில் எனது சீனியர் வைத்தியநாதனின் கட்சிக்காரர் அவர். அந்தக் காலத்தில் அவருக்கு நாற்பது ஏக்கர் நிலமும், இருநூறு ஆடுகளும், முப்பது மாடுகளும் இருந்தன. பொளித் தகராறில் பங்காளி ஒருவனை போட்டுத் தள்ளினார். கீழ் கோர்ட்டில் ஆயுள் தண்டனை வழங்கப்பட்டது. சீனியர் ஹைகோர்டில் போராடி ஜாமீன் வாங்கிவிட்டார். இனி வழக்கு வருவதற்கு பத்தாண்டுகள் ஆகும். பிரச்சினை இல்லை. ஐயாயிரம் ரூபாய் பீஸ் கேட்கலாம் என்று சீனியர் நினைத்திருந்தார். அந்தக் காலத்தில் அது ஒரு பெரியதொகை. முழுமையாகக் கிடைத்தால் தொண்டாமுத்தூர்ப் பக்கம் ஒரு தோட்டம் பார்க்கலாம் என்ற திட்டமும் இருந்தது. சீனியர் இதுபற்றி சிந்தித்துக் கொண்டிருந்தபோது அவர் வந்தார். மஞ்சப்பையை பவ்யமாகக் கொடுத்துவிட்டு வணங்கினார்.

"நாற்பதாயிரம் ரூபாய் இருக்குதுங்கய்யா. என்னால முடிஞ்சது."

"மை காட்... நாற்பதாயிரமா?" சீனியருக்குக் குரல் எழும்ப வில்லை. தான் கேட்பது உண்மையா பொய்யா என்பதும் புரியவில்லை.

"எறங்காடு உங்களுக்குத்தான்னு நெனச்சிட்டிருந்தேன். வித்துக் கொண்டாந்திட்டேன்."

அந்தப் பரம்பரையில் வந்த பொன்னுசாமி. விட்டுவிடமுடியுமா!

பொன்னுசாமியின் காட்டுப்பக்கம் கல்லூரிகள் வந்தன. மென்பொருள் நிறுவனங்கள் வந்தன. இன்னும் என்னென்னவோ வந்தன. பங்காளிகள் கண் முன்னால் காட்டை விற்று திருப்பூர் சென்று பனியன் கம்பெனிகள் வைத்தார்கள். அரசியலில் புகுந்து வட்டம், மாவட்டம் என்னென்னவோ ஆனார்கள். ரியல் எஸ்டேட்டிலும், வட்டித் தொழிலிலும் கொடிகட்டிப் பறந்தார்கள். பொன்னுசாமி அந்த புகழ்பெற்ற நிறுவனத்தில் சி.எம்.ஜி. மிஷன் ஆபரேட்டர். கைநிறைய சம்பளம். இருந்தாலும் பைத்தியம் பிடித்தது.

நேரடி ரியல் எஸ்டேட்டைவிட வில்லங்க சொத்து வாங்குவது லாபம் என்று முடிவுசெய்து பொன்னுசாமி முதலில் ஒப்பந்தம் போட்ட சொத்து ஒரு அம்மன் கோவிலுக்குச் சொந்தமான நிலம். அந்த அம்மனுக்கே இந்த சொத்தின் பெயரில் எத்தனை பத்திரங்கள் இருக்கின்றன, எத்தனை பேர் சொந்தம் கொண்டாடுகிறார்கள் என்பதில் குழப்பம். சப் ஜட்ஜுக்கு எப்படித் தெரியும். மனுக்கள், இடைநிலை மனுக்கள், தடையாணைகள், உயர் நீதிமன்ற உத்தரவுகள் என்று இழுத்துக்கொண்டு சென்றது. பொன்னுசாமியுடன் ஒப்பந்தம் போட்டிருந்த கோவில் சொத்தின் டிரஸ்ட்டி என்று சொல்லிக் கொண்டவர் சீட்டுக்கம்பெனி நடத்தித் தானும் போண்டியாகி, பலபேரையும் முடித்துக் கட்டிவிட்டு தலைமறைவாகிவிட்டார். சீட்டுப் போட்டவர்களுக்கும், கடன்காரர்களுக்கும், பொன்னு சாமிக்கும், மற்ற டிரஸ்டிகளுக்கும் இடையே கோவில் நிலம் யாருக்கு என்று குடுமிபிடி சண்டை நடந்து வந்தது.

இந்த நேரத்தில்தான் ஆந்திராவில் உள்ள ஆதோனி நகரில் ஒரு மில்லைப் பிரித்து விற்கப்போகிறார்கள் என்று பொன்னுசாமி கேள்விப்பட்டான். புவியியல் பாடத்தில் தேர்ச்சி பெறாதவர்களுக்காக ஆதோனி பற்றிச் சில விளக்கங்கள் கொடுத்துவிடுகிறேன். ஆதோனி கர்னூல் மாவட்டத்தில் இருக்கிறது. ஆந்திராவிலிருந்து தெலங்கானா பிரிந்தவுடன் ஆதோனி கொஞ்சம் கொஞ்சமாக வளர்ந்து கொண்டிருந்தது. நகரைச் சுற்றி நான்கு புறமும் தொடுவானம்வரை பரந்து விரிந்திந்திருந்தன பருத்திக் காடுகள்.

அந்த ஊரில் ஏராளமான ஆயில் மில்கள் பருத்திக்கொட்டை யிலிருந்து எண்ணெய் எடுக்கின்றன. கோவை மில்களுக்குத் தேவையான பருத்தி இங்கிருந்து வருகிறது. ஆந்திராவிலிருந்து மந்திராலயம் செல்பவர்களும், தமிழ்நாடு கர்நாடகாவிலிருந்து புட்ட பர்த்தி செல்பவர்களும் கடந்துசெல்லும் பாதையில் இருக்கிறது.

ஆதோனியில் உள்ள மில்களுக்கான இயந்திரங்கள் பெரும் பாலும் கோவையிலிருந்து செல்கின்றன. இப்படி செல்லும் இயந்திரங்களை நிறுவவும், பராமரிக்கவும் கோவை நிறுவனங்களைச் சேர்ந்த தொழில்நுட்ப வல்லுநர்கள்

அடிக்கடி ஆதோனி செல்வது வழக்கம். அப்படி வந்த ஒரு ஃபோர்மேன் இங்கே ஒரு மில்லை விற்கப்போகிறார்கள், இயந்திரங்களை அடிமாட்டு விலைக்கு வாங்கிவிடலாம் என்றதும் பொன்னுசாமியின் மூளையில் ஏழரை நாட்டு சனி குடியேறியது.

பொன்னுசாமி ஆதோனி கிளம்பி வந்தான். மெஷின்களுக்கு இருபத்தைந்து லட்ச ரூபாய் விலைபேசி ஐந்து லட்ச ரூபாய் அட்வான்ஸ் கொடுத்து மேனேஜரோடு ஒரு ஒப்பந்தம் போட்டான். பின்பு கோவை வந்து முதல் தரமான மொடக்கு வாதம் பிடித்தவரான ஒரு செட்டியாரிடம் முப்பது லட்ச ரூபாய்க்கு அந்த மெஷின்களை விற்பதாக ஒப்பந்தம் போட்டான். செட்டியார் லாரிகளோடு மெஷின்களை எடுக்கச் சென்றபோது செட்டியாரின் கெட்டநேரமோ, பொன்னுசாமியின் கெட்டநேரமோ! சரி, யாரோ ஒருவரது கெட்டநேரம் மில் வாயிலுக்கு நேரெதிரே மேனேஜர் நின்று கொண்டிருந்தார். செட்டியார் கடுங்கோபத்தோடு மேனேஜரிடம் சென்று,

“இதே இருபத்தைந்து லட்சத்துக்கு நான் கேட்டபோது தராத நீ இவனுக்கு மட்டும் எப்படிக் கொடுத்தாய்?” என்று கர்ஜித்தார்.

“உன்னைக் கண்டால் பிடிக்கவில்லை. உன் பேச்சு பிடிக்க வில்லை. உனக்குக் கொடுக்கக் கூடாது என்றுதானே அவனுக்குக் கொடுத்தேன். நீயே எப்படி வந்து நிற்கிறாய்?” மேனேஜர் பிளிறினார்.

“யார்றா நீ? நீயா முதலாளி என்னை வேண்டான்னு சொல்ல?” செட்டியார் எகிறி மேனேஜரின் சட்டையைப் பிடித்தார்.

மேனேஜர் கூலாக சட்டையைக் கழற்றி செட்டியாரிடம் கொடுத்துவிட்டு அறைக்குச் சென்று பொன்னுசாமிக்குப் போட்ட கண்ட்ராக்டை ரத்து செய்துவிட்டார். பிரச்சினை இதுதான் என்று தானே நினைப்பீர்கள். அதுதான் இல்லை. இந்த இடத்தில் ஒரு ட்விஸ்ட் இருக்கிறது. சரியாகச் சொன்னால் ஒன்றல்ல. இரண்டு மூன்று ட்விஸ்டுகள் உள்ளன. வக்கீலிடம் எதையும் மறைக்கக்கூடாது என்று கட்சிக்காரர்களுக்கு சொல்லப்படுகிறது. அதே போல கட்சிக்காரர்கள் சொல்வதை முழுமையாகக் கேட்க வேண்டுமென்று வக்கீல்களுக்கு சொல்லித் தரப்படுகிறது.

இப்படி ஒரு என்.ஜி.ஓ நடத்திய கிளையண்ட் ஹியரிங் வகுப்பில் ஒரு பேராசிரியர் போட்ட ரம்பத்தை இப்போது நினைத்தாலும் மயிர்கூச்செறிகிறது... சில கட்சிக்காரர்களிடம் பொறுக்கமுடியாமல் பிரச்சினையை மட்டும் சொல்லுங்க என்று நான் மிரட்டுவதுண்டு. பொன்னுசாமியிடம் எதுவும் செல்லுபடியாகாது. ஆயில் மில் ஓடுவதைப் போலவே கடகட வென்று பொழிந்து கொண்டே இருப்பான்.

வக்கீல் பேசுவதற்கு மட்டுமல்ல கேட்பதற்கும் ஃபீஸ் உண்டு என்று அன்று பொன்னுசாமிக்குத் தெரிந்தது. நான் மன்மதலீலை திரைப்படத்தில் வரும் ஹரிஹர ஐயர் என்று அவன் நினைத்துவிடக்கூடாது பாருங்கள். சரி கதை இப்போது.

ஆதோனி மேனேஜர் கண்ட்ராக்டை ரத்து செய்ததும் பொன்னுசாமி ஒரு டானிடம் சென்றான். ஆசாத்கான். மாநிலம் பிரிந்த பிறகு ஆதோனியில் பல ஊர்களைச் சேர்ந்த வியாபாரிகள் வந்து இறங்குகிறார்கள், பணம் புழங்குகிறது என்று கேள்விப்பட்டு ஹைதராபாத்தில் குட்டி ராஜ்ஜியம் நடத்திக் கொண்டிருந்த ஆசாத்கான் தனது பரிவாரங்களோடு வந்து இறங்கியிருந்தான். பொன்னுசாமி ஆசாத்கானிடம் தனது சோகக்கதையை உள்ளம் உருக விவரித்தபோது அந்தக் கடுமை நிறைந்த முகத்திலும் பரிதாபத்தின் ரேகைகள் தென்பட்டன. புரியாதவனைக்கூட உருக்கிவிடும் தன்மை கொண்டதல்லவா தமிழ்மொழி! இரண்டுபேர் உட்காரக் கூடிய சோஃபா முழுவதையும் நிறைத்துக்கொண்டு அமர்ந்திருந்த ஆசாத் மிகுந்த நட்புணர்வோடு பொன்னுசாமியின் தோளைத் தட்டிக் கொடுத்தான்.

“பாயி, இனிமே உன் பிரச்சினை என் பிரச்சினை”. ஆசாத்கான் ரதகஜதுரர பதாதிகளுடன் வந்திறங்கியதைப் பார்த்ததும் மில் நிர்வாகம் பயந்து போனது. மீதி பணத்தைக் கொடுத்துவிட்டு பொருளை எடுத்துக்கொண்டு போ என்றது.

“பணத்தை என்னிடம் கொடு. நீயே போனால் ஏமாற்றி விடுவார்கள்” என்றான் ஆஸாத் கான். நீங்கள் எதிர்பார்க்கும் படியே பொன்னுசாமி அந்தத் தவற்றைச் செய்தான். மீதி இருபது லட்சத்தை ஆசாத்திடம் கொடுத்துவிட்டான். ஆசாத் பணத்தைக் கொடுத்து மெஷின்களை எடுத்துத் தானே விற்றுவிட்டு பொன்னுசாமிக்கு டாட்டா காட்டிவிட்டான்.

அதிர்ச்சியடைந்த பொன்னுசாமி வேறு யாரோ பெரிய தாதாவைப் பிடித்து கானை மிரட்டி, பணத்தைத் திருப்பித் தருவதாக ஒரு பத்திரம் எழுதி வாங்கியிருக்கிறான். அது தெலுங்கில் வேறு இருந்தது. இரண்டுங்கெட்டான் பத்திரம் என்பது பார்த்தாலே தெரிந்தது. இந்தப் பத்திரத்தை வைத்து வழக்குப் போட்டிருக்கிறான். ஆசாத்கான் தலைமறைவாகி விட்டான். இந்தச் சூழலில்தான் நான் பொன்னுசாமிக்குத் தேவைப்பட்டிருக்கிறேன்.

ஆதோனியில் ராஜ்ய ஸ்ரீ என்ற ஓட்டலில் பொன்னுசாமி அறை போட்டிருந்தான். நல்ல அறைதான். பொன்னுசாமிக்கும் அதே அறையில் கீழே பெட் போட்டுப் படுக்கும் எண்ணம் இருந்திருக்கும் போலிருக்கிறது. தனியாப்போ என்று விரட்டிவிட்டேன். வழக்கை என்னிடம் கொடுத்துவிட்டால் கட்சிக்காரர்கள் தொடர்ந்து அதைப் பற்றியே பேசிக் கொண்டிருப்பது எனக்குப் பிடிக்காது.

—

பொன்னுசாமி கேசரி ஆர்டர் செய்தான், எனது ஜூனியர் சுந்தர் பதறிப்போய் சீனியருக்கு அதெல்லாம் வேண்டாம் என்றான். மனைவி அவனை எச்சரித்து அனுப்பியிருந்தாள். நானொன்றும் சொல்லவில்லை. இருக்கட்டும். அதே நேரத்தில் ஜூனியர் பயல்களுக்கும் எல்லாவற்றையுமே தாங்கள் செய்வதாக எண்ணமும் வந்துவிடக்கூடாது. இந்த ஸ்வீட் இல்லாவிட்டால் நைட் பிராந்தி அடிக்கலாம். இட்லி, சட்னி எல்லாம் சுமாராக இருந்தது. சாம்பார் இனிப்பாக பாயாசம் போல் இருந்தது. பொன்னுசாமி யாரையோ பார்த்து சைகை காட்டிக் கொண்டேயிருந்தான். அவன் காட்டிய திசையில் கருப்பாக, குண்டாக பார்த்தாலே தமிழர்கள் என்று தெரியும்படி சில உருவங்கள் நின்றிருந்தன. சாப்பிட்டு முடிக்கும் நேரம் பொன்னுசாமி பவ்யமாக பேச்செடுத்தான்.

“ஐயா. மெட்ராசிலிருந்து தலைவர் வந்திருக்காரு. ஏதோ பஞ்சாயத்தாமா, கொஞ்சம் பேசணுங்கிறாங்க”

“இத பாருங்க பொன்னுசாமி, நா வந்து பார்பர்ஷாப் நடத்தல...

கொஞ்சநேரம் பேப்பர் படிச்சிட்டு, அரசியல் பேசிட்டு போறதுக்கு. சாப்பிடற இடத்தில, கைகழுவற இடத்தில எல்லாம் கேஸை டிஸ்கஸ் பண்ண முடியுமா?"

"ஐயா நீங்க எங்க வரச்சொன்னாலும் வருவாங்க. அப்பாயின் மெண்ட்தான் கேக்கறாங்க"

"சரி ஒன் அவர் கழிச்சு ரூமுக்கு வரச்சொல்லு"

விக்னேஸ்வரன் தமிழ்நாட்டைச் சேர்ந்த என்ஜினியர். லதா கிழக்கு கோதாவரி மாவட்டத்தைச் சேர்ந்த கூலி. இருவருக்கும் காதல் பற்றிக் கொண்டது. பெண் கர்ப்பமானதும் விக்னேஸ்வரன் ஊருக்கு ஓடிப்போய்விட்டான். போலீஸ் கம்ப்ளெய்ண்ட் ஆகிவிட்டது. தமிழ்நாட்டுக்கு போலீஸ் தேடிவந்ததும் ஆளுங்கட்சிக்காரர்கள் போலீஸ் ஸ்டேஷனில் விஷயத்தைப் பேசி முடிக்க ஆதோனி கிளம்பி வந்திருக்கிறார்கள். யாரோ உள்ளூர் பிரமுகரின் சிபாரிசோடுதான் வந்திருக்கிறார்கள் என்றாலும் இன்ஸ்பெக்டருக்கு முரட்டுத்தனம் அதிகம். மொழிப் பிரச்சினை வேறு. வக்கீலின் உதவி தேவைப்படும் போலிருந்தது. சட்டென்று மனதுக்குள் ஒரு கணக்குப் போட்டேன். என்னுடைய வேலை ஒரு நிமிடம்தான்.

"எனது ஜூனியர் சுந்தரைக் கூட்டிக்கொண்டு போங்கள். அதற்குமுன் காலை ஒன்பது மணிக்குள் ஃபீஸ் வந்துவிட வேண்டும்" என்றேன்.

—

கோர்ட் அப்படி ஒன்றும் மோசமாக இல்லை. அந்த வளாகம் எனக்குப் பழைய திருப்பூர் கோர்ட்டை நினைவுபடுத்தியது. சற்று தள்ளி தேங்கி நின்று கொண்டிருந்த சாக்கடைத் தண்ணீரும், மேய்ந்து கொண்டிருந்த பன்றிகளும் மட்டுமே திருப்பூரில் கோர்ட்டில் பார்க்க முடியாதவை. கோட்டுப் போட்டு செருப்பு போட்டிருக்கும் வக்கீல்கள் எப்போதுமே அவலட்சணமாகத் தெரிவார்கள். அதிலும் சட்டையை டக் இன் பண்ணாமல் கோட்டுப் போட்டிருக்கும் வக்கீல்களின் லைசன்ஸை உடனடியாக கேன்சல் செய்துவிட வேண்டுமென்பது எனது நீண்ட நாள் கோரிக்கை. அப்படிப் பார்த்தால் ஆதோனியில்

தொண்ணூற்று ஒன்பது சதவீதம் பேரை தொழிலை விட்டுத் துரத்த வேண்டியிருக்கும். தமிழகத்தில் பழைய கோர்ட்டுகள் இருக்கும் அதே அமைப்பு, அதே உடைந்த ஆங்கிலம், அதே சொற்கள். எல்லா தனித்துவத்தையும் உடைத்து ஒன்று போலவே மாற்றிவிட்டான் வெள்ளைக்காரன். எனது முறை வந்தது. ஆசாத்கானைக் காணவில்லை. கண்டுபிடித்து சம்மன் அனுப்ப இரண்டு மாதம் வாய்தா கேட்டேன். ஜட்ஜ் சரியான முடை. இருபது நாள் டைம் கொடுத்தார். சரி பார்த்துக் கொள்ளலாம்.

கோர்ட் எப்படி இயங்கிறது, எப்படிப் பேசுகிறார்கள் என்று தெரிந்துகொள்ள உட்கார்ந்தேன். கிரிமினல் வழக்குகள் கூப்பிடத் தொடங்கினார்கள். ஒன்று... இரண்டு... மூன்று... சுமார் இருபது வழக்குகள். ஒவ்வொன்றிலும் ஏழெட்டு பேர். பெரும்பாலும் பஞ்சத்தில் அடிபட்ட தோற்றம். சிலர் உள்ளே வரும்போது தலப்பாகை கட்டிக் கொண்டார்கள். வெளியே போகும்போது கழற்றிக் கொண்டார்கள். விசித்திரமான மரியாதை தான். என்ன வழக்குகளாக இருக்கும்? எஸ்.சி. என்று அழைத்தார்கள். செஷன்ஸ் கேஸ். அப்படியானால் கொலை வழக்கு. வாரம் ஒருமுறை கொலை வழக்குகள் விசாரணைக்கு அழைக்கப்படுகின்றனவாம். இந்தச் சின்னஞ்சிறிய ஊரில் ஒரு வாரத்திற்கு இருபது கொலைவழக்குகள் விசாரணைக்கு வருகின்றனவா? இந்த பஞ்சப் பரதேசி கும்பல் கொலை செய்ததா? எனக்கு வியப்பு தாள முடியவில்லை. ஜட்ஜ் கோர்டை கலைத்துவிட்டு எழுந்து போனார்.

பெஞ்ச் கிளார்க் அம்மா எங்களிடம் ஓடி வந்தார். சுந்தரும் பொன்னுசாமியும் பணத்தை அள்ளி விட்டிருந்தார்கள். எனவே அன்புமழை பொழிந்து கொண்டிருந்தது. ஒரு அமீனாவை அறிமுகப்படுத்தி 'இவரை சில இடங்களுக்கு அழைத்துக் கொண்டுபோய் ஆசாத்கானைத் தேடுங்கள்' என்றார் அந்த அம்மா. பொன்னுசாமியை அமீனாவோடு அனுப்பிவிட்டு அறைக்கு வந்தேன். செல்லில் நான் எதிர்பார்த்தபடியே மூன்று மிஸ்டு கால்களும், இரண்டு மெசேஜ்களும் இருந்தன. ஒரே வரி தான்.

'என் மீது கோபமா, சாரி'

கோபமா இல்லையா என்று எனக்குப் புரியவில்லை.

ஆனால் கொஞ்ச நாட்களாக இது பெரும் தொல்லையாக மாறிவிட்டதென்னவோ உண்மைதான். போன்... எஸ்எம்எஸ்... திரும்பவும் போன்... தொடக்கத்தில் கல்லூரி நாட்கள் திருப்பிவிட்டதுபோல நினைத்திருந்தேன். பின்பு ஒரே தொல்லை. எனக்கு இது ஒன்றுதான் வேலையா? மிரட்டல், கொஞ்சல், கண்ணீர், பிரிவு, திரும்பவும் போன்... கணவன் திரும்பவும் வந்து அழைக்கிறானாம். அழுகிறானாம். இவளுக்கும் குழந்தைகளுக்கு அப்பன் வேண்டும் போலிருக்கிறதாம்.

சரி. அதற்கு நான் என்ன செய்யவேண்டும்? அதுதான் எனக்கும் புரியவில்லை. அவளுக்கும் புரியவில்லை.

உடனே லைன் கிடைத்து விட்டது.

"நாந்தான்"

"ஏன் போனே எடுக்கல?" அந்தக் குழைவான இழுப்பு.

"நான் கோர்ட்ல இருப்பேன்னு தெரியாது?"

"ம்"

"ம்?"

"பேசணும்"

"பேசலாம்"

"எனக்கு கில்டியா இருக்கு. நான் அப்பார்ட்மெண்ட்டுக்கு வரமாட்டேன்"

"ஓக்கே..." கொஞ்சநாட்களாக இதை எதிர்பார்த்துத்தான் வந்தேன்.

"பார்த்தீங்களா? என்னக் கட் பண்ணி விடறீங்க. ஒரு நட்பா இருக்க முடியாதா? ஒரு ஹலோ, ஒரு குட் மார்னிங், உங்க மேடம் ஃபோன எடுத்தா நல்லாயிருக்கீங்களான்னு ஒரு டீஸெண்ட் டாக். இப்படி இருக்க முடியவே முடியாதா?"

அடிப்பாவி. இந்த நல்லாயிருக்கீங்களா இத்யாதிகளைச் சகித்துக் கொள்வதே அந்த விவகாரத்துக்காகத்தானேடி? நான் ஹாஹ்ஹா வாய்விட்டுச் சிரித்தேன்.

“சிரிக்காதீங்கப்பா.”

மீண்டும் சிரித்தேன்.

“முடியாதா?” குரலில் சோகம் வழிந்தது.

“நீதான முடியாதுங்கற?”

“அது வேற இது வேற...”

இந்தப் பேச்சுக்கு முடிவே கிடையாது. மணிக்கணக்கா போயிட்டே இருக்கும். கோர்ட்ல கூப்டறாங்கன்னு கட் பண்ணினேன்.

பொன்னுசாமியும் அமீனாவும் உள்ளே வந்தனர். ஆஸாத்கானைக் காணவே இல்லையாம். எங்கோ ஓடிவிட்டானாம். தன் அடியாட்கள் மூலம் மில் நிர்வாகத்தை மிரட்டி மில் இருந்த இடத்தையும் விலைக்கு வாங்கி கட்டடங்களை இடித்து ரியல் எஸ்டேட் செய்து கொண்டிருக்கிறானாம். ஆதோனி முழுக்கத் தேடிவிட்டார்களாம்.

“சரி உட்கார்” என்று சொல்லிவிட்டு பொன்னுசாமியின் தெலுங்குப் பத்திரத்தை எடுத்து அமீனாவிடம் கொடுத்தேன்.

“இது என்ன என்று பார்த்துச் செல்லு” தமிழ்+ஆங்கிலம்+ பொன்னுசாமியின் தெலுங்கு.

அமீனா அதைப் படித்துவிட்டு அதிர்ச்சியடைந்தான்.

“இதில் வாரம் பங்காரம்மா சாட்சிக் கையெழுத்துப் போட்டிருக்காங்க”

“யார் அது?”

“பெரிய டான். நீங்க கோர்ட்ல பாத்தீங்கல்ல கொலை கேசுக. எல்லாம் அவங்க ஆளுகதான்”

“மைகாட் எல்லாக் கொலையும் பங்காரம்மா பண்ணதா? யோவ் பொன்னுசாமி யார்யா இந்த சொர்ணக்... சே பங்காரம்மா? உனக்கு எப்படித் தெரியும்?”

பங்காரம்மா வாரங்கல்லில் ஒரு பெரிய ஜமீன் குடும்பத்தைச் சேர்ந்தவர். ஒரு எம் எல் ஏ அவர் குடும்பத்தைச் சேர்ந்த எல்லோரையும் கொன்று விட்டான். பங்காரம்மா எம் எல் ஏவின் எதிரியுடன் கூட்டணி அமைத்து அவனையும் பதினோரு அடியாட்களையும் குண்டு வீசிக் கொன்றுவிட்டார். பின்பு பெரிய டானாகிவிட்டார். ஆசாத்கானைச் சமாளிக்க பங்காரம்மாவால்தான் முடியும் என்று கேள்விப்பட்டு பொன்னுசாமி அவரிடம் சென்று தான் ஏமாற்றப்பட்டதைச் சொல்லி உதவி கேட்டான். ஒல்லியாக, குள்ளமாக, சாந்தமான முகத்துடனிருந்த பங்காரம்மா கட்டணமாக எழுபத்தைந் தாயிரம் பெற்றுக்கொண்டு ஒரு தடியை எடுத்துக்கொண்டு கிளம்பினார்.

யார் வந்திருக்கிறார்கள் என்று பார்க்கக் கதவைத் திறந்த அடியாள் பங்காரம்மாவைக் கண்டு பதறிப் பின்வாங்கினான். பங்காரம்மா அலட்சியமாக வீட்டில் நுழைந்து ஆசாத்கானையும் அவனது அடியாட்களையும் நிற்காமல் சாத்து சாத்து என்று சாத்தினார்.

“என்ன பத்திரம் வேணாலும் இப்ப்வே இவனுககிட்ட எழுதி வாங்கிக்கோ” என்று பொன்னுசாமியிடம் கூறினார்.

பொன்னுசாமிக்கு எதுவும் தெரியாததால் அவரே எழுதி வாங்கித் தந்தார். தானே சாட்சிக் கையெழுத்தும் போட்டார்.

“பொன்ஸூ... வாங்கறதே வாங்கறீங்க. நல்லா எழுதி வாங்கியிருக்கலாமில்ல. புரோநோட் வங்கியிருக்கலாம். வெத்துப் பேப்பர்ல கையெழுத்து வாங்கியிருக்கலாம். கடன் பத்திரம் வாங்கியிருக்கலாம். எதுவுமே இல்லாம இது என்னய்யா டாக்குமெண்ட்? அதுல ஊரறிஞ்ச டான் பங்காரம்மா கையெழுத்து வேற?”

“சார்...” பொன்னுசாமி வேதனையுடன் இழுத்தான். “பங்காரம்மாவுக்கு கிரிமினல் கேஸ்தான் தெரியும் சார். சிவில் மேட்டர் தெரியாது. அந்த நேரத்துல வேற வழி இல்ல”

பங்காரம்மா சிவில் சட்டமும் தெரிஞ்சுகிட்டா வக்கீல் பொழப்பு உருப்பட்ட மாதிரிதான். “சரி அப்புறம் என்ன ஆச்சு?”

“நம்ம ஆதோனி கோர்ட்டுக்கு எதிர்ல ஒரு எடம் இருக்குல்ல சார். அத பங்காரம்மா 12 கோடிக்கு வெல பேசினாங்க.

எடத்துக்காரனுக்கு அது புடிக்கல"

"ஏன்?"

"எத்தன கோடியா இருந்தாலும் எடத்துச் சொந்தக்காரனக் கேட்டுத்தான முடிவு பண்ணனும்?"

"நியாயம்தான்"

"பங்காரம்மா வழக்கம்போல லாரி மோதி குண்டு வீசிட்டாங்க. இப்ப கேஸ்ல அரஸ்ட் ஆகி கடப்பால ஜெயில்ல இருக்காங்க. அவங்க உள்ள போனதும் ஆசாத்கான் பணம் தரமாட்டேன்னுட்டான். கேஸ் போட்டாச்சு. இப்ப அம்மா ஜாமீன்ல வெளிய வராங்க. அதனால ஆசாத்கான் தலை மறைவாயிட்டான்"

"தலைமறைவானவனுக்கு எப்படி சம்மன் தர்றது?"

"கோர்ட்ல சொல்ல வேண்டியதுதான"

பொன்னுசாமியின் பேச்சில் சார் இல்லாதது கண்டு எனக்குக் கடுங்கோபம் வந்தது. கட்சிக்காரன் மொட்டையாகப் பேசுவதை நான் ஒருபோதும் அனுமதிப்பதில்லை.

"பொன்னுசாமி உங்க மாமனார் பேர் என்ன?"

"நஞ்சே கவுண்டர்"

"நீங்க நஞ்சே கவுண்டர எப்படியாச்சும் ஆதோனி ஜட்ஜா ஆக்கிருங்க. அப்புறம் கோர்ட் நாம் சொல்றதக் கேட்கும். இல்லாட்டி நாலு வாய்தா ஆகித்தான் பேப்பர் பப்ளிகேசன் வாங்க முடியும்"

பொன்னுசாமி விரக்தியடைந்து தலையைத் தலையை ஆட்டிக் கொண்டான்.

—

"சார் அது சின்னப் பொண்ணு சார். பதினேழு வயசுதான் ஆச்சு. கொழந்தை மாதிரி இருக்கு. ஈஸ்ட் கோதாவரியாம். ஊர்ல வெவசாயம் பொய்த்துப் போச்சு, ஆதோனில வேல

கெடக்குதுன்னு வந்திருக்கு. நம்ம பையன் காண்ட்ராக்ட் எடுத்து கட்டிட்டு இருந்த பில்டிங்ல வேல செஞ்சுட்டு இருந்திருக்கு. பையன் கல்யாணம் பண்ணிக்கறேன்னு சொல்லிக் கெடுத்திட்டான். இப்ப கர்ப்பமா இருக்கு" சுந்தரின் கண்களில் வருத்தம் தெரிந்தது.

"போலீஸ் என்ன சொல்லுது?"

"மைனர் பொண்ணு. அதனால ரேப் கேஸ் ஆயிடுச்சு. கல்யாணம் பண்ணிக்கலேன்னா போக்சோல உள்ள போடுவோம்ங்கறான்"

நான் பெண்ணைக் கெடுத்த விக்னேஸ்வரனையும் தலைவரையும் பார்த்தேன். "எங்க வீட்ல ஒத்துக்கவே மாட்டாங்க. கர்ப்பத்துக்கு நான் காரணமில்ல. வேற ஆளுகளும் இருக்கலாமில்ல"

"அதான சார். பிளாட்பாரத்துல படுக்கறவ. எத்தன பேர் இருந்தாங்களோ என்னவோ? நம்ம பையனுக்கு எப்படி சார் கல்யாணம் பண்ணி வெக்க முடியும்?"

"விக்னேஷ் ரெண்டு வழி இருக்கு. கல்யாணம் பண்ணிட்டு விவாகரத்து கேஸ் போட்டுடு. இவளால கோர்ட்டுக்கு வர முடியாது. இவ வராட்டா உனக்கு சாதமகா தீர்ப்பு ஆயிடும். இங்க கேஸ் நடந்தா நம்மூர்ல யாருக்கும் தெரியாது. அது வேண்டாம்னா இந்த ஊரை விட்டு ஓடிடு. முன் ஜாமீன் முயற்சி செய்யலாம். ஆனா போக்சோல கஷ்டம். என்ன சொல்ற?"

"நாளைக்கு இன்னொரு தடவ அந்தப் பொண்ணுகிட்ட பேசிப் பாக்கறேன் சார். முடியாட்டி பார்க்கலாம்." என்றார் தலைவர்.

—

டைனிங் ஹாலில் உட்கார்ந்தபோது செக்கச் செவேலென்று பெரிய மனிதத்தோரணையுடன் மூன்றுபேர் வந்து எதிரே உட்கார்ந்தனர்.

".....கௌடா..."

".....கௌடா..."

".....கௌடா..."

யார் யார் என்னென்ன கௌடா என்பது மனதில் நிற்கவில்லை.

கௌடாக்கள் பெங்களூருவில் ரியல் எஸ்டேட் வியாபாரிகள். புதிதாக உள்கட்டுமானத்தை விரிவுப்படுத்தி வரும் ஆந்திராவுக்கு தொழிலை விஸ்தரிக்க வந்திருக்கின்றனர். ஆசாத் கானுடன் ஒப்பந்தம் செய்திருக்கின்றனர். நிலம் ஆசாத் கானுடையது. இவர்கள் வீடு கட்டி விற்கப் போகிறார்கள். மூன்று கோடியே அறுபது லட்சம் முடக்கம்.

“உங்களுக்கு என்ன பிரச்சினை?” ஒரு கௌடா கேட்டார்.

“ஒரு பிரச்சினையுமில்லை. உங்களுக்குதான் பிரச்சினை. ஆசாத்கான் வராவிட்டால் அவன் சொத்துக்களை அட்டாச் செய்யச்சொல்லி மனு போடுவோம். நிலம் கோர்ட்டால் ஜப்தி செய்யப்பட்டுவிடும்.”

கௌடாக்களின் முகம் வெளுத்தது. ‘நோ நோ’ என்று பதறினார்கள். வேண்டாம். “நாங்கள் முடிந்து போய்விடுவோம்” என் கைகளைப் பிடித்துக் கொண்டார்கள்.

“நான் என்ன செய்ய முடியும்? எனது கட்சிக்காரருக்கு முப்பது லட்ச ரூபாய் வரவேண்டும்”

நாளை வருகிறோம் என்று கௌடாக்கள் தள்ளாடியபடி கிளம்பிச் சென்றனர்.

செல்போனைப் பார்த்தேன். ஐந்து மிஸ்டு கால்களும் எட்டு குறுஞ்செய்திகளும் இருந்தன. ‘ஏன் என்னைச் சித்திரவதை செய்கிறீர்கள்?. உங்கள் அன்பை ஏன் எனக்கு மறுக்கிறீர்கள்?’

‘வாட் டு யூ வாண்ட்’ என்று குறுஞ்செய்தி அனுப்பினேன்.

“சுந்தர் நாளைக்கு ட்ரெய்ன் எத்தனை மணிக்கு?”

“12.50 க்கு சார். ஆனா நம்மால் போக முடியுமா?”

“பார்க்கலாம்”

அன்றைய இரவு மிகவும் பிசியான இரவு.

பொன்னுசாமி ஆசாத்கானைப் பிடித்தே தீருவது என்று கங்கணம் கட்டினான். அதோடு “ஆதோனியில் ஆர்கானிக் கடலைக்காய்

கிடைக்கிறது. இங்கே யார் உரம் போடுகிறார்கள்! பருத்தியைக் கூட மழை நீர் கொண்டுதான் வளர்க்கிறார்கள். எனவே இரண்டு செக்கு வைத்து கடலை வாங்கி எண்ணெய் எடுத்து கோவையில் சாயிபாபா காலனியிலும், ஆர். எஸ் புரத்திலும் இயற்கை ஆயில் என்று விற்கலாம்னு நெனைக்கிறேன். சார் வெடியால கிளம்பிடுவேன். வேலையெல்லாம் முடிச்சுட்டு ரயிலுக்கு வந்துடுவேன்" என்று உறுதியளித்தான்.

இரவு எனக்கு ஓரிடத்திலிருந்து போன் வந்தது.

"நண்பா நீ உடனே கிளம்பி வா." உத்தரவிட்டது அந்தக் குரல்.

குரலுக்குச் சொந்தக்காரன் கோவையில் கல்வித்தந்தையாக உருவாகிக் கொண்டிருப்பவனும், ரியல் எஸ்டேட் அதிபனும், எனது கிளையன்ட்டுமான ராஜ்.

"என்ன அவசரம்?"

"__________________கேஸ்ல நீ ஒரு நல்ல ஆர்டர் வாங்கிக் கொடுத்திருக்கே இல்ல. பார்ட்டி ஆடிப் போயிருச்சு. காம்ப்ரமைஸ் வராங்க. மினிஸ்டரோட தம்பி திடீர்னு வந்து பிரச்சினையைப் பேசி முடிக்கணுன்னு உக்கார்ந்துட்டார். இப்போதைக்கு நம்ம ரிசார்ட்டுக்குக் கொண்டுபோய் சரக்கு ஊத்திவிட்டு அமுக்கியிருக்கேன். நீ வந்தாத்தானே பேச முடியும். ஓடி வா."

"கிரேட். நீ சாணக்கியண்டா"

"நீ வர்ரே"

"வந்தாச்சு"

சொன்னபடியே காலையில் எழுந்தபோது பொன்னுசாமியைக் காணவில்லை. கானைத் தேடுகிறானோ, கடலையைத் தேடுகிறானோ தெரியவில்லை. விக்னேஷ் லதா பேச்சுவார்த்தை இழுத்துக்கொண்டு சென்றது. அது இப்போதைக்கு முடிவது போலத் தெரியவில்லை.

குறுஞ்செய்தி வந்தது. "அன்பு ஒருநாளும் மாறாது. உலகத்தின் எந்த மூலைக்குச் சென்றாலும் பிரிவென்பதே இல்லை".

சனிக்கிழமை அப்பார்ட்மெண்ட்டில் இருப்பேன் என்று குறுஞ்செய்தி அனுப்பினேன்.

"சுந்தர் ரெடியாகு"

"சார் பொன்னுசாமி? விக்னேஷ்? லதா?"

"பொன்னுசாமிய அட்ராஸ் கொண்டு வரச்சொன்னோம். கொண்டு வர்றது அவன் வேல. விக்னேசை ஓடிப் போக சொன்னோம். போகாம பஞ்சாயத்துப் பேசப் போயிருக்கான். தப்பிச்சு வெளிய வந்தால் பாக்கலாம். நீங்க இவனுக்காக ஹைதராபாத் ஹைகோர்ட் போக ரெடியா இருங்க. இப்ப ட்ரெய்ன மிஸ் பண்ண முடியாது.

சுந்தர் திகைப்புடன் தலையாட்டினான்.

நான் புன்முறுவலுடன் துணிகளை அடுக்கத் தொடங்கினேன்.

எந்த ஒரு வழக்கிலும் பிரச்சினையை மட்டுமே கணக்கில் எடுக்க வேண்டும். வழக்கை உணர்வு பூர்வமாக அணுகுவது தொழில் தர்மத்துக்கு விரோதமானது.

࿐ ࿐ ࿐

ஒரு வக்கீலின் வாழ்க்கையில்

எல்லா நீதிமன்றங்களும் ஒரே கட்டடத்திலிருக்கும் ஒருங்கிணைந்த நீதிமன்ற வளாகங்கள் எனக்குப் பிடிப்பதில்லை. அவை இருளோடி விரக்தியூட்டும் வண்ணம் இருக்கின்றன, ஒரே மாதிரி இருக்கின்றன. தவிர பல அன்றாட சுவாரஸ்யங்களை இல்லாமல் செய்துவிட்டன என்பது என் கருத்து. ஏன் என்பதற்கு ஒரு காரணம் சொல்கிறேன். இது நடந்தது இருபதாண்டுகளுக்கு முன்பு.

—

“இதுவே இந்தச் சூழலுக்கு தொடர்புடையதும் விரும்பத்தக்கதும் ஆகும்” என்றார் வக்கீல்.

“சூழலுக்குத் தொடர்புடையதே விரும்பத்தக்கது. *Relevant is desirable*” என்றார் ஜட்ஜ்.

“மிகுந்த பணிவுடன் எனது மாற்றுக் கருத்தைச் சமர்ப்பிக்கிறேன் தங்கள் கௌரவமே *(Your Honour)*” என்று துல்லியமான ஆங்கிலத்தில் கூறினார் வக்கீல்.

வக்கீலுடையது நெப்போலியனுடையதைப் போன்ற கம்பீரமான முகம். ஆனால் நெடுமரம் போன்ற உயரம். வாட்டசாட்டமான உருவம். அவர் நிலத்தில்

வேர்விட்டு நிற்பதைப் போல அழுத்தமாக நெடிதுயர்ந்து நின்று கணீரென்ற குரலில் பேசினார்.

“தொடர்புடையது என்பது வேறு விரும்பத்தக்கது என்பது வேறு என்று சட்டம் சொல்கிறது” பல ஆண்டுகளுக்கு முன்பு மறைந்த சில்வர் டங்க் சீனிவாச சாஸ்திரிகள் இந்த வக்கீலின் உருவத்தில் இந்த நீதிமன்ற அறையில் பிரசன்னமாகியிருந்தார்.

மாவட்ட ஆட்சியர் அலுவலக வளாகத்திலிருந்த பழைய சீஃப் ஜுடிசியல் மாஜிஸ்டிரேட் நீதிமன்றக் கட்டடம் முக்கால் வாசி மரத்தாலும் கொஞ்சம் செங்கல் சுண்ணாம்பாலும் கட்டப்பட்டிருக்கும். தளம், மாடிப்படிகள்கூட மரத்தாலேயே அமைக்கப்பட்டிருக்கும். பசேலென்ற பாதாமி மரங்கள் மூன்று புறமும் சூழ்ந்திருக்கும். நீதிமன்ற அரங்கில் உட்கார்ந்திருந்தால் ஏதோ காட்டுக்கு நடுவே பரண் மீது இருப்பதைப் போன்ற உணர்வு ஏற்படும். எனக்கு மிகவும் பிடித்த இடம். ஆனால் வக்கீல்கள் சட்டம் பேசினாலே மற்ற வக்கீல்களால் தாங்க முடியாது. பட்டிமன்றம் டைப்பில் வார்த்தை விளையாட்டில் வேறு இறங்கிவிட்டால் பயங்கரமாகிவிடும்.

மூன்று புறமும் இருந்த கதவுகள் வழியாக மற்ற வக்கீல்கள் தெறித்து ஓடத் தொடங்கினர்.

நான் சீனியரைப் பார்த்தேன்.

“வெளிய போயிட்டு வரலாமா?” சீனியர் எழுந்தார்.

எதிரே டவுன் பிளானிங் அல்லது வேறு ஏதோ அலுவலகத்துக்குச் சொந்தமான ரெக்கார்ட் ரூம் இருந்தது. அதற்குப் பின்னால் உள்ள காரைத் தளம் பாவிய, ஆள்நடமாட்டம் இல்லாத குறுகிய சந்து புகைப்பிடிக்க ஏற்ற இடம். பழமையான கட்டடங்களின் நெடிதுயர்ந்த பின்புறச் சுவர்கள் வழியாக நீண்டு செல்லும் அந்தச் சந்தில் நுழைந்துவிட்டால் நூறாண்டுகள் பின்னால் போய்விடலாம். ஏதோ சுரங்கத்துக்குள் இறங்கிவிட்டது போலவும், மழை இருட்டு நாட்களில் பாதாள லோகத்துக்கே போய்விட்டது போலவும் மாயத் தோற்றங்களைக் காட்டும் இந்த இடமும் எனக்குப் பிடிக்கும்.

நாங்கள் அதில் நுழைகிறோம். இரண்டு பேர் திபுதிபுவென்று ஓடி வந்தார்கள். எனக்குக் கருக்கென்று இருந்தது.

என்ன ஏது என்று நாங்கள் புரிந்துகொள்ளும் அவர்கள் சீனியர் முன்னால் வந்து நின்று வணங்கினார்கள். நல்ல வாட்ட சாட்டமான முரட்டு ஆட்கள். இருவருக்கும் முள்ளு முள்ளாகத் தாடி, கண்கள் சிவந்திருந்தன.

“நம்ம கிளையண்ட்டுகதான்” என்று சீனியர் என்னிடம் சொல்லிவிட்டு. அவர்களைப் பார்த்து முகம் சுழித்தார்.

“ஐயா டீ சாப்டலாமா?” ஓடி வந்தவர்களில் ஒருவன் பவ்யமாகக் கேட்டான்.

சீனியர் தலையசைத்து மறுத்தார்.

“ஐயாவுக்கு தேங்கா பன் பிடிக்குமே வாங்கிட்டு வரட்டுமா?”

“மூத்தர சந்துல பேசற பேச்சாய்யா இது?”

“ஐயா” எதிரே நின்றவன் அஷ்டகோணலாக நெளிந்தான்.

“ரெண்டு வருசம் முன்னால கேஸ் விடுதலை ஆனதும் அஞ்சு நிமிசத்துல வர்றேன்னு சொல்லிட்டுப் போனவன் தானே நீ” சீனியர் குரலில் ஒரு மெல்லிய மிரட்டல்.

“வந்துர்றங்கைய்யா. வந்துர்றேன்”

—

அடுத்த நாள் ஆபீஸ் போகிறேன் சீனியர் “கிரிமினல் மேனுவலைப் பாருங்க” என்றார்.

கிரிமினல் மேனுவல் என்றால் எங்கள் மொழியில் தினத்தந்தி. சீனியர் பிப்புள்ஸ் டெமாக்ரஸி, வான்கார்டு, லிபரேஷன், ரெட் ஸ்டார், தி இந்து, அனைத்தும் படித்தாலும் அக்கால கிரிமினல் வழக்குரைஞர்களின் வழக்கப்படி தினத்தந்தியையும் வரிவரியாகப் படிக்கும் பழக்கத்துக்கு அடிக்ட் ஆகியிருந்தார்.

கிரிமினல் மேனுவல் எனப்படும் தினத்தந்தியின் இரண்டாவது பக்கத்தில் அந்தச் செய்தி பிரசுரமாகியிருந்தது. நாங்கள் போன அதே சந்தில் பின்பு ஒரு கிராம நிர்வாக அதிகாரி சென்றிருக்கிறார். இரண்டு பேர் அவரை வளைத்துப் பிடித்து கத்தியைக் காட்டி மிரட்டியிருக்கிறார்கள். வி ஏ ஓ டிராயர் அண்டிராயர் எல்லாம்

தேடி 84 ரூபாய் எடுத்துக் கொடுத்து இருக்கிறார்.

"ஊரையே அடிச்சு உலைல போடறீங்க, 80 ரூபாயா வெச்சிருக்கறது? காலைல இருந்து இதுக்கா சோறு தண்ணி இல்லாம காத்துக் கெடக்கறோம்?" என்று கோபமடைந்த திருடர்கள் அந்தப் பணத்தைப் பிடுங்கிக்கொண்டு அவர் பிருஷ்ட்டத்திலும் கத்தியால் குத்தி விட்டார்கள்.

படிக்கும் போதே எனக்கு பிருஷ்ட்டம் வலிப்பது போலத் தோன்றியது.

"இது" என்று இழுத்தேன்.

"அவனுகதான்" என்றார் சீனியர்.

"நம்மளப் பாத்து அவனுக ஓடி வந்ததே ஒருமாதிரி இருந்துச்சு. நல்லவேளை சார் அவனுக உங்களை அடையாளம் கண்டுட்டானுக. இல்லாட்டி பிரச்சினை ஆயிருக்கும்" என்றேன் நான்.

சீனியரின் நெற்றியில் கவலையின் ரேகைகள் நெளிந்தன. அவர் பதில் பேசவில்லை.

"அதுதான் ஒண்ணும் ஆகலீங்களே சார். ஏன் கவலைப் படறீங்க?"

'கலெக்டர் ஆபீஸ்ல திருட்டு நடந்திருக்கு. எப்படியும் போலீஸ் பிடிச்சுடும். நாம நேத்து அவனுகளைப் பாத்தப்ப விசிட்டிங் கார்டு, போன் நம்பர் எதுவும் கொடுக்காம வந்துட்டோம். நம்ம பழைய ஆபீஸ், போன் நம்பர் எல்லாம் மாறிடுச்சு. இப்ப கேஸ் நடத்த நம்மள எப்படிக் கண்டுபிடிப்பானுக? தப்புப் பண்ணிட்டமே?"

நியாயமான கவலைதான்.

பாருங்க இந்த மாதிரி அனுபவமெல்லாம் இந்த ஒருங்கிணைந்த வளாகத்தில் கிடைக்குமா?

கவக்காளியம்மன் அருளில் பிணைமனு

வக்கீல் லாக் டவுன் டிராபிக்கில் வகையாக மாட்டிக் கொண்டார்.

மணி பத்து இருபத்தி ஐந்து. காலையிலேயே கோர்ட்டில் இருந்து மிரட்டல் போன் வந்து விட்டது.

"ஜட்ஜ் ஐயா கரெக்டா பத்து முப்பதுக்கு வந்துருவார். ஐந்தே ஐந்து ஜாமீன் மனுக்கள்தான் இருக்கின்றன. உங்கள் மனு இரண்டாவது இடத்தில் இருக்கிறது. கேஸ் கூப்பிடும்போது ஆன் லைனில் இல்லையென்றால் டிஸ்மிஸ் பண்ணிடுவார்"

கொரோனா காரணமாக கோர்ட் மூடப்பட்டு ஆன் லைனில் தான் விசாரணை நடக்கிறது. எங்கிருந்து வேண்டுமானாலும் வழக்கை வாதிடலாம் என்றாலும் வக்கீல் தனது அலுவலகத்தில், புத்தக அலமாரி அருகே உட்கார்ந்து ஜாமீன் மனு மீதான விவாதத்தில் பேசி விடலாம், பார்க்க கம்பீரமாக இருக்கும், தேவைப்படும் புத்தகங்களும் அங்கேதான் இருக்கின்றன என்று கிளம்பியது தப்பாகி விட்டது.

எதிரே சாலையில் கிலோ மீட்டர் கணக்கில் கார்கள் வரிசை கட்டி நின்றிருந்தன. சில டூ வீலர் ஓட்டிகள் மரணக் கிணறு ஓட்டுவது போல மனிதத் தலைகளுக்கும்

வாகனங்களுக்கும் மேல் ஓட்ட முயன்றதால் டிராபிக் நெருக்கடி இன்னும் மோசமானது.

வக்கீலுக்கு பின்னும் அனுமார் வால் போல வாகனங்கள் சேர்ந்து கொண்டேயிருந்தன. இப்போதைக்கு டிராபிக் ஜாம் சரியாகி உரிய நேரத்தில் அலுவலகம் போய்ச் சேர வாய்ப்பே இல்லை.

வக்கீல் சட்டென்று முடிவெடுத்து அருகேயிருந்த சந்தில் வண்டியைத் திருப்பினார். அந்தக் குறுகலான சந்தின் இருபுறமும் நிறுத்திவைக்கப்பட்டிருந்த வண்டிகளையும், சந்தின் நடுவே வகிர்ந்து சென்ற சாக்கடைகளையும், வேகத் தடைகளையும், வெட்டிப் போடப்பட்டிருந்த குழிகளையும், காயப் போடப்பட்டிருந்த துணிகளையும், வத்தல்களையும், சந்தை ஆகிரமித்து நின்று செல் பேசிக் கொண்டிருந்த ஆசாமிகளையும் மின்னல் போலக் கடந்து கவக்காளி அம்மன் கோவில் முன்வந்து பைக்கை நிறுத்தினார்.

அந்த நெரிசலான பகுதியில் கோவிலுக்கு முன்னால் மட்டுமே அரச மரத்தை சுற்றி மனிதர்கள் நிற்குமளவிற்குக் கொஞ்சம் இடம் இருந்தது. மஞ்சள் சேலை அணிந்த பெரிய பொட்டு பெண்களும், காவி, மஞ்சள் வண்ணங்களில் வேட்டி கட்டியிருந்த ஆண்களும் நடமாடிக் கொண்டிருந்தனர். ஊதுபத்தி, சாம்பிராணி ஆகியவற்றுடன் தெய்வீக மணம் கமழ்ந்து கொண்டிருந்தது.

வக்கீல் எதையும் கண்டுகொள்ளாமல் பையிலிருந்து கோட்டையும், நெக் பேண்டையும் எடுத்து அணிந்து கொண்டார்.

சுற்றிலும் கும்பல்கூடி வாய் பிளந்து நிற்பதை பொருட் படுத்தாமல் jitsi meet ஆப்பைக் கிளிக் செய்து ஆன் லைன் மீட்டிங்கில் நுழைந்தார்.

அந்த நொடி அவரது வழக்கு அழைக்கப்பட்டது.

"யுவர் ஹானர், எமது கட்சிக்காரரான மனுதாரர் நல்லவர். வல்லவர். சாதுவானவர். அவர் மீது பொய் வழக்கு போடப் பட்டிருக்கிறது. அவர் ஒரு தவறும் செய்யவில்லை. மனைவி குழந்தைகளைப் பிரிந்து சிறையில் வாடிக்கொண்டு இருக்கிறார். அவரது நிலை துயரமானது. இதைக் கருத்தில் கொண்டு மனுதாரருக்குப் ஜாமீன் வழங்கும்படி கேட்டுக் கொள்கிறேன்"

என்றபோது மூச்சிறைத்துக் கொண்டிருந்த நிலையிலும் வக்கீலின் குரல் தழுதழுத்தது.

அடுத்த வினாடி செல்போன் திரையில் அரசு வழக்குரைஞர் தோன்றினார். அவர் ஒரு பாழடைந்த மாளிகையின் முன்னால் கருப்பு கோட், கருப்பு அங்கி அணிந்து முழு சீருடையில் நின்றுகொண்டிருந்தார். பின்னால் சில வௌவால்கள் தொங்கிக் கொண்டிருந்தன. இந்தப் பின்னணியில், கருப்பு அங்கி அணிந்திருந்த அரசு வழக்குரைஞர் அசப்பில் டிராகுலா போலவே காட்சியளித்தார்.

"நோ யுவர் ஆனர். மனுதாரர் மது அருந்திவிட்டு குடி போதையில் பக்கத்து வீட்டுக்காரர் மீது அருவாளால் தாக்குதல் தொடுத்துள்ளார். தன் உயிரைக் காப்பாற்றிக் கொள்ள பக்கத்து வீட்டுக்காரர் தப்பி ஓடும் போது கீழே விழுந்து அவருக்குக் காயம் ஏற்பட்டுள்ளது"

"பொய்" வக்கீல் கர்ஜித்தார். "எமது கட்சிக்காரர் மதுவையோ, அருவாளையோ, பக்கத்து வீட்டுக்காரர் அவர்களையோ தொட்டதே கிடையாது".

"ஆமாம்... தொட்டது கிடையாது. வெட்டத் துரத்தியதால் காயம் என்பதுதானே போலீஸ் வழக்கு!", ஜட்ஜ் ஜோக் அடித்துவிட்டு "காயம் பட்டவர் டிஸ்சார்ஜ் ஆகிவிட்டார் அல்லவா" என்று அரசு வழக்குரைஞரிடம் கேட்டார்.

"நோ யுவர் ஆனர். இவ்வளவு சின்னக் காயத்துக்கு அட்மிட் பண்ண முடியாது என்று ஆஸ்பத்திரியில் சொல்லி விட்டார்கள்"

"பெய்ல் கிராண்டட் (ஜாமீன் வழங்கப்பட்டது)"

"இ யாயா யா" என்று தன்னை மறந்து கூச்சலிட்டு பின் சுய நினைவுக்கு வந்த வக்கீல் தன்னை சுற்றிப் பெரும் கூட்டம் நிற்பதையும் பலர் தன்னை செல்லில் படம் எடுத்துக்கொண்டு இருப்பதையும் கவனித்தார்.

—

மறுநாள்.

வக்கீல் முன் ஜாக்கிரதையாக ஒன்பது மணிக்கே வீட்டில் இருந்து கிளம்பி பத்து மணிக்கு அலுவலகம் வந்து சீருடையணிந்து தயாராக இருந்தார்.

உதவிக்கு ஜூனியர்களும் தயார் நிலையில் இருந்தனர். வக்கீலையே அழகாக காட்டும் கோணத்தில் செல் போன் நிறுத்தப் பட்டிருந்தது. மணல் கடத்தல் செய்ததாகக் கைது செய்யப்பட்டிருக்கும் கட்சிக்காரரின் மனு அன்று விசாரணைக்கு வரவிருந்தது. மணல் கடத்தல் என்பது மிக முக்கியமான சமூகசேவை என்று நிரூபிக்கத் தேவையான புத்தகங்களும், குறிப்புகளும், ஆதாரங்களும் கையருகே வைக்கப்பட்டிருந்தன.

'சே... நேத்து என்ன டென்ஷன் ஆயிருச்சு' வக்கீல் திருப்தியுடன் முணு முணுத்துக் கொண்டார்.

அந்தக் கணம் அலுவலக கதவு விரியத் திறந்தது. ஆவேசமாக ஒரு பெண்ணுருவம் உள்ளே நுழைந்தது. மணல் கடத்தல் செய்ததாக சிறையில் இருப்பவனின் மனைவிதான் அந்தப் பெண்...

"என்ன இங்கே உட்கார்ந்து இருக்கீங்க சார்?" அந்தப் பெண் அலறினாள். அவள் கூந்தல் அவிழ்ந்து தொங்கிக்கொண்டு இருந்தது. நெற்றி வகிட்டில் வைத்திருந்த குங்குமம் வியர்வையில் கரைந்து கொண்டிருந்தது. கடுங்கோபத்தில் விரிந்திருந்த கண்களில் கனல் தெறித்தது. அசப்பில் தேரா மன்னா என்று முழங்கிய கண்ணகி போலத் தோன்றினாள் அவள்.

"உங்க வீட்டுக்காரர் ஜாமீன் தாம்மா இப்ப பேசப் போறேன். எல்லாம் ரெடி. டென்ஷன் ஆக வேண்டாம்" என்றார் வக்கீல்.

"அதான் கேக்கறேன். நேத்து அந்தக் குடிகாரன் கேஸை கவக்காளி அம்மன் கோவில் வாசல்ல மங்களகரமாக, தெய்வ கடாட்சம் கிடைக்க பேசி இருக்கீங்க. எம் புருசன் கேசை இந்த தாடிக்காரங்க படத்துக் கீழ ஒக்கார்ந்து பேசப் போறீங்களா? முடியாது. கிளம்புங்க கோவிலுக்கு"

வக்கீல் பெருமூச்சு விட்டார். பிறகு ஆழ்ந்த அக்கறையுடன் கூறினார்.

"பண்ணிரலாம்மா. ஆனா கோவிலுக்கு போய் அர்ச்சனை பண்ணிட்டு சாம்பிராணி விபூதி மணத்தோட பெயில் பேச தனி பீஸ் ஆகுமே அம்மா"

ஸ்ரீ ஸ்ரீ ஸ்ரீ

மரபெழில் வாய்ந்த மயானம்

மின் மயானத்தின் புகைபோக்கியிலிருந்து கரும் பழுப்பு நீர்போல பீறிட்டு வந்த புகை சிறுமேகமாக உருண்டு திரண்டு நகர்ந்தது.

மின் உலையின் இன்சினரேட்டர் அறை எனப்படும் எரியூட்டும் அறை யாரோ ஒருவரது உடலை பஸ்பமாக்கிக் கொண்டிருந்தது. ஒரு கணமும் தாமதிக்காமல் அடுத்த உடல் தகனமேடைக்குக் கொண்டு வரப்பட்டது. எரிந்து முடித்து கொஞ்சம் சூடு ஆறுவதற்கும் சடங்குகள் முடிவதற்கும் சரியாக இருக்கும்.

கோவிட் தொற்றால் உயிரிழந்தவர்களின் உடல்களைச் சுமந்து கொண்டிருந்த ஆம்புலன்ஸ்களின் வரிசை விழிவீச்சின் எல்லையைக் கடந்தும் நீண்டிருந்தது. தகனத்துக்காக மணிக்கணக்காகக் காத்துக் கொண்டிருந்த உறவினர்கள் அரைப்பட்டினியில் கிடைத்த இடங்களிலெல்லாம் முழங்காலில் முகம்புதைத்து கவிழ்ந்திருந்தனர். மயானத்தின் தரையெங்கும் பிஸ்கெட் கவர்களும், குடிநீர் பாட்டில்களும் முளைத்துக் கிடந்தன. ஒரு உடலை எரிக்க பத்துமணி நேரமெல்லாம் காத்துக் கிடக்க வேண்டியிருக்கிறது. வெளியே லாக்டவுனால் இறுக மூடப்பட்ட நகரம் வெறுப்புடன் முறைத்தது.

மந்திராசலம் பிபிஈ உடையில் எரியூட்டும் அறையிலிருந்து வெளியே வந்து மயானத்துக்குப் பின்புறம் சென்றான். தலையை மூடியிருந்த பிளாஸ்டிக் கவரை அவிழ்த்து

விட்டதும் காற்று வழுக்கை விழத் தொடங்கியிருந்த மண்டையிலும் மெலிந்து கருத்துப் போயிருந்த முகத்திலும் வருடிக்கொடுத்து ஆசுவாசமளித்தது.

ஒவ்வொரு தகனத்துக்குப் பின்பும் குளித்துவிட்டு புதிய பி பி ஈ உடையணிய வேண்டும். பழையதை எரித்துவிட வேண்டும். அதற்குள் அடுத்த உடலுக்குச் சடங்குகள் செய்யப்பட்டு எரியூட்டத் தயாராகிவிட்டிருக்கும். மணி நான்கு. இதுவரை எட்டு உடல்கள் எரிக்கப்பட்டிருந்தன. மந்திராசலத்துக்கு மனமும் உடலும் சோர்ந்துபோய் எப்போது நேரம் கிடைத்தாலும் உட்கார்ந்து கொள்ளலாம் என்று தோன்றியது. ஒரு அரைமணிநேரம் தூங்கினால்கூட நன்றாகத்தானிருக்கும். ஆனால் இந்தப் பரபரப்பில் அப்படி நினைத்த நேரம் தூக்கம் வரமாட்டேனென்கிறது.

மந்திராசலம் மூன்றாவது தலைமுறையாக இங்கே வேலை செய்கிறான். எப்போதும் கைக்கும் வாய்க்குமான போராட்டம் தான் வாழ்க்கை என்றிருந்தாலும் கடந்த பத்துப் பதினைந்து நாட்களாக பைத்தியம் பிடித்தது போலிருக்கிறது.

இந்த மின்மயானத்தில் ஒரு நாளில் எட்டு உடல்கள் வரைக்கும் எரிக்க அனுமதி இருந்தது. ஆனால் கொரோனாவுக்கு முன்பு ஒருநாளும் எட்டு உடல்கள் எரிக்கப்பட்டதே இல்லை. நான்கு ஐந்து வந்தாலே அதிகம். இந்தக் கொரோனா இரண்டாவது அலை தொடங்கி சாவு எண்ணிக்கை அதிகரிக்க ஆரம்பித்ததும் பனிரெண்டு உடல்களை எரிக்க அனுமதி கொடுக்கப்பட்டிருந்தது. இப்போது ஒரு நாளைக்கு பதினாறு உடல்கள் வரை தகனம் செய்யவேண்டும் என்று மாநகராட்சி உத்தரவிட்டிருந்தது. தினமும் ஆறுமணிக்கு வேலைக்கு வந்து இரவு 12 மணிக்குத்தான் வீட்டுக்குப் போக முடிகிறது.

சித்திரவதையாக இருந்த இந்த உடை பழகிப்போய் அதை அணிந்திருக்கும் எண்ணமே இப்போதெல்லாம் இருப்பதில்லை. சிலபோது அவன் உட்பட மயான ஊழியர்கள் கையுறைகள் மட்டுமே அணிந்து உடல்களைக் கையாளுகிறார்கள். மாநகராட்சி ஊழியர்களே அப்படித்தான் ஆம்புலன்ஸில் வந்து இறங்குகிறார்கள். கொரோனா என்ற பீதியே மரத்துப்போய் விட்டது. ஒவ்வொரு உடலும் ஒரு எண். அவ்வளவுதான். உயிரற்ற

உடல்களை எரிக்கும் உயிருள்ள இந்த உடல் தன் போக்கில் இயங்கிக்கொண்டே இருக்கிறது. கண்கள் சிவந்து உறக்கம் இழுக்கிறது. ஒரு சின்ன இடைவெளியில் முறைவைத்துக் கொண்டு தூங்க முயன்றால் தூக்கம் வர மறுக்கிறது. அதீத அயர்ச்சி உறங்க இன்னும் வசதியான சூழல் கேட்கிறது... ஒரு சம்பவம் நேற்று நடந்ததா இன்று நடந்ததா, இரவிலா பகலிலா என்பதே நினைவில் இருப்பதில்லை.

சிலபோது மந்திராசலத்துக்கு சிரிப்பாக இருக்கும் பெருந்தொற்று பிரிவின் துயரத்தை, மரணத்தின் கம்பீரத்தை, கௌரவத்தை கேலிக்கூத்தாக்கிவிட்டிருந்தது. ஊர்ப்பெரிசுகளின் உடல் தகனத்துக்கு வரும்போது சடங்குகள் செய்யவேண்டும் என்று ஆளாளுக்குப் பதறுவார்கள். காலமெல்லாம் சடங்கு சம்பிரதாயம் என்று வாழ்ந்த பெரிசு. அந்தஸ்து, ஆஸ்தி என்று பெருவாழ்வு வாழ்ந்த மனிதன். முறையாக அனுப்பி வைக்காவிட்டால் சபித்துவிடும். திரும்ப வந்தாலும் வந்துவிடும் என்று சொந்தக்காரர்கள் பார்த்துப் பார்த்து சடங்கு செய்வார்கள். இப்போதோ...

“சரி சட்டுபுட்டுன்னு வந்து சடங்கு செய்யுங்கப்பா” என்றால் உடலுக்கு அருகே வர எல்லோரும் பயந்து நடுங்குகிறார்கள். பெத்த பிள்ளை, கட்டிய மனைவி, மாமன், மச்சான், மருமகன், மாப்பிள்ளை எல்லோரும் பெரிசுக்கு செய்ய வேண்டியதை தொலைவிலேயே நின்று ரிமோட் கண்ட்ரோல் போல முடிக்க அலைபாய்கிறார்கள். சிலபோது மந்திராசலத்தையே கற்பூரம் பற்றவைத்து தேங்காய் உடைக்கக் கெஞ்சிக் கேட்டுக் கொள்வார்கள்.

கடனே என்று மந்திரசலமோ அவனது உதவியாளர்களோ செய்து கொடுப்பார்கள். பெரிசு ராணுவ ஒழுங்குடன் கட்டிக் காத்து வந்த சாதி இன்சினரேட்டர் அறையில் அதனுடன் சேர்ந்து சாம்பலாகும்.

ஒருநாள் ஒரு முப்பது வயதுப் பெண்ணின் உடல் தகனத்துக்கு வந்திருந்தது. கணவனும் அண்ணனும் பக்கத்திலேயே வர மறுத்து விட்டார்கள். மந்திராசலம்தான் கொலுசு, மெட்டி, தாலி எல்லாவற்றையும் எடுத்து ஒரு பேப்பரில் பொட்டலமாகக் கட்டி திட்டில் வைத்தான். அதன் மீது ஒரு துணியைப் போட்டு எடுத்து

சென்றார்கள். போனவர்கள் போனவர்கள்தான். இருப்பவர்கள் குழந்தைகளுக்காகத் தங்களைக் காப்பாற்றிக்கொள்ள வேண்டுமல்லவா? கணவனும், அண்ணனும் நடந்துகொண்ட முறையில் ஒரு நியாயம் இருந்தது. பெருந்தொற்று கால நியாயம்.

மந்திராசலம் உடையைக் களைந்து குப்பைத் தொட்டியில் போட்டு தீ வைத்துவிட்டு அருகே இருந்த பைப்பைத் திறந்து கீழே உட்கார்ந்து கொண்டான். உடல் முழுவதும் இருந்த கொதிப்பில் தலையில் விழும் நீர் கீழே முழங்காலுக்கு வர வர சூடாகிவிடுவது போன்ற உணர்ச்சி. நீர் வழிய வழிய தொடையிடுக்குகளிலும், வயிற்றிலுமிருந்த சூடு ஆவியாக வெளியேறியது.

தகனமேடையில் சடங்குகள் தொடங்கிவிட்டிருந்தன. ஆணா பெண்ணா கிழவனா குமரனா எதுவும் தெரியவில்லை. பழுக்கக் காய்ச்சிய இரும்புக் கம்பியில் இருந்து விலகி நிற்பதுபோல ஒரு நாற்பது வயது ஆள் சில கணங்களுக்கு முன்பு அடித்த மொட்டையுடன் நின்று கொண்டிருந்தான். என்னென்ன சடங்குகள் செய்வது, எதையெதை விடுவது என்று பல வண்ண முகக் கவசங்கள் அணிந்திருந்த உறவினர்கள் கிசுகிசுப்பு யோசனை நடத்திக் கொண்டிருந்தனர்.

“காலைல இருந்து இங்க தானேடா கெடக்கறீங்க, முன்னமே யோசிச்சு முடிவு செஞ்சிருக்கலாமில்ல” மந்திராசலம் வாய்க்குள் திட்டி நொறுக்கினான். வெளியே திட்டினால் மயானத்தைப் பராமரிக்கும் காண்ட்ராக்டைப் பெற்றுள்ள ஹிமாலயா டிரஸ்ட் நடவடிக்கை எடுத்துவிடும். ஆத்மா சாந்தி சமாதி வகையறா... என்று மயான ஊழியர்கள் இந்த ஆன்மீக டிரஸ்ட்டை கிண்டல் செய்வார்கள்.

ஏழெட்டு வருடங்களுக்கு முன்பு மின்மயானங்கள் தனியார் பராமரிப்பில் விடப்பட்டபோது ஹிமாலயா சாரிட்டபிள் டிரஸ்ட் இந்த மின்மயானத்தின் பராமரிப்பை மாநகராட்சி யிடமிருந்து பெற்றது. நவீன உலகின் கடும் போட்டி தரும் ஸ்ட்ரெஸ், அதனால் ஏற்படும் உளநெருக்கடி, உடல் கோளாறுகள் ஆகியவற்றுக்கு ஆன்மீகத் தீர்வளிக்கும் பணியில் ஈடுபட்டுள்ள ஒரு நிறுவனம் ஹிமாலயா டிரஸ்ட். டெல்லி, மும்பை ஆகிய நகரங்களிலும் மயானங்களைப் பராமரிக்கும் பணியில் ஈடுபட்டு வருகிறது.

மந்திராசலம் போன்றவர்கள் மாநகராட்சியின் ஒப்பந்த ஊழியர்களாக இருந்தார்கள். இப்போது டிரஸ்ட்டின் ஊழியர்களாகிவிட்டார்கள். சங்கம் கிங்கம் எதற்கும் அனுமதியில்லை. தமிழே தெரியாத டிரஸ்ட் நிர்வாகிகளுடன் எதையும் பேசவே முடிவதில்லை. என்னென்னமோ கட்டுப்பாடுகள் வேறு.

மரணம் பெருந்துயரைக் கொண்டுவரும். சிலபோது கொண்டாட்டமாகவும் இருக்கும். பெரிசுகள் கல்யாண சாவடையும் போது புதைகுழிக்குள் இறங்கி வலிக்காத கிண்டல் பேசுபவனுக்கு இறுதிச் சடங்குகளில் தனி மரியாதை இருக்கும். இப்போதோ இந்த டிரஸ்ட் பெரிய ஹாலில் கிசுகிசுப்பாகப் பேச வைத்து, சோகமாக ஒரு பாட்டுப் போட்டு அடக்கத்தை முடித்துவிடுகிறது.

"கோழி மேல ஈரப் போர்வையைப் போட்ட மாதிரி ஆக்கிடறானுக" என்று மயான ஊழியர்கள் ரகசியமாகக் கிண்டல் செய்வார்கள். சரக்கடித்து டிரஸ்ட்டைக் கேலியும் கிண்டலும் பேசிக் கொண்டாடியதெல்லாம் பழைய காலம்.

உறவினர்கள் இன்னும் விவாதித்துக் கொண்டிருந்தார்கள். அவர்கள் காலை எட்டு மணியிலிருந்து மரணித்த உடலுடன் காத்திருக்கிறார்கள். நேரம் ஆக ஆக ஒவ்வொரு சடங்காகக் குறைந்து கொண்டே இருந்தது. பசியும், களைப்பும் சேர்ந்து ஒரு இறுதி முடிவை நோக்கித் தள்ளிக் கொண்டிருந்தன.

மந்திராசலம் முன்னால் போடப்பட்டிருந்த சிமெண்ட் பெஞ்சில் சாய்ந்தபடி அசிரத்தையாகப் பார்த்துக் கொண்டிருந்தான். இவனுக இன்னும் கொஞ்சம் இழுத்தால்கூட நல்லதுதான் என்று அவனுக்குத் தோன்றியது. ரெஸ்ட் எடுக்கலாம். தூக்கம் வராவிட்டாலும் கண் மூடியிருந்தால் போதும் மண்டை குடைச்சல் கொஞ்சம் குறையும். இன்சினரேட்டர் அறை சூடும் கொஞ்சம் தணியும். யாரோ பின்னாலிருந்து அவன் தோட்களை உலுக்கினார்கள். "எந்திரிப்பா. பின்னால வா" வாட்ச்மேன் குரல் துண்டு துண்டாக வந்தது. அசைவுகளிலும், விழிகளிலும் பதட்டம் தெரிந்தது. "சீக்கிரம் வா... சீக்கிரம், சீக்கிரம்" மந்திரம் உச்சரிப்பது போல நீல முகக்கவசத்துக்குள்ளிருந்த உதடுகள் திரும்பத் திரும்பச் சொல்லிக் கொண்டிருந்தன.

“என்னண்ணா?” மந்திராசலம் குழப்பத்துடன் கேட்டான்.

வாட்ச்மேன் அவன் முகத்துக்கு அருகே குனிந்தார்.

“அண்ணா என்ன?” மந்திராசலம் விலகிச் சிரித்தான். “பொணம் எரிக்கற எடத்துல முத்தமா கொடுக்கறீங்க?”

வாட்ச்மேன் ஜோக்கைக் கண்டு கொள்ளவில்லை.

“மந்திராசலம்...”

“ம்???”

“சேம்பரில் இருந்து புகை வெளிய வருது. எங்கியோ லீக் ஆகுது”

மந்திராசலம் பதறிப்போய் துள்ளியெழுந்தான். பயந்து நடுங்கிக் கொண்டிருந்தது நடந்துவிட்டது. கடந்த சில நாட்களாகவே தகனமேடை தொடர்ந்து எரிந்து கொண்டிருப்பதன் காரணமாக உடல்களை எரியூட்டும் அறைக்குள் தள்ளும் ஸ்டிரெச்சர்கள் உருகிவிடக்கூடும். அல்லது புகைபோக்கும் சிம்னிகளில் உள்ள ஓட்டைகள் பெரிதாகிவிடலாம், சிம்னி உடைந்து விடலாம் என்று அவன் நடுங்கிக் கொண்டிருந்தான். அப்படி ஏதாவது நடந்துவிட்டால் அவனைத் தொலைத்து விடுவார்கள். மேனேஜரிடம் அடிக்கடி புலம்பியும் ஒன்றும் நடக்கவில்லை. அவரும் சேர்ந்து அரண்டு போனதுதான் மிச்சம்.

யாரையும் கலவரப்படுத்திவிடாமல் மந்திராசலம் பூனை போல வாட்ச்மேனோடு மயானக் கட்டடத்தின் பின்னால் சென்றான்.

ஐம்பது அடி உயரத்துக்கு பிரம்மாண்டமாக நின்றது புகையை வெளியேற்றும் பிரதான சிம்னி. கீழே மூன்றடி விட்டமும், மேலே செல்லச் செல்ல குறுகியும் காணப்பட்டது இரும்புத் தகடுகளாலான சிம்னி. முப்பது அடி வரை வெளிர் நீல நிறத்திலிருந்த சிம்னி தகடு அதற்கு மேல் துருப்பிடித்துப் போயிருந்தது. எரியூட்டும் அறையிலிருந்து வந்த இரண்டு குழாய்கள் சிம்னியுடன் இணைக்கப்பட்டிருந்தன.

இந்தக் குழாய்களில்தான் முதலில் ஓட்டை விழுந்து புகை வெளியே பரவியது. மந்திராசலமும், மற்ற ஊழியர்களும் அதை சாக்குகள் வைத்துக் கட்டி அடைத்து சரிக்கட்டினார்கள். உள்ளிருந்து வரும் குழாய்கள் சிம்னியுடன் இணையும் இடம் அட்டைக் கருப்பாக மாறியிருந்தது.

இப்போது மயான கட்டத்தின் பின்புறம் இருந்த ஜன்னல் வழியாகவும் புகை வந்துகொண்டிருந்தது. ஏற்கெனவே ஓயாது உடல்களை எரித்ததில் சிம்னி கக்கிய புகையால் சுற்றுப்புறம் எங்கும் கரும்புகை மண்டலம் பரவியிருந்தது. இப்போது இந்த ஓட்டையிலிருந்து வரும் புகை அருகே இருக்கும் சாலையிலும் பரவியிருந்தது. தென்னை மரங்கள் புதர்கள் எல்லாம் புகைமண்டலத்தால் மூடப்பட்டிருந்தன. கரும்புகை, அருகே இருந்த ஏரியின் நீர்ப்பரப்பின் மீது பனிப்படலம் போலத் தவழ்ந்து கொண்டிருந்தது.

ஏரிமேட்டின் மீது ஓரிருவர் நின்று வேடிக்கை பார்த்துக் கொண்டிருந்தனர். புகை வந்துகொண்டிருந்த ஜன்னல் எரியூட்டும் அறைக்கு நேர் பின்னால் உள்ள சுவற்றில் இருந்தது. இறுதிச் சடங்குக்கு வருபவர்களுக்கு அங்கே வர அனுமதி இல்லையென்பதால் கட்டடத்துக்கு உள்ளே இருப்பவர்களுக்கும், வெளியே காத்திருப்பவர்களுக்கும் இங்கே புகை வருவது தெரிய வாய்ப்பில்லை. ஆனால் இப்படி புகை வந்தால் சீக்கிரம் சுற்றுப்புறமெங்கும் செய்தி பரவிவிடும்.

மயானக் கூடத்துக்கு உள்ளேயே சிதையிலிருந்து வரும் குழாய்களில் ஓட்டை விழுந்து இருக்கவேண்டும். அல்லது எரியூட்டும் அறையிலேயே ஏதாவது விரிசல் விட்டிருக்க வேண்டும். இப்போது ஜன்னலை அடைத்தால் புகை முன் மண்டபத்துக்குள் வந்துவிடக் கூடும்... புகையோடு நெருப்புப் பொறிகளும் சேர்ந்துவந்து மின்சார வயர்களைப் பாதித்து விட்டால்... பீதியில் மந்திராசலத்தின் உடல் நடுங்கியது. உலையின் தரையும், பக்கச் சுவர்களும் பாதிக்கப்பட்டிருக்க வாய்ப்பு இருக்கிறது.

அதற்குள் ஓடிவந்த மேனேஜர் முகம் வெளுத்துப்போய் செல்லை எடுத்துக்கொண்டு தூரமாகப் போய்விட்டார்.

—

ஸ்வர்க்க கிருஹா அப்பார்மெண்ட்டின் நான்காவது தளம். காலை உணவுக்குப் பிறகான அமைதி ஸ்ரீப்ரியதர்ஷினிக்கு மிகவும் பிடிக்கும். சஞ்சய் ஏசி அறையைச் சாத்திக்கொண்டு லேப்டாப்பில் மூழ்கிவிடுவான். லாக்டவுன் காரணமாக அவனுக்கு வொர்க் ஃப்ரம் ஹோம். பத்து மணிக்கு லாக் இன்

செய்துவிட வேண்டும். வீடுமுழுக்கப் போர்வை போலப் போர்த்திருக்கும் நிசப்தமும் திரைச்சீலைகளினூடே கசிந்து வரும் மங்கிய ஒளியும் இதமான மனநிலையைக் கொடுக்கும்.

தர்ஷினி கண்ணாடி முன்னால் நின்று தன் உருவத்தை ஆராய்ந்தாள். அழகு நிலையம் சென்று புருவத்தை ஒழுங்கு செய்ய முடியாமல் போனதால் அதன் இயல்பான அடர்த்தி தெரியத் தொடங்கியிருந்தது. இந்தப் புருவத்துடன் எப்படி அப்பார்ட்மெண்ட்காரர்கள் முன்னால் தோன்றுவது என்பதுதான் தர்ஷினிக்கு இப்போதிருக்கும் பெரிய கவலை. இப்படியொரு சூழல் அவளுக்கு வந்ததே இல்லை. சஞ்சய் வேறு வைல்ட் பியூட்டி என்று கிண்டல் பண்ணத் தொடங்கியிருந்தான்.

“கிண்டல் பண்ற நேரம் இதுக்கு உருப்பபடியா ஒரு வழி சொல்லாமில்ல?” தர்ஷினி முறைப்புடன் கேட்டாள்.

“நான் வேணா ஷேவிங் பண்ணி விடட்டுமா?” வாய் தவறிக் கேட்டுவிட்டு அன்று சஞ்சய் வாங்கிய அடி...

“ஓ காட் நான் கல்யாணம் பண்ணியிருக்கறது பொண்ணா இல்லாட்டி ஏதாச்சும் பிசாசா? பிசாசு அடிச்சாத்தான் முதுகு இப்படி எரியும்பாங்க” முதுகைத் தேய்த்துக் கொண்டே போனான் அவன்.

இதை நினைத்ததும் மெலிதாகச் சிரித்துக் கொண்டாள். “அந்த பயம் இருக்கட்டும்”

வந்த வேகத்தில் சிரிப்பு மறைந்து ஓடிப்போய் எல்லா லைட்டையும் போட்டாள். புருவம் தவிர இன்னொரு கவலையும் தோன்றியிருந்தது. ஜா லைன் மறைந்து கழுத்தில் சதை பிடிக்கிறதோ என்ற சந்தேகம் வேறு அவளை வதைத்துக் கொண்டிருந்தது. தினமும் ஒரு மணி நேரம் உடற்பயிற்சி தொடங்கியிருந்தாள். இருந்தாலும்...

நான்கைந்து கோணத்தில் தன் உருவத்தைப் பார்த்த பின்புதான் அவளுக்குத் திருப்தி வந்தது. டிரஸ்ஸிங் டேபிள் அருகே வைக்கப்பட்டிருந்த வெயிட் மெஷினில் ஏறி நின்றாள். நேற்று இருந்த அதே 54.6. அப்பாடா!.

ஹெட் போனை எடுத்துக்கொண்டு பால்கனிக்குக் கிளம்பினாள். இந்த வீட்டிலேயே அவளுக்கு மிகவும் பிடித்த இடம் அதுதான்.

அப்பார்ட்மெண்ட் ஒரு ஏரிக் கரையிலிருந்தது. ஏரி குண்டு பல்ப் போன்ற வடிவத்திலிருக்கும். அப்பார்ட்மெண்ட் மதில்வரை குறுகியிருக்கும் ஏரி மதிலுக்கு அடுத்து அகண்டு விரிந்திருக்கும். ஏரி விரியும் இடத்தில் இருப்பதால் அப்பார்ட்மெண்ட் இரண்டு புறமும் நீரால் சூழப்பட்டு தீவு போலிருந்தது. பால்கனியில் நின்று பார்த்தால் நேர் கீழே ஏரித்தண்ணீர் அலையடித்துக் கொண்டிருக்கும். மிதக்கும் நான்குமாடிக் கப்பல் என்று தர்ஷினி நினைத்துக் கொள்வாள்.

பால்கனி வெயிலில் குளித்து கொண்டிருந்தது. கண்ணாடிக் கதவைத் திறந்தால் உள்ளே வெக்கை அடிக்கும். எனவே ஏரியைப் பார்த்தவண்ணம் வீட்டுக்கு உள்ளேயே கதவோரம் பிரம்பு நாற்காலியை இழுத்துப் போட்டு உட்கார்ந்து கொண்டாள்.

கண்ணாடியினூடாக ஓவியம் போலத் தெரிந்த ஏரியின் அழகையும், வீட்டின் குளுமையையும் ரசித்தவள் செல்லில் கௌஷிகி சக்ரபர்த்தியை இசைக்க விட்டாள். அமார் அபோனார் சே அபோன் ஜீ ஜோன்... கௌஷிகியின் மயக்கும் குரல் இனிய நறுமணம் போல மனம் முழுவதும் பரவியது. மெஸ்மரைசிங்... தர்ஷினி நினைத்துக் கொண்டாள்.

கௌஷிகி சக்ரபர்த்தியின் குரல், எதிரே ஏரியில் பிரதிபலிக்கும் நீல மலைகள்... மலைகளின் மேல் தவழ்ந்துவரும் மேகங்கள்... ஏரியின் மறுபுறம் மோனத்தில் ஆழ்ந்திருக்கும் மரங்கள்... ஏரிக்கரையில் செக்கச் சிவந்த மலர்களால் நிறைந்திருக்கும் மேஃபிளவர் மரங்கள்... அவற்றுக்கு மேல் தலையுயர்த்தி நிற்கும் புகைப்போக்கி... மெஸ்மரைசிங்...

வசதியாகச் சாய்ந்துகொண்டு பிரம்பு மோடாவின் மீது கால்களை வைத்துக் கொண்டாள். த்ரீ போர்த் பேண்ட், டி ஷார்ட் எல்லாம் தனிக்குடித்தனம் தரும் வசதிகள். மாமியார் மாமனாரோடு இருக்கும்போது டீ ஷர்ட், திரீ ஃபோர்த் எல்லாம் போட்டுக்கொண்டு படுக்கையறைக்கு வெளியே வரவே முடியாது.

ஏதோ வாடையடித்தது. பக்கத்து வீட்டில் சமைக்கிறார்கள் போலிருக்கிறது என்று நினைப்புடன் கொண்டு கண்களை மூடிக்கொண்டாள்.

பார்த்துப் பார்த்து வாங்கிய பிளாட். சுத்தம் என்றால் அப்படியொரு சுத்தம். ஸ்மார்ட் சிட்டி வேலை நடப்பதால் அருகே இருந்த குடிசைப் பகுதி வெளியேற்றப்பட்டு ஏரியைச் சுற்றி சைக்கிள் ஓட்ட டிராக்கும், வாக்கிங் போக நடைபாதையும், பூங்காக்களும் அமைக்கப்பட்டு வந்தன. ஏதோ ஐரோப்பிய நகரம் போல மாறிக்கொண்டிருந்தது ஊர். கடுமையான கட்டுப்பாடுகள் அப்பார்ட்மெண்ட்டில் இருந்தன. வெஜிடெரியனுக்கு மட்டுமே வீடுகளை விற்பனை செய்யவும், வாடகைக்குக் கொடுக்கவும் அனுமதி உண்டு.

பெரும்பாலும் குடியிருப்பவர்கள் லிபரல் சிந்தனை உள்ளவர்கள் என்றாலும் ஒரே பண்பாடு கொண்டவர்களாக இருப்பது வசதியாக இருக்கிறது, மற்றபடி இதில் உயர்வு தாழ்வு இல்லை என்று சொல்லிக் கொண்டார்கள். தர்ஷினிக்கும் இது பிடித்துத்தான் இருந்தது.

கருகும் வாடை மூக்கைத் துளைத்தது. தர்ஷினி திடுக்கிட்டு எழுந்து சமையலறைக்கு ஓடினாள். ஸ்டவ் அணைக்கப் பட்டிருந்தது. பிரிட்ஜ் வழக்கமான மெல்லிய அதிர்வுடன் இயங்கிக் கொண்டிருந்தது. இங்கே எதுவும் கருக வாய்ப்பில்லையே? எலி கிலி ஏதேனும் செத்துக் கிடக்கிறதா?

இல்லை. சாம்பல் வாடை, ஏதோ எரியும் வாடை... டயர் கருகுவது போன்ற வாடை... வீடு முழுவதும்...

கீழ் வீடுகளில் ஏதாவது தீப்பற்றிக் கொண்டதோ என்று தர்ஷினி சந்தேகிக்கத் தொடங்கிய கணத்தில் வெளியே வீலென்ற கூச்சல் எழுந்தது. சஞ்சய்கூட எழுந்து ஓடி வந்தான்.

அந்தத் தளத்தில் குடியிருப்பவர்கள் எல்லோரும் காரிடாரில் குவிந்திருந்தனர். ஒரே கூச்சல். யார் என்ன சொல்கிறார்கள் என்று புரிந்துகொள்ள முடியவில்லை.

சரஸ்வதி அம்மாள் அய்யோ அய்யோ என்று கதறிக் கொண்டிருந்தாள். நரையோடிய தலைமுடி கலைந்து குலைந்து கிடந்தது. பெரிய பொட்டு வழியும் வியர்வையால் கரைந்து கொண்டிருந்தது.

பக்கத்து பிளாட்காரர்கள் அம்மாளைப் பிடித்து முதுகையும், நெஞ்சையும் தடவி சமாதானப்படுத்திக் கொண்டிருந்தார்கள்.

அம்மாள் விடாமல் ஓலம் போல அலறிக் கொண்டிருந்தாள். முகக்கவசத்துக்கு வெளியே தெரிந்த கண்களில் அப்பட்டமான பீதி உறைந்திருந்தது. தர்ஷினிக்கும், சஞ்சய்க்கும் என்ன நடக்கிறதென்றே பிடிபடவில்லை. அம்மாள் அலறுவதைப் பார்த்தால் ஏதோ கெட்ட செய்தி போலிருக்கிறது. எல்லோர் முகத்திலும் பயம். சிலர் வாயைப் பொத்திக்கொண்டு நம்ப முடியாத பாவனையைக் காட்டினர். எரியும் வாடைக்கும் இதற்கும் என்ன சம்பந்தம் புரியவில்லை! தாங்கள் ஓட வேண்டுமா இல்லை இங்கேயே இருக்கலாமா? அதுவும் புரியவில்லை.

சஞ்சய் இருண்ட முகத்துடன் நின்று கொண்டிருந்த சுப்பிரமணியத்தை நெருங்கினான்.

“என்ன பிராப்ளம் சார்?”

“கிரிமெடோரியத்துல டே அண்ட் நைட் பாடி எரிக்கறாங்க. அந்த நாத்தம் அப்பார்ட்மெண்டுக்குள்ள வருது”

“ஓ மை காட்” தூக்கி வீசப்பட்ட பூனைக்குட்டி போல சஞ்சய் நிலைகுலைந்து பின்வாங்கினான். நெஞ்சடைத்துக் கொள்ள கைகள் இலக்கில்லாமல் காற்றில் அலைந்து பின்பு நெஞ்சைப் பிடித்துக் கொண்டன. தர்ஷினி தாவி அவனை இறுகப் பிடித்துக்கொண்டு தொங்கினாள். அவளுக்கு உடல் கூசிச் சிலிர்த்தது. இப்படிக் கூட ஒரு பிரச்சினை வருமா? சரஸ்வதி அம்மாள் வீடுதான் தெற்குப் புறமாக மின்மயானம் ஓரம் இருக்கிறது. எனவே புகை அப்படியே அவர்கள் வீட்டுக்குள் நுழைந்து விட்டது.

உடலெல்லாம் ஏதோ அப்பிக் கொண்டது போல அருவெறுப்பு, பயம், பீதி... உடலும் மனமும் பிரட்ட அவர்கள் நின்று கொண்டிருக்கும் போதே... சுப்பிரமணியத்தின் மனைவி ஒரு சூட்கேசுடன் வெளியே வந்தார்.

“நாங்க கௌம்பறோம். இங்க இருக்க முடியாது.” சொல்லிக் கொண்டே இருவரும் லிஃப்ட் ரூம் நோக்கி நடக்கத் தொடங்கினர்.

தர்ஷினி ஏதோ நினைப்பில் பாய்ந்து ஓடி பால்கனி கதவைத் திறந்தாள். அவள் நினைத்தபடியே சேர், கிரில், அருகே இருந்த ஸ்டேண்ட் எல்லாவற்றின் மேலும் சாம்பல் துகள்கள்

பொட்டுப் பொட்டாகப் படிந்திருந்தன. தொலைவில் தெரிந்த புகைப்போக்கி குப் குப்பென்று கரும்பழுப்புப் புகையைக் கக்கிக் கொண்டிருந்தது.

தர்ஷினிக்கு வயிற்றிலிருந்து குடல் பொங்கி வந்து தொண்டையில் அடைத்துக்கொள்ள படீரென்று கதவைச் சாத்தினாள். ஒவ்வொரு அறையாக ஓடி எல்லா ஜன்னல்களையும், கதவுகளையும் அடைத்துவிட்டு வெளியே ஓடிவந்து மீண்டும் சஞ்சையின் தோளின் மீது தொற்றிக் கொண்டாள்.

“இந்த ஸ்மோக்கை பிரீத் பண்ணினா கோவிட் வருமா?” பயத்துடன் கேட்டாள்.

“தெரில, வராதுன்னு நினைக்கிறேன். ஆனாலும் பொணம் எரிக்கற புகையோட எப்படி இருக்கறது?”

“வெளியூர் எங்கையும் போயிட முடியாது. ஈ பாஸ் வாங்கணுமே”

“ஒரு முட்டை வாசனை, வெறும் மசாலா வாசனை கூடத் தாங்க முடியாது சார். பொணம் எரிக்கற வாடை வருது. கெட்ட காலம்” யாரோ சொன்னார்கள். தடதடவென்று கதவுகள் சாத்தப் படும் ஓசை... கார்கள் பறந்தோடும் ஓசை...

“ஏதாச்சும் பண்ணி இதை நிறுத்துங்க” யாரோ போனில் யாரிடமோ கத்திக் கொண்டிருந்தார்கள்.

“செக்ரெட்டரி கூட இப்போதைக்கு ஏதுவும் பண்ணமுடியாது ன்னுட்டார். போயிரலாம் மேடம்”

“இதுக்குத்தான் அப்பவே சொன்னேன். மகள் வீட்டுக்குப் போயிடலாம்னு”

“எல்லாப் பக்கமும் சண்டைபோட்டு வெக்காதீங்கன்னு சொன்னா கேட்டாத்தானே? இப்ப போய் நிக்க ஒரு இடம் இருக்கா?”

“எந்த இடமா இருந்தாலும் இப்ப எப்படிப் போகறது?”

உயிரோடு உலாவிய யாரோ ஒரு மனிதர் சாம்பல் வடிவில் இப்படி அழையாத விருந்தாளியாக அப்பார்ட்மெண்ட்டுக்கு விஜயம் செய்து...

—

ஹிமாலயா டிரஸ்ட்டின் தகவல் தொடர்பாளரான அஷ்வின் சர்மாவும், ஒரு வெள்ளைக்காரர் உட்பட சில காவி அணிந்த துறவிகளும் மாநகராட்சி கமிஷ்னர் அலுவலக கட்டடத்தில் இருந்து வெளியே வந்தனர். சாமியாருக்கும், நவ நாகரீகமான கம்பெனி சி ஈ ஓவுக்குள் இடையில் இருந்தது அஷ்வினின் தோற்றம். மீசை தாடி இரண்டையும் மழுங்கச் சிரைத்திருந்தார். மாசு மருவில்லாத செக்கச் சிவந்த முகம் மாலை வெயில்பட்டு மேலும் சிவந்து பளபளத்தது. காவி ஜிப்பா. வெளிர் நீல ஜீனஸ். பழுப்பு வுட்லேண்ட்ஸ் ஷூ. பின்னோக்கி வாரி விடப்பட்டிருந்த சால்ட் அண்ட் பெப்பர் தலைமுடி. அவரது அசைவுகள் மிக இயல்பாகக் காற்றில் அலையும் இலை போலிருந்தன.

முன்னால் காத்திருந்த செய்தியாளர்கள் எழுந்து அவசரமாக எழுந்து வந்தனர். ஹிமாலயா டிரஸ்ட் சுடுகாட்டை பராமரிக்கும் வாய்ப்பைப் பெற்றதில் பலருக்கு அதிருப்தி இருந்ததால் பல செய்தியாளர்கள் ஆர்வத்துடன் அங்கே குவிந்திருந்தனர்.

ஒரு காதில் ஸ்டட்டும், அடர்ந்த தாடி மீசையும், பச்சை ஷார்ட்டும் காட்டன் பேண்ட்ட்டும் அணிந்திருந்த ஒரு இளைஞன் பொதுவாக டிரஸ்ட் உறுப்பினர்கள் அனைவரையும் நோக்கி மைக்கை நீட்டினான்.

“மின் மயானத்தை மெய்ன்டெய்ன் பண்ணலேன்னா காண்ட்ராக்டை ரத்து செய்து விடுவதாக மாநகராட்சி சொல்லி இருக்கிறதே அது பற்றியா பேச வந்துள்ளீர்கள்?”

“உங்களுக்கு எல்லாம் தெரிகிறது. வெல் இன்பார்ம்ட்” அஷ்வின் சிரித்தபடி பதிலளித்தார். மற்ற சாமியார்கள் அவரைப் பேசவிட்டுவிட்டு ஒதுங்கி நின்றனர். “உண்மைதான். மின் மயானத்தில் தொழில் நுட்பப் பிரச்சினைகள் ஏற்பட்டுள்ளன. அதை ஹிமாலயா டிரஸ்ட் தான் சரிசெய்யவேண்டும். இல்லாவிட்டால் மாநகராட்சி எங்கள் மயான கண்ட்ராக்டை ரத்து செய்துவிடும் என்று நோட்டிஸ் கொடுத்திருந்தது. அது பற்றிப் பேச வந்தேன்”

“என்ன முடிவு எட்டப்பட்டது?”

அஷ்வின் சற்றே நிதானித்து எல்லோரும் கேட்கிறார்களா என்று பார்த்தார். பின்பு மெல்லிய குரலில் தொடங்கினார், “எங்கள் டிரஸ்ட்டுக்கான பணம் எங்கள் நிறுவனத்திடம் இருந்தும், கொடையாளர்களிடம் இருந்தும் வருகிறது. அண்மையில் ஏற்பட்ட தேக்கம், தற்போதைய முடக்கம் ஆகியவற்றால் இப்போது இயக்குநர் குழுவைக் கூட்டி பணத்தை ரிலீஸ் செய்ய முடியாத நிலை உள்ளது. இது அசாதாரணமான சூழல்”.

“அரசு உத்தரவினால் மயானத்தில் நிர்ணயிக்கப்பட்ட அளவுக்கு அதிகமாக உடல்களை எரிக்க வேண்டி வந்ததன் காரணமாகவே இந்தப் பழுது ஏற்பட்டுள்ளது. எனவே அரசு மயானத்தை சீர்படுத்தும் செலவில் ஒருபகுதியை ஏற்றுக் கொள்ளவேண்டும். மயானம் இருக்கும் இந்த அற்புதமான கட்டடத்தை நாங்கள் தான் கட்டினோம். இது பல்லாண்டுகளாக மக்களுக்கு மிக முக்கியமான சேவை ஆற்றி வருகிறது. எனவே வெளியேறுவது என்ற பேச்சுக்கே இடமில்லை. எங்களுக்கு நேரமும் பண உதவியும், அரசிடமிருந்து பங்களிப்பும் கிடைக்கும் பட்சத்தில் இக்குறைகளை விரைவில் நிவர்த்தி செய்து மக்களுக்கும், காலமான ஆத்மாக்களுக்கும் இன்னும் மேம்பட்ட சேவைகளை வழங்க முடியும்”.

கருப்பு சட்டை அணிந்திருந்த செய்தியாளர் ஒருவர் “உங்களால் முடியவில்லை என்றால் யார் செய்கிறார்களோ அவர்களிடம் கொடுத்துவிட்டுச் செல்ல வேண்டியதுதானே” என்றார்.

“அதெப்படி முடியும்?” அஷ்வின் வெடுக்கென்று கேட்டார்.

“ஒரு தற்காலிக பிரச்சினைக்காக நாங்கள் ஏற்றுக்கொண்ட கடமையில் இருந்து விலகமுடியாது. நாம் எல்லோரும் சேர்ந்ததுதான் அரசு. இந்த அரசின் மீது எங்களுக்கும் உரிமை உண்டு. எங்களை நிர்பந்திக்கும் அரசை அதன் கடமையைச் செய்யச் சொல்லி நாங்களும் வலியுறுத்துவோம்”

“அப்படி என்ன கடமையை நீங்கள் செய்து இருக்கிறீர்கள்?” ஒரு செய்தியாளர் கேட்டார்.

இந்தியாவில் இந்துக்களின் உடல் தகனம் என்பது மாலை வேளைகளில், அமைதி நிறைந்த ஆற்றங்கரைகளில், உடலும், உள்ளமும், பஞ்ச பூதங்களும் இரண்டறக் கலந்து நிற்க,

ஆத்மார்த்தமாகப் பிரார்த்தித்து உயிர்நீத்தவர்களை மறுவுலகுக்கு வழியனுப்பி வைப்பதாகும். பெருநகரங்களில் இந்த வாய்ப்பு எல்லோருக்கும் கிடைப்பதில்லை.

"அரசு அமைத்திருந்த இந்த வெறுமையான மயானத்தை கலையழகும், மனதுக்கு அமைதியளிக்கும் கட்டிட அமைப்பும், பாரம்பரிய பண்பாட்டுக் குறியீடுகளும் கொண்டதாக ஹிமாலையா டிரஸ்ட் மாற்றியமைத்தது."

"இது ஒரு சாம்பல் வண்ண கியூபிஸ்ட் கட்டடமாகும். இது ஜெங்கா பிளாக்ஸ் விளையாட்டில் வருவதுபோல நேர்த்தியாக அடுக்கிக் கட்டப்பட்ட ஒரு கட்டடம். இது வாழ்வைக் கட்டியமைத்தல், உறவுகளைக் கட்டியமைத்தல், வணிகத்தைக் கட்டியமைத்தல், வெற்றியைக் கட்டியமைத்தல் என்று பல பொருட்கள் கொண்டது. மரணம் முடிவல்ல. அது வாழ்க்கையை நினைவூட்டுகிறது என்பதை இந்தக் கட்டடம் உணரச் செய்யும்".

"இந்தியாவில் இறுதிச் சடங்குகளில் நிலப்பரப்பு மிக முக்கியமான பாத்திரம் வகிக்கிறது. இறுதிச் சடங்குகள் ஊருக்கு வெளியே நதிக்கரைகளில் நடக்கும். இப்போது அவை உள்ளரங்கங்களில் நடக்கின்றன. எனவே நாங்கள் இயற்கையான மரங்களடர்ந்த நிலப்பரப்பை இங்கே உருவாக்கத் திட்டமிட்டோம்."

"மின்மயானம் பூந்தோட்டங்களையும், நந்தவனத்தையும் கொண்டதாக மாறியது. அது ஆற்றங்கரையோர செடி கொடிகளையும், நமது கோவில்களில் இருக்கும் நந்த வனங்களையும் நினைவுபடுத்துகிறது. இது பாரம்பரிய வழக்கப்படியான உடல் தகனத்தை நெரிசலான நகரத்தில் நிகழ்த்திக் காட்டுவதாகும்".

"மக்கள் கூடி நின்று துக்கத்தைப் பகிர்ந்துகொள்ளும் மண்டபமே இந்த மயானத்தின் மையம். எரிக்கும் மேடை அல்ல". என்றார் அஷ்வினுடன் வந்திருந்த வெள்ளைக்காரரான கிளோட் அடெலார்டு. அவரது பொன்னிற தலைமுடி பின்னால் சிறுகுடுமியாக முடியப்பட்டிருந்தது. காவி ஜிப்பாவும், வேட்டியும் அணிந்திருந்தார். தன்னை ஒரு கட்டடக்கலை நிபுணர் என்று தட்டுத் தடுமாறித் தமிழில் அறிமுகப்படுத்திக் கொண்டு ஆங்கிலத்தில் தொடந்தார்.

"இந்த மயான அமைப்பு அண்டவெளியெங்கும் விரிந்து பரவி நின்று வாழ்வையையும், மரணத்தையும் கடந்த உணர்வலைகளைப் பரப்பி மனதை அதிரச் செய்யும் குறியீடுகளை சுவர்களில் அழுத்தமாகப் பதித்துள்ளது. மரணம் முடிவல்ல. ஆத்மா அழிவில்லாதது என்பதை இந்தக் குறியீடுகள் உணர்த்துகின்றன. இந்தக் கட்டட வடிவமைப்பானது யு கே ஆர்கிடெக்சுரல் ரெவியூ எடிட்டர் சாய்ஸ் அவார்டு பெற்றது. பல உலக கட்டடக் கலை ஏடுகளில் இந்த மயானம் இடம் பெற்றுள்ளது. மிகச்சிறந்த லைட்டிங், விண்ணையும், மண்ணையும் இணைக்கும் கதவுகள், விண்ணோக்கி நிமிர்ந்து பார்ப்பது போன்ற கூரை..."

"உடலை விட்டு தற்காலிகமாக விலகிச்செல்லும் ஆத்மாக்களுக்கு உரிய விதத்தில் விடை கொடுக்கும் வண்ணம் அமைக்கப்பட்டுள்ள இந்த மயானம் ஒரு கலைப் பொக்கிஷமாகும். ஹிமாலயா டிரஸ்ட் ஒரு போதும் இதை விட்டுக் கொடுக்காது"

"ஒரு வேளை மயானப் பராமரிப்பை அரசு திரும்ப எடுத்துக் கொள்ள நடவடிக்கை எடுத்தால் என்ன செய்வீர்கள்?"

அஷ்வின் திரும்பவும் மைக் அருகே வந்து ஒரு மெல்லிய புன்னகையுடன் பேசத் தொடங்கினார்.

"கடல் கடந்து பரந்து விரிந்திருக்கும் இந்து சமூக மக்களிடம் செல்வோம். எங்களது பணி அவர்களுக்கானது என்பதை புரிய வைப்போம். ஒரு நாளைக்கு பதினான்கு உடல்களை நாங்கள் எரித்த போது உதவிக்கு வராத அரசு ஒரு நெருக்கடி ஏற்பட்டதும் வந்து எங்கள் உழைப்பைப் பிடுங்குவது சரியானதா என்று கேட்போம். எங்களுக்கு எதிராக நிற்கும் துணிச்சல் ஒரு போதும் அரசுக்கு வராது".

—

மேன்மை தாங்கிய முதலமைச்சர் அவர்களின் பார்வைக்கு,

மயானப் பணியாளர் சங்கம் செய்துகொள்ளும் விண்ணப்பம்.

கடந்த ஒரு மாதமாக கொரோனா இரண்டாவது அலை நமது மாநிலத்தில் உச்சத்தில் இருந்து வருவது தாங்கள் அறிந்ததே. மயானப் பணியாளர்கள் மூன்று மடங்கு வேலை செய்து வருகின்றனர்.

ஓய்வின்றி இயங்கியதன் காரணமாக மயானங்களின் கருவிகள்

பழுதடைந்துள்ளன. இதனால் கசியும் புகை, வெப்பம் ஆகியவற்றின் காரணமாக மயானப் பணியாளர்கள் பல்வேறு உடல் உபாதைகளுக்கு ஆளாகிவருகின்றனர். மருத்துவசெலவு பல மடங்கு ஆகியுள்ளது. முன்பு நல்ல ஆரோக்கியத்துடனிருந்த பலர் இப்போது தீராத நோய்களால் பாதிக்கப்பட்டுள்ளனர். பதிக்கப்பட்டவர்களுக்கு நல்ல சிகிச்சையளிக்க எந்த ஏற்பாடும் செய்யப்படவில்லை. மருத்துவ சிகிச்சைக்கான உதவி என்று எந்தவிதமான தொகையும் வழங்கப்படுவதில்லை. கொரோனா நெருக்கடி தீர்ந்தாலும்கூட இந்தத் தொழிலாளர்கள் இந்த நோய்களுடன் தான் வாழ்நாள் முழுவதும் வாழ வேண்டியிருக்கும்.

இவர்களுக்கு கடந்த பல ஆண்டுகளாக சம்பள உயர்வு அளிக்கப்படவே இல்லை. நெருக்கடியை சமாளிக்க புதிய தொழிலாளர்களும் நியமிக்கப்படவில்லை.

மயானங்களின் பராமரிப்பு தனியாரிடம் ஒப்படைக்கப்பட்டுள்ள நிலையில் மாநகராட்சி, நகராட்சிகளில் ஊதிய உயர்வு கேட்டால் பராமரிக்கும் பொறுப்பில் உள்ள நிறுவனங்களை அணுகும்படி கூறுகின்றனர். நிறுவனங்களை அணுகினால் மாநகராட்சி, நகராட்சிகளை அணுகும்படி அறிவுறுத்துகின்றனர்.

கொரோனா காலத்தில் மயானப் பராமரிப்பை திரும்பவும் அரசு எடுத்துக்கொள்ள எடுக்கப்பட்ட நடவடிக்கை கிடப்பில் போடப்பட்டுள்ளது.

எனவே தங்கள் இதில் தலையிட்டு மயானப் பணியாளர்கள் சந்தித்துவரும் கொடுமைகளுக்கு ஒரு தீர்வு அளிக்கும்படி கேட்டுக் கொள்கிறோம்.

குறிப்பு: தொழிலாளர்கள் சந்தித்து வரும் நோய்கள் குறித்த மருத்துவமனை ஆவணங்களை இத்துடன் இணைத்துள்ளோம்.

🙏 🙏 🙏

தலைவன்

1980. வேனிற்காலம்.

காவிரியின் பரந்து விரிந்த மணற்பரப்பில் இருள் கவியத் தொடயிருந்தது. அதன் வடகரை ஓரம் மட்டும் தெளிந்த நீர் ஒரு படலம் போல வழிந்து சென்று கொண்டிருந்தது. மணற்பரப்பிலிருந்து வெது வெதுப்பான காற்று வீசியடிக்கும் போதெல்லாம் கரையோரம் இருந்த மரங்களில் இருந்து பழுப்பு இலைகள் சலசலவென்று மழை போன்ற ஓசையுடன் உதிர்ந்தன. அதைத் தொலைவிலிருந்து பார்க்க எண்ணற்ற பட்டாம்பூச்சிகள் மரங்களிலிருந்து பறந்து கீழே இறங்குவது போலிருந்தது.

செங்குத்தாக ஏறிய கரையின் மேலிருந்த ஈஸ்வரன் கோவிலின் கருமையேறிப் போன விமானம் இருளில் நிழல் போலத் தெரிந்தது சிற்ப வேலைப்பாடுகள் கொண்ட கற்றூண்கள் நிறைந்திருந்த கோவில் மண்டபத்தில் ஏற்றப் பட்டிருந்த தீபங்களின் செம்மஞ்சள் ஒளி கோவிலைக் கனவுலகமாக்கியிருந்தது.

சித்ரா ஒரு தூணில் சாய்ந்து நின்று காவிரியின் மணற்பரப்பை உற்று நோக்கிக் கொண்டிருந்தாள். அவளது அகன்ற விழிகளில் கவலையும், தவிப்பும் மின்னி மறைந்து கொண்டிருந்தன. அழுத்தமாகத் தீட்டியிருந்த மை அந்த முகத்தின் செம்மஞ்சள் வண்ணத்தை இன்னும் அதிகரித்துக் காட்டிக்கொண்டிருந்தது.

தொட்டால் கன்றிவிடும் போலத் தோன்றிய மென்மையான கொழுவிய கன்னங்கள் ஒரு குழந்தைத்தனத்தை அந்த முகத்துக்கு அளித்திருந்தன.

அவள் அணிந்திருந்த பச்சைப் பட்டுப் பாவாடையும், சிவப்பு தாவணியும் மண்டபத்தின் பழமையோடும், அங்கிருந்த சன்னிதிகளில் படபடத்துக் கொண்டிருந்த திரைச்சீலைகளுடனும் ஒன்றிப்போய் அவளும் அங்கே வடிக்கப்பட்டிருந்த சிலைகளில் ஒன்றாகவே மாறிவிட்டது போலிருந்தது.

சட்டென்று சித்ராவின் இதழ்களில் முறுவல் அரும்பியது...

பெல்பாட்டமும், பூப்போட்ட வெள்ளை ஸ்லாக்கும் ஸ்டெப் கட்டிங்குமாக இருந்த அந்த நவநாகரீக இளைஞன் மணற்பரப்பைக் குறுக்கே கடந்து கோவில் மண்டபத்தை நெருங்கிக் கொண்டிருந்தான்.

அவள் தன் பரபரப்பைக் காட்டிக் கொள்ளாமல் நிதானமாக ஆற்றில் இறங்கிய கற்படிக்கட்டுகளை நெருங்கினாள். மாணிக்கம் வாயெல்லாம் பல்லாக அவளை நோக்கிப் பாய்ந்து வந்தான்.

"என்ன விஷயம்? ஏன் அவசரமாக வரச்சொன்ன?" சித்ராவின் குரல் காற்றில் அலைந்த அவளது சுருண்ட கேசத்துக்கு இணையாகப் படபடத்தது.

"ஒண்ணும் இல்ல. பயப்படாதே" மாணிக்கம் அவள் தவிப்பை ரசித்தபடி படிக்கட்டில் அமர்ந்து ஒரு இன்லேண்ட் லெட்டரை நீட்டினான்.

"போபாலில் இருக்கிற பெல் கம்பெனியில் சேர அப்பாயிண்மெண்ட் ஆர்டர் வந்திருச்சு" சொல்லிவிட்டு அவள் கையில் வைத்திருந்த ஓலைக் கிண்ணத்திலிருந்த சுண்டலை எடுத்துக் கொண்டான்.

"வேலையே கெடச்சிருச்சா. இந்த போபால்ங்கற ஊர் எங்கே இருக்கு? எவ்வளவு சம்பளம்?" சித்ரா கவலையுடன் கேட்டாள்.

"போபால் வடக்க டெல்லி போற வழில இருக்கு. 1150 ரூபாய் சம்பளம்"

"1150 ஆ" அவள் வாயைப் பிளந்தாள். "இருந்தாலும் அப்பா ஒத்துக்குவாரா?" அவளது குரலில் தயக்கமும், பயமும் அப்பட்டமாகத் தெரிந்தன.

—

சித்ரா வீட்டின் பிரம்மாண்டமான கூடம். சுற்றிலும் முகம் பார்க்கும் பளபளப்பில் தேக்குத் தூண்கள். கருமையேறிய வலிமையான உத்தரங்கள். கூடத்தின் தரைத்தளம் ஆத்தங்குடி டைல்ஸால் இழைக்கப்பட்டிருக்க அதைச் சுற்றிலும் சிவப்பு ரெட் ஆக்ஸைட் தளம் போடப்பட்டிருந்த வராந்தா குளுமையைப் பரப்பிக் கொண்டிருந்தது. கூடத்தின் நடுவே கோடு போட்ட ஜமுக்காளங்களும், பாய்களும் விரிக்கப் பட்டிருந்தன. மாணிக்கம் உறவினர்களுடன் பெண்பார்க்க வந்திருந்தான். நாலு இலக்க சம்பளம் வாங்கும் மகன் என்ற பெருமிதம் மாணிக்கத்தின் அம்மா, மற்றும் உடன் வந்திருந்த பெண்களிடம் அப்பட்டமாகத் தெரிந்தது. கொஞ்சமும் தயக்கம் இல்லாமல் சொந்த வீட்டில் இருப்பது போன்ற தோரணையுடன் உட்கார்ந்திருந்தார்கள். மாணிக்கத்தின் அப்பாவும், மற்ற ஆண்களும் மட்டும் சங்கடத்துடன் நெளிந்து கொண்டிருந்தார்கள். அவர்களைப் பார்த்தால் அவ்வளவு நம்பிக்கையுடன் இருப்பவர்களைப் போலத் தோன்றவில்லை. அப்பாவின் மனதுக்குள் என்னவோ உறுத்திக் கொண்டிருந்தது. சற்றே கவலையுடன் பெண் வீட்டாரைப் பார்ப்பதும் தலையைக் குனிந்து கொள்வதுமாக இருந்தார்.

மிக நல்ல வசதியான இடம். பல ஊர்களில் உள்ள சொந்த பந்தங்களிடையே முகாமியான குடும்பம். பொண்ணுக்கும் பையனுக்கும் அப்படியொரு பொருத்தம். ஆனால் நடக்க வேண்டுமே... அங்காள பரமேஸ்வரி துணையிருக்க வேண்டும். மனைவியின் அலட்டல் வேறு அவரைச் சங்கடப் படுத்திக் கொண்டிருந்தது. எந்த எடத்துல வந்து என்ன பந்தா பண்றா?

எதிரே சித்ராவின் அப்பா வைத்திலிங்கமும், தாத்தா வஜ்ரவேலுவும், இன்னும் சில உறவினர்களும் அமர்ந்திருந்தனர். வைத்திலிங்கம் நரையோடிய மீசையை முறுக்கி வளர்த்திருந்தாலும் அந்தப் பெரிய கண்களின் மின்னி மறைந்த குறும்பின் காரணமாக கெடா

மீசை முரட்டுத்தனத்துக்கு பதில் கம்பீரத்தைக் கொடுத்திருந்தது. வைத்தியலிங்கம் இடையிடையே மாணிக்கத்தின் மேல் கண்ணோட்டுவதும் தன் மீசையைத் தடவிக் கொள்வதுமாக இருந்தார். மற்றவர்களின் முகங்கள் எந்த உணர்ச்சியையும் காட்டாமல் கல்போல உறைந்திருந்தன. சொந்தத்துக்குள் காதல் திருமணங்கள் சகஜம்தான். ஆனால் பையன்...

நிறம் மாறாத பூக்கள் சுதாகர் போல மாப்பிள்ளை மாணிக்கத்தின் மீசை இதழ்களின் இருபுறமும் தொங்கியிருந்தது. பூப்போட்ட சட்டை பூனையை நினைவுபடுத்தியது. நாயின் காதுபோல பெரிய காலர்... ஆனால் பையன் நல்ல மூக்கும் விழியுமாகத்தான் இருக்கிறான். சித்ராவின் அழகுக்கு ஏற்றவன்தான். நன்றாகப் படித்தவன் என்றுவேறு சொல்கிறார்கள். ஆனாலும்... அழகாக இருந்தாலும் அப்புராணி மூஞ்சி... இது... சரிப்பட்டு வருமா?

வைத்திலிங்கம் தொண்டையைக் கனைத்துக் கொண்டார்.

"மாப்பிள்ள மேல எத்தனை கேஸ் இருக்கு?" அவரது கனமான குரல் கூடத்தின் சுவர்களின் ஒரு சுழல்காற்று போல மோதி நின்றது.

மாணிக்கத்தின் அப்பா உள்ளிட்ட ஆண்கள் கவலையுடன் எதிர்பார்த்துக் காத்திருந்த கேள்விதான். அவர்கள் தரப்பில் சங்கடமான மௌனம் நிலவியது. மாணிக்கத்தின் தகப்பனார் குனிந்த தலை நிமிரவில்லை.

"இல்லண்ணா தம்பி கோயமுத்தூர் ஜி சி டில இஞ்சினீயரிங் படிச்சுட்டு போபால்ல வேலைக்குப் போகப் போகுது. நாலு லக்க சம்பளம்" மாணிக்கத்தின் அம்மாதான் நெருக்கடியைப் புரிந்து கொள்ளாமல் பெருமையாகச் சொன்னார்.

"கேப்மாரி கேப்மாரியாத்தான் இருக்கணும், கேப்மாரி எப்படி குமாஸ்தா ஆகமுடியும்? அடிமை சேவகம் பண்றது ஒரு பொழப்பா?. நாப்பது வருசம் நாக்காலியத் தேக்கறவனுக்கு ஒருநாளும் பொண்ணு கொடுக்க மாட்டேன்" அப்பா தீர்மானமாகச் சொன்னார்.

"அண்ணா என்ன இப்படிச் சொல்றீங்க. கொழந்தைங்க ஒருத்தர் மேல ஒருத்தர் அம்புட்டு ஆச வெச்சிருக்காங்க."

வந்திருந்தவர்களில் ஒருவர் தயக்கத்துடன் அவரை மாற்ற முயன்றார்.

"நான் சொன்னா சொன்னதுதான். தொழிலுக்கு போகலேன்ன என்ன கேப்மாரி? நம்ம தொழில் செய்யறவனுக்குத்தான் பொண்ணு கொடுப்பேன்." வைத்திலிங்கம் தீர்மானமாகச் சொல்லிவிட்டு எழ முயன்றார்.

"நியாயம்தான். ஆனா நல்லாப் படிச்ச பையன். நாலு இலக்கச் சம்பளம். கொஞ்சம் யோசிச்சுப் பாருங்க அய்யா" யாரோ கெஞ்சினார்கள்.

"இதோ பொன்னுசாமி எம்.ஏ பி.எட் படிச்சிருக்கான். ஆனா நம்ம தொழிலுக்கு போகலையா? இந்த ராஜேந்திரன் பி.எஸ்சி. பெஞ்சு கிளார்க் வேலையா பாக்கறான்". படிப்பு வேற தொழில் வேற" வைத்தியலிங்கம் தீர்மானமாகச் சொல்லிவிட்டார். இனி பேச ஒன்றுமில்லை வந்தவர்கள் புறப்பட வேண்டும் என்பதை உணர்த்தும் நோக்கில் விட்டத்தை பார்த்தபடி பிடிவாதமான மௌனத்தில் ஆழ்ந்தார்.

மாணிக்கமும், அவன் பெற்றோரும், உடன் வந்திருந்தவர்களும் திகைத்துப் போய் அமர்ந்திருக்க உள் கூடத்திலிருந்து திடீரென்று கலவையாக பெண் குரல்கள் எழுந்தன.

யாரும் எதிர்பார்க்காத வண்ணம் சித்ரா பாய்ந்தோடி வந்து வைத்திலிங்கத்தின் முன்னால் நின்றாள். அவளது சிறிய நேரான மூக்கு சிவந்து விடைத்துக் கொண்டிருந்தது. விழிகள் விரிந்து துணிச்சலுடன் அவரை ஏறிட்டன. ஒருநாளும் அப்பா முன்னால் நின்று பேசியறியாதவள் அவள்.

"நான் கட்டுனா மாணிக்கத்தைத்தான் கட்டுவேன். இல்லாட்டி ஆத்துல குதிச்சுடுவேன்" துணிச்சல் நிரம்பிய விழிகளால் அவரை நேரிட்டுப் பார்த்தபடி நிதானமாகச் சொன்னாள்.

வைத்திலிங்கம் பொங்கிவந்த கோபத்தை அடக்கிக்கொண்டு அவளைக் கடந்து செல்ல முயன்றார்.

"மாமா உக்காருங்க" மாணிக்கத்தின் குரல் உரத்து ஒலித்தது.

அப்பா கண்கள் சிவக்க கடுங்கோபத்துடன் திரும்பினார். "என்ன

ஆளாளுக்கு லொள்ளு பேசறீங்க, விருந்தாளின்னு பாத்தா?" முஷ்டி இறுகி நரம்புகள் புடைக்க அவனை நோக்கி ஒரு எட்டு வைத்தார்.

"நான் போபால் போகல. தொழிலுக்குப் போறேன்"

மாணிக்கத்தின் அம்மா அவன் கன்னத்தை வழித்து உச்சி முகர்ந்தார். அப்பா புளகாங்கிதம் அடைந்து அவனைக் கட்டித் தழுவிக் கொண்டார்.

—

ஆலமர இலைகள் சலசலக்கும் மேடை மீது வயதான மாணிக்கம் கால்மேல் கால் போட்டு உட்கார்ந்திருக்கிறார். த்ரி போர்த் பேண்ட், போலோ டிஷார்ட். தொந்தி இல்லாத உரமேறிய உடல்வாகு. தலைமுடியிலும், மீசையிலும் தெரிந்த நரை மட்டும் இல்லாமலிருந்தால் அவரது அறுபத்தைந்து வயதைக் கணிக்கவே முடியாது. கொரோனா லாக்டவுனால் வொர்க் ஃபிரம் ஹோமில் இருக்கும் இளைஞர் கூட்டம் அவரைச் சுற்றிக் குழுமியிருந்தது. குட்டிப் பையன்கள் விழுதுகளைப் பற்றித் தொங்கியும், மரத்தின் மேல் ஏறியும் விளையாடிக் கொண்டிருந்தார்கள்.

"தாத்தா நீங்க உண்மையிலேயே வேலைக்குப் போகலையா?"

'வேலையா சித்ராவான்னா சித்ராதான் கண்ணு. காதல். தெய்வீகக் காதல். பொறகு வழக்கமா எல்லோரும் செய்யற தொழிலத்தான செய்யச் சொல்றாங்க"

"தொழில்ல எறங்கினீங்களா?"

"பின்னே?" மாணிக்கம் நரைத்திருந்த மீசையைத் தடவிச் சிரித்தார்.

—

ஒரு நல்ல நாள் தேர்ந்தெடுத்து குலதெய்வக் கோவிலில் கெடா வெட்டிப் பூசை நடக்கிறது... குழு உறுப்பினர்களுக்கும், அவர்கள் குடும்பத்தினருக்கும் வரிசையாக அமர வைத்து உணவு படைக்கப்படுகிறது. அது பிரசாதம்.

மறுநாள் அதிகாலை பல்லி சத்தம், மழைத்தூறல், என்று சகுனங்கள் பார்க்கப்படுகின்றன.

சித்ரா உள்ளிட்ட சுமங்கலிப் பெண்கள் நிறைகுடத்துடன் தலைநிறையப் பூவுடன் எதிரே வருகின்றனர்.

மாணிக்கம் பங்கு கொண்டிருக்கும் குழு வல்லடைக்குச் செல்கிறது.

—

ஒரு வட இந்திய நகரம். ஒரு சேட் ஏராளமான பணத்தை பேங்கிலிருந்து எடுத்துக்கொண்டு வந்து காரில் ஏறுகிறான்.

ஒருவன் சாலையில் பத்து ரூபாய் நோட்டுகளைப் யாரும் அறியாமல் போட்டுவிட்டுச் செல்கிறான்.

"டொக் டொக்" வேறு ஒருவன் காரின் கண்ணாடியைத் தட்டுகிறான்.

சேட் பார்க்க சாலையில் கிடக்கும் பணத்தை காட்டுகிறான். "ஐ திங்க் திஸ் ஈஸ் யுவர் மணி" சுத்தமான ஆங்கிலத்தில் அவன் சொல்கிறான்.

சேட் பதறிப் போய் இறங்க மூன்றாவது ஆள் கண் இமைக்கும் நேரத்தில் சேட்டின் பணப்பையுடன் மாயமாகிறான்.

—

ஒரு வியாபாரி பைக்கில் ஏறும் போது அருகில் குபுகுபுவென்று புகைவரும் எதையோ ஒருவன் போட்டுவிட்டுச் செல்கிறான். வியாபாரி கவனம் சிதறி பாய்ந்து ஓடி விலகும் நேரத்தில் அவன் பைக்கில் விட்டுச் சென்றிருந்த பையை அடித்துக் கொண்டு யாரோ காணாமல் போகிறார்கள்.

—

மாணிக்கத்துக்கும் சித்ராவுக்கும் விமரிசையாகத் திருமணம் நடக்கிறது.

—

‘கல்யாணம் ஆனதுக்கப்புறம் தொழிலை நிறுத்திட்டீங்களா?’ ஒரு இளைஞன் கேட்டான்.

“அதெப்படி நிறுத்த முடியும்? மூச்சு விடறதை நிறுத்த முடியுமா?” மாணிக்கம் அவனை உற்றுப் பார்த்தபடி எதிர்க் கேள்வி போட்டார்.

“அது ஒரு திரில். அடுத்தவனை ஜெயிக்கற திரில். அந்த நேரத்தில் மனசுல ஒரு பரபரப்பு ஏறும் பாரு. வேட்டையாடி ஜெயிக்கற திரில். அதை ரசிச்சுப் பழகிட்டா விட்டுக்குடுக்க முடியாது. மொதல்ல சித்ராவுக்காகத்தான் போனேன். அப்புறம் தொழிலுக்காகத் தொழில் செய்யத் தொடங்கிட்டேன். நான் கேப்டன் ஆயிட்டேன். கேப்டன்தான் குழுவுக்குத் தலைவன். கிடைக்கிற பணத்தில 20 பர்செண்ட் கேப்டனுக்கு. அதே மாதிரி எல்லா செலவும் கேப்டனுக்குத்தான். திட்டம் போடுறது, எல்லாரையும் பாதுகாப்பது எல்லாத்துக்கும் கேப்டன்தான் பொறுப்பு. எனக்கு அது பிடிச்சிருந்தது”.

—

குழு ரயிலில் முதல் வகுப்பில் பயணம் செய்கிறது. அட்டகாசமான ஓட்டல்களில் உணவருந்துகிறது. உயர்தரமான ஆடைகளையும், வாட்ச்களையும் அந்தந்த ஊர்களில் குழுவினர் வாங்கிக் குவிக்கின்றனர்.

ஒரு பேங்க். கேப்டன் மாணிக்கம் தலையைத் தடவி சைகை காட்டுகிறான். ஒருவன் பேங்க் ஊழியர்கள் பகுதியில் நுழைகிறான்.

“செக் புக்கை மறந்து வந்து விட்டேன். பாஸ் புக்கும் கைல இல்ல. உடனே பணம் எடுக்க வேறு வழி இருக்கிறதா?” தமிழும், இந்தியும் கலந்த மொழியில் கேட்கிறான்.

மேனேஜர் முடியாது என்று சொல்ல நெஞ்சைப் பிடித்துக் கொண்டு கீழே விழுகிறான்... ஊழியர்கள் பதறிப் போய் கூட்டமாகக் கூடுகிறார்கள். குழு கேஷியர் பணத்துடன் எஸ்கேப் ஆகிறது.

—

மாணிக்கம் கும்பலைப் பிடிக்க உருவாக்கப்பட்ட தனிப்படையின் அதிகாரி மேசையின் முன் உட்கார்ந்திருந்தார். மேசையின் இரண்டு புறமும் அவர் முகத்தை மறைக்குமளவுக்கு பைல்கள் அடுக்கி வைக்கப்பட்டிருந்தன. அவர் சற்று தலையை நீட்டித்தான் எதிரே இருக்கும் அதிகாரியுடன் பேச முடிந்தது.

"இது எல்லாமே இந்தத் திருடர்கள் திருடிய வழக்கு ஃபைல்கள்தான்"

"ம்" தலைமை அதிகாரி யோசனையுடன் அவற்றின் மீது கண்ணோட்டினார். சிலவற்றை ஏற்கெனவே அவர் பார்த்து இருந்தார்.

"திருடர்கள் தமிழில் பேசினார்கள். யாரையும் காயப்படுத்துவதில்லை. கவனத்தைத் திருப்பியே திருடுகிறார்கள். டெல்லி, பம்பாய் போல எல்லா நகரங்களிலும் இந்தத் திருட்டு நடந்திருக்கிறது."

போலீஸ் குழு லாட்ஜ்களிலும், ரயில்வே ஸ்டேஷனிலும் விசாரித்து திருச்சி வருகிறது.

—

போலீஸ் ஜீப்புகள் ஸ்டேஷனில் இருந்து புறப்படத் தயாராகின்றன. எதிரே டீக்கடையில் நின்று நோட்டம் பார்த்துக்கொண்டிருந்த ஒரு இளைஞன் லூனாவில் ஏறிப் பறக்கிறான்.

அழகான வசதியான வீடுகள் நிறைந்த அந்தத் தெருவில் லூனா நுழைகிறது. லூனா இளைஞன் ஒரு வீட்டின் மொட்டை மாடியில் உட்கார்ந்து காத்துக்கொண்டிருந்த ஒரு நடுத்தர வயது மனிதனிடம் போலீஸ் தொப்பி போலச் சைகை காட்டிவிட்டு ஹாரன் அடித்தபடி தெருவின் குறுக்கே மின்னல் போல விரைந்து செல்கிறான். நடுத்தர வயது மனிதனும் தயாராக வைத்திருந்த பித்தளை சொம்பை எடுத்து படிக்கட்டில் உருட்டிவிட வீடுகளின் கொல்லைகள் சட்டென்று உயிர்பெற்று எழுகின்றன. ஆண்கள் காம்பவுண்ட் சுவர்களைத் தாண்டி காவிரியில் இறங்கிக் காணாமல் போகின்றனர்.

—

ஒவ்வொரு வீடாக ரெய்ட் நடக்கிறது. வைத்தியலிங்கம் கம்பீரமாக அமர்ந்து சலனமற்ற முகத்துடன் வேடிக்கை பார்த்துக்கொண்டிருக்கிறார். போலீஸ் பீரோக்களை உடைத்துத் திறக்கிறது. மெத்தைகளைக் கிழிக்கிறது. பெண்கள் அலறிக் கூச்சலிடுகின்றனர். சாபம் கொடுக்கின்றனர். மண்ணை வாரித் தூற்றுகின்றனர்.

ரெய்ட் போலீஸ் வீட்டில் உள்ள நகை நட்டுக்களை எல்லாம் அள்ளிக்கொண்டு போகிறது.

—

ஆலமரத்தின் இலைகள் திடீரென்று சலசலத்து அடங்குகின்றன. ஒரு குளுமையான காற்று மெல்லத் தடவிச் செல்கிறது. வயதான மாணிக்கம் ஒரு கிங்ஸ் சிகரெட்டை எடுத்துப் பற்றவைத்துக் கொண்டார். கதை கேட்டுக் கொண்டிருந்த இளைஞர்களிடம் பாக்கெட்டை நீட்டினார். பலர் பதறிப் பின்வாங்க ஓரிரு துணிச்சல்கார இளைஞர்கள் ஆளுக்கொரு சிகரெட்டை எடுத்துக் கொண்டனர்.

“அப்புறம் என்னவாச்சு?” கதை கேட்டுக் கொண்டிருந்த இளைஞர்களின் தவிப்பை ரசித்தபடி மூக்கில் வாயில் புகை விட்டார்.

“நான் ஒரு ஓட்டல்ல சாப்டுட்டு வெளிய வர்றேன் போலீஸ் வந்து புடிச்சிருச்சு. என்னை ஸ்டேஷன்ல கொண்டுபோய் வெச்சுட்டாங்க. பம்பாய்க்குக் கொண்டு போறதாப் பேச்சு அடிபட்டது”

—

மாணிக்கம் போலீஸ் ஸ்டேஷன் பெஞ்ச்சில் உட்கார வைக்கப்பட்டிருக்கிறான். கம்பீரமாக சித்ராவின் தகப்பனார் உள்ளே வருகிறார். ஒரு கத்தை நோட்டுகளை இன்ஸ்பெக்டர் கையில் திணிக்கிறார்.

“உங்க புள்ள பாத்துக்கங்க”

பின்பு நேராக மாணிக்கம் எதிரில் வந்து நிற்கிறார்.

மீசைக்குள்ளிருந்த அவரது இதழ்கள் மெல்லப் பிரிந்து புன்னகை சிந்துகின்றன. "எப்பவுமே ஜெயிச்சுட்டே இருக்க முடியாது. தோக்கறதும் எப்படின்னு தெரியணும்"

—

திரும்பவும் ஆலமரத்தடி. வயதான மாணிக்கம்...

"அதுக்கப்புறம் திருட்டை நிறுத்திட்டீங்களா?"

"அதெப்படி? திருட்டை நிறுத்தினா போலீஸ்காரன் தூக்கிட்டுப் போன பணத்தை எப்படி எடுக்க முடியும்? ரண்டு வருஷம் பிளான் பண்ணி அடிச்சு நட்டத்தை ஈடு கட்டினோம்."

"ஓ காட்!" எல்லோரும் விழுந்து விழுந்து சிரிக்கின்றனர்.

—

ஒரு இண்டஸ்ட்ரியலிஸ்டின் காரின் மீது ரத்தம் கிடக்கிறது. ஒருவர் பீதியுடன் 'ஏக்சிடெண்ட் போலிருக்கிறது' என்று பதறுகிறார்.

டிரைவரும் ஓனரும் காரிலிருந்து இறங்கியதும் சூட்கேஸ் காணாமல் போகிறது. ரயிலில் ஒருவர் மயக்க மருந்து கொடுத்து கொள்ளையடிக்கப்படுகிறார். திருட்டு தொடர்கிறது...

—

"இப்ப ஏன் தாத்தா வல்லடைக்குப் போறத விட்டுட்டீங்க?"

"இப்ப ஏன் நான் திருடப் போகணும்?"

"ஏன் நெறைய சம்பாதிச்சுட்டீங்களா?"

"நெறையா இங்கறது எவ்வளவு? அது இல்ல. இப்படி பணம் கேஷா முன்ன மாதிரி யாரும் எடுத்துட்டு போறதில்லை இல்லையா! எல்லாமே ஆன் லைன் டிரான்சாக்ஷன். அதனால் பணத்தைக் கொள்ளையடிக்க முடியாது"

"ஓ எல்லாரும் வேற வேலைக்குப் போயிட்டாங்களா தாத்தா?"

இரா. முருகவேள்

“ஆமா போயிட்டாங்க” மாணிக்கம் வெடித்துச் சிரித்தார். அவர் ஏதோ வேடிக்கை சொல்கிறார் என்று நினைத்த இளைஞர் கூட்டம் அது என்னவாக இருக்கும் என்று குழம்பியது.

“இப்ப யாரும் திருட்டுக்குப் போறதில்ல. எல்லாரும் ரியல் எஸ்டேட், சீட்டுக் கம்பெனி டீலிங் பண்றாங்க. போலி டீ தூள்ல இருந்து, போலி கூல்டிரிங் பாட்டில் செய்யறது வரைக்கும் பின்னி எடுக்கறானுக, ஆன் லைன்ல பீரோ விக்கறோம், லேப்டாப் விக்கறோம்ன்னு பிராடு பண்றானுக. பைனான்ஸ்னு கொஞ்சம் பேர் எறங்கிட்டானுக. எப்படியும் பிரச்சினை வரும். எங்கிட்டதான் பஞ்சாயத்துக்கு வர்றானுக. உக்காந்த எடத்துல பணம் கொட்டுது. எதுக்கு உயிரைப் பணயம் வெச்சு திருடணும்?”

“இப்ப நான் பெரிய கேப்டன் ஆயிட்டனா, நம்ம சாதி சனம் நான் சொன்னாக் கேக்கும். நமக்கு ஒரு பத்துப் பன்னண்டாயிரம் ஓட்டு இருக்கு. இப்ப எல்லாம் சாதி தானே. நானும் ஒரு சாதி சங்கம் ஆரம்பிச்சுட்டேன். சாதி சனத்துக்கு ஒரு பாதுகாப்பு வேணும்ல” மாணிக்கம் தாத்தா அலட்சியமாக சொல்லிவிட்டு எழுந்து அந்த பிரம்மாண்டமான மாளிகைக்குள் சென்றார். வாயிலில் சாதி சங்கக் கொடி படபடத்தது.

மதமாற்றம்

“உணவு ஐக்கியத்தைத் தொடருங்கள்” என்று ஐயர் அதாவது சி எஸ் ஐ பாதிரியார் சொல்லிவிட்டுக் கிளம்பினார். ஸ்டீபன் ஷண்முகமும், அவர் மனைவி பிரேமாவும், கூட்டத்திலிருந்த சிலரும் வாசல் வரை சென்று அவரை அன்பும் பவ்யமுமாக வழியனுப்பிவிட்டு வந்தனர். நாளைமறுநாள் அவர்களின் மகளுக்குத் திருமணம். பாதிரியாரின் ஜெபத்துடன் இறுதிகட்ட வேலைகள் முழுவீச்சில் தொடங்கியிருந்தன.

ஷண்முகம் காலண்டரில் நல்ல நேரம் பார்த்தார்.

“முகூர்த்தக் கால் நட்டுடலாமா?”

கூட்டத்திலிருந்த இந்துப் பெண்கள் பிரேமா தலைமையில் பட்டுப்புடவைகள் சரசரக்கக் கிளம்பினார்கள். கிருத்துவர்கள் கிளம்புவது போலவும் கிளம்பாதது போலவும் ஒரு விசித்திரமான தோற்றத்திலிருந்தனர்.

ஷண்முகம் சாரின் தங்கையும், வேதராமன் சாரின் மனைவியுமான வெண்ணிலா என்ன செய்யப் போகிறார் என்று பார்க்க எனக்கு ஆவலாக இருந்தது. வெண்ணிலாவின் முகம் எப்போதும் தூங்கி வழியும். அதில் உற்சாகம், ஆர்வம் எதுவும் தெரியாது. தவிர வேதராமனும், ஸ்டீபன் ஷண்முகமும் எதிரெதிர் துருவங்கள். கணவன் வேதராமன் கிறிஸ்டியனாக இருந்து இந்துவாக மாறியவர். அண்ணன் ஸ்டீபன் சண்முகம் தீவிர இந்துவாக இருந்து இப்போது கிருத்துவத்தைப் பின்பற்றுகிறார்.

வெண்ணிலா எழுந்து விறுவிறுவென்று வாசலுக்கு நடந்தாள். பாதிரியாரை வழியனுப்ப வரவில்லை. ஆனால் முகூர்த்தக்கால் நடுவதற்கு முன்னால் வருகிறாள். எனவே கணவன் பக்கமா?

தேவகுமாரனாகிய கர்த்தரின் பெயரால் இந்த முகூர்த்தக்கால் நடப்படுகிறது என்ற வாக்கியம் என் மனதில் ஓடியது.

“என்ன தனியா நின்னு சிரிச்சுண்டிருக்கேள்?” யாரிடமிருந்து யாரை நோக்கிக் குரல் வருகிறது என்று கண்ணால் தேடினேன்.

“என்ன பாக்கறேள்? உங்களைத்தான்?” வேதராமன் சார் என்னிடம்தான் பேசிக் கொண்டிருக்கிறார்.

“என்ன சார் ஒரேயடியா அவாளாவே மாறிட்டீங்க? நான்கூட யாராவது சந்திரமௌலி, வைத்தியநாதன் வந்துட்டாங்களோன்னு நெனைச்சேன்”

வேதராமன் திடுக்கிட்டது வெளிப்படையாகத் தெரிந்தது. இந்த மாதிரி விஷயங்களை கண்டும் காணாமலும் போகவேண்டும். கேட்டிருக்கக் கூடாது. கொஞ்ச நாளாக அவர் அய்யராகவே மாறிக் கொண்டிருக்கிறார். “ஷொல்லுங்கோ” என்றெல்லாம் சொல்வார். அதைப் பெரிதாக எடுத்துக் கொண்டதில்லை. இப்போது சந்திரமுகியாகவே மாறிவிட்டதைக் கண்டதும் சொற்கள் என்னையறியாமலேயே வெளியே வந்து விழுந்துவிட்டன.

“ஆபிஸ்ல சுத்தியும் அவங்கதான் இருக்காங்களா? அதே பேச்சு வருது” சற்றே சுருதி இறங்கிய குரலில் சொன்னார் வேதராமன். அவர் நல்ல உயரம். இந்த ஐம்பத்தி ஆறு வயதுக்கு தொந்தி கிந்தி இல்லாமல் அத்லெட் போன்ற தோற்றம். மஞ்சளடிக்காத தெளிவான பெரிய கண்கள். திருத்தமான முகம். இப்போதெல்லாம் மீசையை எடுத்துவிடுகிறார். கொஞ்சம் சிவப்பாக மட்டும் இருந்திருந்தால் அய்யர் போலவே இருந்திருப்பார். இப்போது பாதர், ரெவரண்ட்... போன்றவர்களை நினைவு படுத்தினார். இதைச் சொன்னால் வேதராமன் சார் எவ்வளவு கடுப்பாவார் என்று நினைத்த போது மீண்டும் சிரிப்பு வந்தது.

மோர் பிராமின் தேன் தி பிராமின்ஸ்... சிரமப்பட்டு சிரிப்பை அடக்கிக்கொண்டு பேச்சை மாற்றினேன்.

“தலைகீழ் மாற்றம் சார். நீங்க அய்யரா மாறிட்டேள்.” நான் அதே ஸ்லாங்கில் சொல்லிவிட்டுச் சிரித்தபோது அவரும் சேர்ந்து கொண்டார். “ஆனா உங்க பிரதர் இன் லா சுத்தக் கிறிஸ்டியனா மாறிட்டார்”

“இவன் கெடக்கறான் ஃபூலிஷ் பெல்லோ. இவனுக்கு காம்பெட்டிட்டிவ் ஸ்பிரிட்ன்னா என்னன்னு தெரியும்? பாதிரியாரை வெச்சு ஸ்கூல் சீட் வாங்கி, பாதிரியாரை வெச்சு ஏதாவது கிறிஸ்டியன் இன்ஸ்டிடியூட்டல வேல வாங்கி... ஒரு சின்ன வட்டத்துக்குள்ளயே வாழ்ந்து முடிஞ்சறதுன்னு முடிவு பண்ணிட்டான்”

எனக்கு அவர் சொல்வதை எப்படி எடுத்துக் கொள்வதென்று தெரியவில்லை. இதையெல்லாம் ஒரு மதம் செய்தால் நல்லதுதானே? இதைச்செய்வதில்லை என்பதுதானே இப்போது பிரச்சினை? தவிர ஸ்டீபன் ஷண்முகம் வங்கி ஊழியர். அவரது மகனும் மகளும் பென்பொருள் பொறியாளர்கள். பாதிரியார் இங்கே என்ன செய்ய முடியும்?

“நம்ம வாழ்க்கையை நாம் முடிவு செய்யணும் பிரதர், பாதிரியார் சொல்றபடி வாழ்றது ஒரு வாழ்க்கையா?.” வேதராமன் முகத்தில் கோபம் பொரிந்தது.

வேதராமன் கோத்தகிரியைச் சேர்ந்தவர். எனக்கு வரிதையா கான்ஸ்தந்தீன், ஜோடி குரூஸ் போன்றவர்கள் சொல்வது நினைவுக்கு வந்தது. கிருத்துவ மதம் மக்களைத் தனது பிடியில் வைத்திருக்கிறது என்கிறாரா? பாதிரியார்கள் அதிகாரம் செலுத்துகிறார்களா? ஒரு சுவாரஸ்யமான கதை கேட்கும் ஆர்வத்தில் தொடங்கினேன்...

“பாதிரியார்தான் வாழ்க்கையைத் தீர்மானிக்கிறாரா? எப்படி சார்?”

“வேல கெடக்க மாட்டேங்குது ஜெபிச்சுக் குடுங்கன்னு நாம போய் கேட்டா அப்புறம்... அங்க போ இங்க போன்னு சொல்றதுதானே!”

ஓ நான் எதிர்பார்த்தது இது இல்லை. சற்றே ஏமாற்றம்தான். “நீங்க ஏன் சார் இந்துவா மாறினீங்க? அங்க என்ன பிரச்சினை?”

வேதராமன் சத்தம் போட்டுச் சிரித்தார்.

“வேதக்கண்ணு வேதராமன் ஆன கதையைக் கேக்கறீங்க” அவர் முகத்தில் நிழல் படர்ந்தது. அவர் ஒருபோதும் இதைப் பற்றிப் பேசியதில்லை. எப்போதும் சுயமுன்னேற்றம், நம்பிக்கை, கடின உழைப்பு இவற்றைப் பற்றித்தான் பேசுவார். பேச்சு பெரும்பாலும் மகன், மகளின் கல்வி, வேலை பற்றியே வந்து முடியும். டைப்பிஸ்ட்டாக எல்.ஐ.சியில் சேர்ந்து விடாப்பிடியான கடின உழைப்பால் சீனியர் மேனேஜர் ஆகியவர் என்பது எங்கள் லேயவுட்டில் எல்லோருக்கும் தெரியும்.

கோத்தகிரி தேயிலைத் தோட்டத்தில் வேலைசெய்து வந்த பெற்றோருக்கு பிறந்தவர். அரவேணுவுக்கு அருகில் சிறுத்தை நடமாடியது, பலாப்பழ வாசத்துக்கு யானை வருவது, காட்டெருமைகளின் நெற்றி பலம் இவற்றைப் பற்றி அடிக்கடி பேசுவார், தனக்குக் கிருத்துவர்களைப் பிடிக்காது என்பதை மட்டும் அவ்வப்போது வெளிக்காட்டிக் கொள்வார்.

“வாரும் அப்படியே போய் ஒரு டீ சாப்டுட்டு வரலாம்”

—

“மூணாங்கிளாஸ் பாஸ் பண்ணி நாலாவது போனதும் கவர்ன்மெண்ட் ஹாஸ்டல்ல போட்டுட்டாங்க. ஊருக்கு வெளிய மலைமேல ஹாஸ்டல் இருக்கும். நீளமான ஓட்டுக் கட்டடம். பகல்லயே இருளோடிக் கிடக்கும். காலைல எந்திரிச்சா நாங்க தூங்கற ஹால் முழுக்க மூத்திரநாத்தம் அடிக்கும். பசங்க கம்பளிலயும் பெஞ்சு வெச்சிருப்பாங்க. சுவத்திலயும் அடிச்சு வெச்சிருப்பாங்க. காலையில் எந்திரிச்சா நாத்தமா நாறும்”.

“ஏன் அப்படி? வெளிய போய் அடிக்கலாமில்ல?”

“ராத்திரி குளிர்ல அடிக்கடி ஒண்ணுக்கு வரும். சின்னப் பசங்கதானே. வெளிய போக பயம். இருட்டு. அனிமல்ஸ் இருக்கும். கூட யாரும் வர மாட்டாங்க. அதனால பசங்க பிளாடர் ரொம்புனா உள்ளையே அடிச்சுருவானுக. சிலபேரு பெட்லயே போயிருவானுக. காலைல வார்டன் குச்சியை எடுத்துட்டு வருவார். கழுவுங்கடா கழுவுங்கடான்னு அடி வெளுப்பார். எல்லாரும் ஓடியோடி கழுவுவோம். எவன் மூத்தரத்த எவன் கழுவுனானோ தெரியாது”

“சாப்பாடு எப்படி சார் இருக்கும்?”

“கவர்ன்மெண்ட் ஹாஸ்டல் எப்படி இருக்கும்!. களி, கூழ், கஞ்சிதான் இருக்கும்”

“மலைல கறி கெடைக்கும்ன்னு சொல்றாங்களே?”

“ஆமா தத்திப் பயலுக இதுமாதிரி பலதும் சொல்றாங்க. லைன்ல எல்லா வீட்லயும் தெனமும் கேளாட்டை அடிச்சுத் திங்கறோம்ன்னு கத வுடுவானுக. அதெல்லாம் ஒரு வெங்காயமும் கெடையாது. அந்தக் காலத்துல ஏறக்கொறைய நாங்க வெஜிடேரியன்தான்”

“ஹாஸ்டல் பிடிக்கலேன்னா வீட்டுக்கு ஓடியிருக்கலாமில்ல?”

“ம்ம்ம்ம் வீடு மட்டும் என்ன? ஸ்கூலுக்குப் போகலேன்னா மரம் வெட்ட அனுப்பிருவாங்க. அதனாலதான் பசங்க பல்லக் கடிச்சுட்டு இருப்பாங்க”

“-------”

“காலேஜ் முடிக்கற வரைக்கும் ஒண்ணு மாத்தி ஒண்ணு ஹாஸ்டல்தான். கோயமுத்தூர் கவர்ன்மெண்ட் ஆர்ட்ஸ் காலேஜ்ல படிக்கும்போது துணிக்கடைல வேலைக்குப் போனேன். மத்தியானம் லஞ்ச் டையத்துல டைப் ரைட்டிங் படிச்சேன். பி ஏ முடிச்சதும் கோத்தகிரி திரும்பிப் போயிட்டேன். ஸ்வெட்டர் கடைல கூவிக் கூவி விக்கற வேல. அப்ப ஊட்டி எம்ளாய்மெண்ட் எக்ஸ்சேஞ்ச்ல ஒவ்வொரு திங்கள் கிழமையும் மனு வாங்குவாங்க. நான் ஒவ்வொரு வாரமும் போயிருவேன். ஏதாவது இண்டர்வியூ அனுப்புங்க சார்ன்னு சோகமா கேப்பேன்.”

“ஒரு நாள் கோவிந்தசாமி சார் என்னைப் பார்த்து என்னப்பா வாரா வாரம் வர்ற யார் நீ என்ன படிச்சிருக்கே?ன்னு கேட்டார். சர்டிஃபிகேட் எல்லாம் பாத்துட்டு தம்பி நீ கன்வர்ட்டட் கிறிஸ்டியன். பேக்வேர்ட். உன்ன மாதிரி எஸ்டேட் பசங்க இந்துவா மாறினா எஸ்.சி சர்ட்டிபிகேட்டும் கெடைக்கும். வேலயும் கெடைக்கும். கோயமுத்தூர் பேரூர் அடிகளாரப் பாத்து பேர மாத்திட்டு வான்னாரு.”

“நான் போய் அடிகளாரைப் பாத்தேன். பேரு என்னன்னு கேட்டாரு. வேதக்கண்ணுன்னு சொன்னேன். வேதராமன்னு

வெச்சுக்கோன்னுட்டாரு. அப்புறம் வேல கெடச்சுது. இண்டர்வியுல வந்த கடைசி செட் நாங்கதான்"

"சார் எனக்கு ஒரு சந்தேகம்"

"ஷொல்லுங்கோ" அவர் பழக்க தோஷத்தில் சொன்னதும் இருவருக்கும் ஒருவரையொருவர் பார்த்து சிரிப்பை அடக்கிக் கொண்டோம்.

"வேதராமன் சார் நீங்க இஷ்டப்பட்டு மதம் மாறல. தேவைக்காக மதம் மாறினீங்க. அப்புறம் ஏன் கிறிஸ்டியன் மேல வெறுப்பு"

"வேலைக்காக ஒரு மதத்துல போயிட்டு வீட்ல முதுகுக்குத் தெரியாம ஒளிஞ்சு இன்னொரு மதத்தைக் கடைப்பிடிக்கறது எனக்குப் புடிக்கல. ஒண்ணுன்னா ஒண்ணுதான். புரியுதா. வேதராமன்னா வேதராமன் தான்".

"அது சரிதான். இருந்தாலும் ஏன் கிருஸ்துக்காரங்களத் திட்டறீங்க?"

"இவன் நம்மாளுகள தடவிக் கொடுத்துத் தடவிக் கொடுத்து ஆட்டுக்குட்டி மாதிரி ஆக்கிட்டான். போராடணும் சார். போராடணும். கடல்ல எறங்கி நிக்கணும். முதலியார் கூட, பிள்ளமார் கூட, அய்யர் கூட நிக்கணும். போட்டில ஜெயிக்கணும். நான் சீனியர் மேனேஜர் ஆகல?"

"உங்களுக்கு ஆபீஸ்ல சாதிப் பிரச்சினை இல்லையா?"

"எல்லாந்தான் இருந்தது. எனக்கு பஸ் ஏறி ஒரு எடத்துக்குப் போகத் தெரியாது. டூ வீலர் ஓட்டத் தெரியாது. இங்கிலீஷ் தெரியாது. பேப்பர் கூடப் படிச்சது கெடையாது. இந்த பைல் பாக்கறது, ஒரு வெங்காயமும் தெரியாது. பேசினா ஒழுங்கா பதில் சொல்லத் தெரியாது. சும்மா நிப்பேன். கஷ்டம்தான். ஒரு விசயத்தத் தெரிஞ்சுக்க அய்யனுக்கு ஒருமணி நேரம் போதும்ன்னா நமக்கு மூணுமணி நேரம் வேணும். உழைக்கணும். சலிக்க கூடாது. நீச்சல் பழகற மாதிரி பழகணும். இது நம்ம கிரவுண்ட் இல்ல. அவங்க கிரவுண்ட். அந்த கிரவுண்ட்ல அவங்கள் மிஞ்சி நிக்கணும்."

அதனாலதான் சொல்றேன். கொளத்துல குதி. நீ பாதிரியார் மடில உக்காந்து இருக்கற வரைக்கும் உனக்கு போட்டி

போடற மனசு வராது. எவ்வளவு குத்தித் தூண்டினாலும் அந்த குட்டைக்குள்ளயே சுத்தி சுத்தி வரத்தான் தோணும். வெளிய வா. சண்டை போடு. போராடு. நீ யார்ன்னு நிரூபி. இந்த ஷண்முகம் இருக்கானே ஸ்டீபன் ஷண்முகம் இவன் ஒரு தத்தி. லைட்டா ஐநூறு ஆயிரம் ஆட்டையப் போடுவான். ஒரு வம்பு தும்புக்குப் போகமாட்டான். ஒரு எக்ஸாம் எழுத மாட்டான். கோல்டு செய்ன் மோதிரம் வாங்கி வாங்கி மாட்டிக்குவான். அந்த மூஞ்சியப் பாருங்க. ஒரு சிரிப்பு இருக்கா. பிளடி... இவன் பாத்தானாம் கர்த்தரை..."

—

"ஷண்முகம் சார், நீங்களும், உங்க சன் ஜெய்க்குமாரும், சன் இன் லா ராபர்ட்டும் கோட் சூட்ல நிக்கறதப் பாத்தப்ப காட்பாதர் மர்லன் பிராண்டோ, அன்பாசினோ குடும்பம் நிக்கற மாதிரி இருந்துச்சு" நான் கிண்டலாகத்தான் சொன்னேன் என்றாலும் எனக்கு உண்மையிலேயே அப்படித் தோன்றியது.

ஸ்டீபன் சண்முகம் கம்பீரமான புன்னகை ஒன்றைச் சிந்தினார்.

டெம்போ டிராவலர் வேன் புத்தம் புதிதாகப் போடப்பட்டிருந்த பொள்ளாச்சி சாலையில் பறந்து கொண்டிருந்தது. திருமணத்துக்கு கொரானாவைக் கடித்துத் துப்பிய கூட்டம். ஆனால் மணமகன் வீட்டுக்குச் செல்ல வேண்டுமென்றதும் பெரும்பாலானவர்கள் நழுவிட்டார்கள். ஜெபம் பண்ணிக் கொன்றுவிடுவார்கள் என்ற பயம்.

"வெண்ணிலாவும், வேதராமனும் வரல" என்றார் ஸ்டீபன் ஷண்முகம்.

"ஆமாம். அவருக்கு நீங்க முழுக்க முழுக்க கிறிஸ்டியனா மாறினதுல கோபம் போலிருக்கு"

"சொல்லிட்டாரா?" ஷண்முகம் தலையை ஆட்டி சிரித்தார். "சொல்லாம இருக்கமாட்டாரே மனுசன்!"

"நீங்க கிறிஸ்துக்காரரா மாறினது தப்புங்கறார்"

"ஹ ஹா ஹா... எனக்கு கிறிஸ்து மதத்தைப் பத்தி இவர் சொல்லித்தராரா?"

"அவரு முன்னாடி கிறிஸ்டியன்தானே?"

"அவருக்கு முன்னாடியே நாங்க கிறிஸ்டியன்தான்"

"இல்லையே ஷண்முகம் சார். நீங்க உங்க காயத்திரிக்கு சங்கீதம் கத்துக் கொடுத்தது, மார்கழி மாத பஜனைக்குப் போனது, வீட்ல நவராத்திரி கொலு வெச்சது எல்லாம் எனக்குத் தெரியுமே!"

"ஹா ஹா ஹா" ஸ்டீபன் ஷண்முகம் திரும்பவும் வெடித்துச் சிரித்தார்.

"அதுக்கு முன்னாடி நான் ஜேம்ஸ் குமார் வாத்தியார் மகன் தெரியுமா?"

—

சடையனை அவன் அப்பா பழனி, பீட்டர் பாதிரியாரிடம் கொண்டு வந்து விட்டுவிட்டுச் சொன்னார். "இவனுக்கு எழுத்துச் சொல்லிக் குடுத்து மில்லு வேலைக்கு அனுப்பி விடுங்க அய்யிரே"

பாதர் சடையனை ஜேம்ஸ் குமாராக மாற்றினார்.

ஜேம்ஸ் குமார் கிராமத்திலிருந்து கோவை வந்து, யூனியன் ஹை ஸ்கூலில் எட்டாவது படித்து, டீச்சர் டிரெய்னிங் முடித்து வாத்தியாராக ஆகி கிணத்துக்கடவுப் பக்கம் ஒரு ஊருக்குக் குடி வந்தார். அப்போது எதை மறைக்க வேண்டும், எதை சொல்ல வேண்டும் என்பதெல்லாம் அவருக்குத் தெரியாது. ஸ்கூலில் சக வாத்தியார்கள் எதையும் காட்டிக் கொள்ளவில்லை என்றாலும் மாணவர்களின் பெற்றோர் வித்தியாசமாக நடந்து கொள்வது சீக்கிரம் அவருக்குப் பிடிபட்டுவிட்டது.

எல்லோரையும் விசேஷங்களுக்கு அழைப்பவர்கள் குறிப்பிட்ட சில விசேஷங்களுக்கு அவரைத் தவிர்த்து விடுவார்கள். மதம் மட்டுமே காரணம் இல்லை. அவரிடம் கடன் கேட்க மாட்டார்கள். டீ சாப்பிட அழைக்க மாட்டார்கள்.

ஜேம்ஸ் என்றால் அவர்கள் என்ற சந்தேகம் ஊர்க்காரர்களுக்கு. டீக்கடை முதற்கொண்டு எல்லா இடங்களிலும் சிக்கல்.

கோவைக்கு டிரான்ஸ்பர் கிடைத்ததும் ஜேம்ஸை குழி தோண்டிப் புதைத்துவிட்டு குமார் சாராக மாறிவிட்டார். சிக்கனமான வாழ்க்கைக்குப் பெயர் பெற்றவர் குமார். சொந்தத்தில் இன்னொரு ஆசிரியையைக் கல்யாணம் செய்து அருகே புதிதாக உருவான லேஅவுட்டில் இடம் வாங்கியதும் தொடங்கியது பிரச்சினை. யார் நீங்க? எந்த ஊர்? கேள்விகள் கேள்விகள்...

குமார் எதையும காட்டிக் கொள்ளவில்லை. யாரும் சாதி கண்டுபிடிக்க முடியாத பதில்களை சிந்தித்து சிந்தித்து உருவாக்கினார். என்னவென்றே தெரியாத ஒரு சாதியை அரசாணை ஒன்றில் பார்த்து அதை வரித்துக் கொண்டார். வீடு கட்டியதும் கைப்பிடி சுவரில் பொருத்தப்பட்டிருந்த ஒரு சிமெண்ட் ஜன்னலின் பட்டைகள் சிலுவை போலிருக்க இரவோடு இரவாக சுத்தியலை எடுத்துச்சென்று அதை உடைத்து விட்டு வந்தார். சந்தேகம் வந்துவிடக்கூடாது அல்லவா?

குமார் வாத்தியாரின் மகன் ஷண்முகம் சாதி தெரியாமல்தான் வளர்ந்தார். எல்லா சாதியிலும் நண்பர்கள் இருந்தார்கள். கஷ்டங்கள் இல்லாத வாழ்க்கை. அவரது இயல்பும் மைல்ட்டானதுதான்.

தீவிரமாகப் போராடுவதோ, பிடிவாதமாக நிற்பதோ அவருக்குப் பழக்கம் இல்லை. விட்டுக் கொடுப்பார். அட்ஜஸ்ட் செய்துகொண்டு போவார். மத்திய அரசு வேலை.

ஆபீஸில் சாதி தெரிந்தும் தெரியாமலும் இருக்கும். ஷண்முகமும் பெரிதாக ஆசைப்படவில்லை. பரிட்சைகள் எழுதவில்லை. போதும். வாழ்க்கை ஓடியது.

ஆனால் அவருக்கு அவர்களைப் பிடிக்கும். பெண்ணுக்கு காயத்திரி என்று பெயர் வைத்தார். மகனை மிருதங்கம் பழகவும், பெண்ணைக் கர்னாடக சங்கீதம் பழகவும் அனுப்பினார். நல்ல நாட்களில் கவுச்சி கூடாது என்பதில் தீவிரம் காட்டினார். கொஞ்சம் கொஞ்சமாக சைவமாக மாறிவிடுவது என்று தீர்மானித்திருந்தார். அப்படியிருந்த சண்முகம் எப்படி மாறி இருக்கிறார்!

“ஒரு பத்துப் பதினைந்து வருசமாத்தான் பிரச்சினை”

“எக்கச்சக்கமான ஆளுக கிராமத்துல இருந்து வந்து குடியேறுனாங்க. எல்லாரும் அவங்க அவங்க கூட்டத்தோட சேந்துக்கிட்டாங்க. நாங்க தனியாயிட்டோம். யாரோட சேர்றதுன்னு தெரியல. நீ யாரு யாருன்னு ஒரே பிரச்சினை. நாங்க யாருன்னு எனக்கே தெரியல. ஆபீஸ்ல நம்ம மச்சான் ரத்தினத்துக்கு வரவேண்டிய புரொமோஷன் வரல. கேஸ் நடந்துச்சு. அவரு ரிட்டயர் ஆகற அன்னிக்கு ஹைக் கோர்ட்ல இருந்து புரொமோஷன் ஆர்டர் கைல கெடைக்குது. பேக் வேஜஸ் எல்லாம் கெடச்சுது. ஆனால் அந்த சீட்ல உக்கார முடியலயே? ஒவ்வொரு புரொமோஷனும் போராட்டம்தான். ஒவ்வொரு டிபார்ட்மெண்ட்லையும் பிரச்சினைதான். சங்கமும் தனித்தனி சங்கம். நமக்கு சங்கம் எல்லாம் ஒத்து வரல. ஆனா நான் யாரு?”

“நான் இந்த லேஅவுட்ல ஐம்பத்தஞ்சு வருசமா குடி இருந்துட்டிருக்கேன். ரோடு போட கோவில் கட்ட, லைட் போட, தண்ணி பைப் போட ஒவ்வொண்ணுக்கும் அலைஞ்சிருக்கேன். கோவிலுக்கு டொனேஷன் அள்ளிக் கொடுத்திருக்கேன். ஆனா நேத்து வந்தவன் என்னை அன்னியனாப் பாக்கறான். நாங்க எல்லாம் ஒண்ணுன்னு கும்பல் சேர்றாங்க”.

“இப்பத்தான் ரிசர்வேஷன்ல ஓட்டை மேல ஓட்டை போட்டுட்டே இருக்கானுங்களே. இன்னும் கொஞ்ச நாள்ல அது இருக்கவே இருக்காது. இப்ப நம்ம பையன் டிசிஎஸ்ல இருக்கான். அதுல எங்க ரிசர்வேசன்? ரிசர்வேசன் இல்லேன்னா இவனுங்களோட நாம எதுக்கு மாரடிக்கணும். நீ உன் வழில போ. நான் என் வழில போறேன். என்ன சாதின்னு கேட்டா கிறிஸ்டியன். அவ்வளவுதான். ஜிம்மி, லூயிஸ், இன்னாஸ், ஆலுகாஸ், ஜோஸ்ன்னு கேரளால இருந்து வந்து தொழில் பண்றானுக இல்ல அவனுக என்ன சாதி?. அது மாதிரிதான் நானும். நீ வேண்டாம். உன் சாங்காத்தமே வேண்டாம்”.

“அந்த அளவுக்குக்குக் கடுப்புன்னா முஸ்லீமா மாறியிருக்கலாம் இல்லையா?”

“அதுக்குதான் இப்ப சிக்கல் மேல சிக்கல் குடுத்துட்டிருக் காங்களே. அப்புறம் அது மொத்தமும் வேற மாதிரி இருக்கு. நாம ஒண்ணும் கடவுளைப் பாத்து மதத்துல சொன்னது

நல்லாருக்குன்னு போகலியே. இங்க புடிக்காமத்தானே போறோம். கிறிஸ்டியானிட்டி நாம மொதல்ல இருந்தது. திரும்பவும் போறோம். கம்ஃபர்ட்டபுளா பீல் பண்றோம். இந்த வேதராமன் அதுவும் இதுவும் சொல்றார். ஆனால் நான் சொல்றது ஒண்ணே ஒண்ணுதான். நான் எதுக்கு உன்னோட போட்டி போடணும்? சண்டை போடணும்? அது துணிச்சல் இருக்கறவங்க, வீராப்பு இருக்கறவங்க போடட்டும். நான் கழண்டு போயிட்டே இருக்கேன்".

"சார் உங்க மச்சான் கிறிஸ்துல சின்ன உலகம்ன்னு சொல்றார்!

"சொல்லிட்டுப் போறார். என்ன சின்ன உலகம். ரண்டு தலைமுறை கவர்ன்மெண்ட் எம்ளாயி. கொஞ்சம் காசு இருக்கு. பேரனை அமெரிக்காவுக்கு அனுப்பறேன், ரஷ்யாவுக்கு அனுப்பறேன். அந்த ஊர்க்காரனெல்லாம் கிறிஸ்டியன் வேணான்னு சொல்வானா? டிசிஎஸ்ல எம்மகனை வேண்டான்னா சொல்லிட்டான்? உலகம் பெரிசு சார்".

"பாருங்க சார் பாதிரியார் எவ்வளவு அழகா கதை சொல்லி, உபதேசம் பண்ணி கல்யாணம் பண்ணி வெச்சார். கல்யாணத்துக்கு முன்னாடி பையனையும், பொண்ணையும், அப்பா அம்மாவையும் உட்கார வெச்சு கவுன்சிலிங் கொடுத்தாங்க. செக்ஸ்ல இருந்து எல்லாமே சொல்லித் தராங்க. அவ்வளவுதான். நாம் எல்லாம் ஒண்ணுன்னு எவன் சொல்லாறானோ அவனோட போறேன். இதுவே இந்துக் கல்யாணம் பண்ணி பத்திரிக்கை கொடுக்கறேன்னு வைங்க. பத்திரிக்கைல சாதி பேர் போட முடியாது. சாதிப் பேர் இல்லாத பத்திரிக்கைன்னா உடனே சந்தேகம் வந்துரும். எந்த ஊர்? குலதெய்வம் என்ன? எல்லா வெங்காயமும் வரும். எதுக்கு இந்தக் கொடச்சல்? நான் போறேன்."

ஸ்டீபன் ஷண்முகம் இவ்வளவு ஆழமாக பேசி நான் கேட்டதில்லை.

"ஆனா எப்படி சார் இவ்வளவு நாள் கோவில் குளம்ன்னு இருந்துட்டு திடீர்ன்னு கிரிஸ்டியனா மாறிட்டா தனியாயிருவமே. உங்க லேயவுட் ஆச்சாரக்காரங்க டிஸ்டன்ஸ் பண்ணிக்குவாங்களே"

"இப்ப மட்டும் என்ன? அவனவன் அவனவன் கூட்டத்தோட சேந்துக்கறான். நான் கூட்டத்துக்கு எங்க போறது? நாங்க

தனியாத்தானே இருந்தோம். நாங்க மட்டன் வாங்கினாலே பெரியாடான்னு சந்தேகப்படறவந்தான் பக்கத்து வீட்டுக்காரன். எங்காளுக எத்தனை பேரால இங்க வந்து வீடு வாங்க முடியும்? இவனுகதான் எல்லா வெலையையும் லட்சக்கணக்குல, கோடிக்கணக்குல ஆக்கி வெச்சிருக்கானுகளே? அப்புறம் எனக்கு கூட்டத்துக்கு என்ன கொறச்சல்? ஒரு காச்சல் குளிர்ன்னா கிருஸ்துக்காரங்க வீட்டுகே வந்து கூட்டுப் பிரார்த்தனை பண்றாங்க. சர்ச்ல ஒரு புரொபசர், ஒரு டாக்டர், ஒரு நர்ஸ் எல்லோரும் உட்கார்ந்து பையனோட அம்மாகிட்ட சமையலறை அதிகாரத்தையும், வீட்டு அதிகாரத்தையும் மருமகளுக்கு விட்டு கொடுக்கணும்னு சொல்லித் தர்றாங்க. நடக்குதோ இல்லையோ இதெல்லாம் சொல்ல ஒரு ஆள் இருக்கான் இல்ல. இங்க என்ன இருக்கு?"

மிக உன்னதமானது என்று எண்ணியிருந்த ஒரு பண்பாட்டின் மீது ஸ்டீபன் இப்படிக் கல்லை விட்டெறிவார் என்று நான் எதிர்பார்க்கவில்லை. அவர் சொன்னதை செரிக்க நேரம் தேவைப்பட்டது. மூளைக்குள் ஸ்டீபனை ஆதரித்தும் எதிர்த்தும் ஒரு விவாதம் தொடங்குவதற்கான அறிகுறிகள் தென்பட்டன. வழக்கு மொழியில் இதற்குக் குழப்பம் என்று பெயர்.

"என்ன சார் ஒண்ணும் சொல்ல மாட்டேங்கறீங்க?" ஸ்டீபன் புன்னகையுடன் கேட்டார்.

"எல்லாத்தையும் நீங்களே சொல்லிட்டீங்களே சார்" என்றேன்.

ஸ்ரீ ஸ்ரீ ஸ்ரீ

ஈவில் ஜீனியஸ்

இரவு பனிரெண்டு மணிக்கும் மகாலட்சுமி பேக்கரி முன்னால் இளைஞர்கள் கூட்டம் கலையாமலிருந்தது. மேலும் மேலும் இரவுக் காட்சி முடிந்து வரும் இளைஞர்களும் இந்தக் கூட்டத்தில் ஐக்கியமாகிக் கொண்டிருந்தனர். அண்ணாச்சி கடையின் மெய்ன் ஷட்டரை மூடிவிட்டு சின்ன ஷட்டரைத் திறந்து இளைஞர்களுக்கு டீயும், குளிர்பானங்களும், சிகரெட்டும் சப்ளை பண்ணிக் கொண்டிருந்தார். இளைஞர்கள் கூட்டங்கூட்டமாக நின்று அரட்டையடித்துக் கொண்டிருந்தனர். சிலர் அருகே பூட்டப்பட்டிருந்த டெபுடி தாசில்தார் அனுராதா பங்களாவின் காம்பவுண்ட் சுவர் மீது அமர்ந்து செல்லில் மூழ்கியிருந்தனர். இன்ஸ்டாவிலும், பேஸ்புக்கிலும், வாட்ஸப்பிலும் மாறிமாறி இன்பாக்ஸ் உரையாடல் போய்க் கொண்டிருந்தது. இளைஞர்களும் யுவதிகளுமாக இருந்த குழுக்கள் கார்களை விட்டு இறங்காமல் டீக்காகக் காத்துக் கொண்டிருந்தன. அவ்வப்போது சிரிப்பொலி எழுந்து கொண்டிருந்தது.

எதிரே ஒரு வீடு கட்டப்பட்டு வந்தது. கான்கிரீட் போடப்பட்டு உள்ளே தாங்கலுக்கு சவுக்குக் கம்பங்கள் நிறுத்தப்பட்டிருந்தன. ஏற்கெனவே இருளோடிப் போயிருந்த தெருவில் அந்தக் கட்டடம் இன்னும் மையிருளில் மூழ்கியிருந்தது. பொதுவாக லேயவுட்டுக்கு வாட்ச் மேன் உண்டு என்பதால் இந்தக் கட்டடத்துக்கு

தனியாக காவல் போடப்படவில்லை. கட்டப்பட்டு வந்த கட்டடத்தினுள் ஒளிந்திருந்த ஒருவன் இந்தக் கூட்டத்தையும், அனுராதா வீட்டையும் கவலையுடன் பார்த்துக் கொண்டிருந்தான். ஒளிவதற்கு ஏற்ற விதத்தில் அடர் பழுப்பு நிறத்தில் சட்டையும், கருப்பு பேண்ட்டும் அணிந்திருந்தான். வெளியேயிருந்து பார்த்தால் அவன் இருக்கும் சுவடே தெரியவில்லை. இந்தக் கும்பலின் கண்ணில் படாமல் அந்த வீட்டினுள் நுழைவதற்கு ஏதாவது வாய்ப்பு இருக்கிறதா என்று அவன் கண்கள் கூட்டத்தைத் துழாவித் தேடிக் கொண்டிருந்தன. அது சாத்தியமேயில்லை என்று தோன்றியது. கூட்டம் இன்னும் குவிந்து கொண்டிருப்பதைப் பார்த்தால் அது இரண்டு மணிவரை கலையாது என்று முடிவு செய்தான். இரண்டு மணிக்கு மேல் உள்ளே போனால் வெளியே வர நான்கு மணி ஆகிவிடலாம். அதிகாலை மூன்றிலிருந்து நான்கு வரையான நேரம் சிக்கலானது. அப்போது போலீஸ் ரோந்தில் மாட்டினால் சரியான பதில் சொல்வது கடினம். எனவே அந்த நேரத்தில் அவன் தொழில் தொடர்பான எந்த வேலையிலும் ஈடுபடுவதில்லை. மூன்று மணிக்கு முன்னால் எங்கே போக வேண்டுமோ அங்கே போய்ச் சேர்ந்து விட வேண்டும். இனி வாய்ப்பில்லை என்று முடிவு செய்து எழுந்தபோது...

அந்தத் இருளோடிப் போயிருந்த தெருவில் போலீஸ் ரோந்து ஜீப் மெதுவாக நுழைந்தது. போலீஸ் ஜீப்பைப் பார்த்ததும் கடைக்கார அண்ணாச்சி சட்டென்று கதவை அடைத்து லைட்டை அணைத்து உள்ளே பதுங்கினார். ஒரு நொடியில் அவர் கடையை மூடி மாமாங்கமாகிவிட்டது போன்ற தோற்றம் ஏற்பட்டு விட்டது.

“யார் நீங்க? எதுக்கு இங்க கூட்டமா நிக்கறீங்க?” போலீஸ்காரர் ஜீப்புக்குப் பக்கத்தில் நின்ற இளைஞர்களை சற்றே மிரட்டும் தோரணையில் கேட்டார்.

“சும்மாதான்....” இளைஞர்கள் நெளிந்தார்கள்.

“போங்கப்பா போங்க. இங்கெல்லாம் நிக்கக் கூடாது. நடுராத்திரில இப்படி கூட்டமா நின்னா சமூக விரோதிகள் கூட்டதுல கலந்துருவாங்க. அப்புறம் அங்க திருட்டுப் போயிருச்சு, இங்க கொள்ளை நடந்துருச்சுன்னு போலீசை சொல்லறது. போங்கப்பா. இங்க ஒரு ஆள் நிக்கக் கூடாது” மூத்தவராகத் தெரிந்த போலீஸ்காரர் ஜீப்பில் இருந்து இறங்கி விரட்டினார்.

“பசங்கதான் அப்படின்னா லேடிசும் அதே மாதிரி இருந்தா என்னம்மா பண்றது, ஒரு செக்யூரிட்டி வேண்டாமா? வீட்டுக்குப் போங்க” என்று பெண்கள் இருந்த குழுக்களை தனியாகக் கவனித்தார்.

இளைஞர்கள் வேண்டாவெறுப்பாக பைக்குகளை ஸ்டார்ட் செய்து இருளில் கரைந்து காணாமல் போயினர். இப்போது இன்னொரு போலீஸ்காரரும் இறங்கி வரவே இருவரும் சிகரெட் பற்ற வைத்துக் கொண்டு இருளோடி ஆளரவமில்லாமல் வெறிச்சோடிக் கிடக்கும் தெருவைப் பெருமையுடன் பார்த்தனர்.

“ராத்திரியானா வூட்டுக்குப் போய் தூங்கறது கெடையாது. விடிய விடிய சுத்தறது. யார் நல்லவன் யார் கெட்டவன்னு எப்படித் தெரியும். ஒருநாள் எல்லாத்தையும் ஸ்டேஷனுக்கு கொண்டு போய்த் தட்டணும்” என்றார் மூத்த போலீஸ்காரர்.

“இந்தப் பொட்டப்புள்ளைங்க அப்பனுகளைப் புடிச்சு நாலு கேள்வி கேக்கணும்” என்றார் இளைஞராகத் தோன்றிய இன்னொரு போலீஸ்காரர்.

அண்ணாச்சி ஒரு டிரேயில் இரண்டு டீக்களும், சால்ட் பிஸ்கெட்டுகளும் கொண்டு வந்தார்.

“இந்த அண்ணாச்சி கடையைத் தெறந்து வெக்கறதுனாலதான் இங்க கூட்டம் கூடுது. இவனை டீல் பண்ணனும்” என்று டீயை எடுத்துக் கொண்டே கூறினார் மூத்த போலீஸ்காரர். மாயமாக மறைந்த அண்ணாச்சியின் குறட்டை அடுத்த கணம் கடைக்கு உள்ளிருந்து திடீரென்று கேட்கத் தொடங்கியது.

“அதுக்குள்ள தூங்கிட்டானாமா” போலீஸ்காரர்கள் சிரித்தனர். “நடிக்கறாம் பாரு திருட்டுப்பய. அண்ணாச்சி! விடியற வரைக்கும் உன்னை வெளில பாத்தேன் லாடம்தான்” என்றவாறு போலீஸ்காரர்கள் அருகே இருந்த டெபுடி தாசில்தார் அனுராதா மேடம் வீட்டை நோட்டம் விட்டனர்.

“இந்த வீடுதானா?” மூத்த போலீஸ்காரர் கேட்டார்.

“ஆமாங்கைய்யா” என்றார் அடுத்தவர்.

“இதுதானா?” என்றார் மூத்த காவலர்.

“ஆமாம் சார்” என்று பதிலளித்தார் அடுத்தவர். டெபுடி தாசில்தார் ஒருவாரம் வெளியூர் செல்வதால் அந்த வீட்டின் மீது ஒரு கண் வைத்திருக்கும்படி ரோந்து போலீசாரிடம் சொல்லப்பட்டிருந்தது.

இரண்டு மாடிகள் கொண்ட பெரிய வீடு. குறைந்தது நான்கு. ஐந்து பெட்ரூம்களாவது இருக்கும். சுற்றிலும் அழகான தோட்டம். கதவுகளுக்கும், ஜன்னல்களுக்கும் மேல் கிரில்கதவுகள் போடப்பட்டிருந்தன. ஜன்னலில் பாதுகாப்பு அலாரம் வைக்கப்பட்டிருக்ககூடும் என்று வீட்டைப் பார்த்தாலே தெரிந்தது.

“இந்தம்மா கோட்டை மாதிரி வீட்டைக் கட்டி வெச்சிருக்கு. எவன் உள்ள போய் இவ்வளவு பெரிய வீட்ல என்னன்னு திருட முடியும்? இந்தம்மா கோடி கோடியா சம்பாதிச்சிருக்கும். ஆனா அதையெல்லாம் வீட்லயா வெச்சிருக்கும்? அந்த அளவுக்கு வெவரமில்லாத ஆளா? பதவி இருக்குன்னு தொல்லை கொடுக்குது” என்று கடுப்புடன் சொன்னார் மூத்தவர். வெளியூர் போகிறோம் வீட்டைப் பார்த்துக் கொள்ளுங்கள் என்று யார் போலீஸ் ஸ்டேஷனில் சொன்னாலும் அந்த வீட்டுக்குப் பாதுகாப்பளிப்பது போலீஸ்காரர்களின் கடமை.

“பாத்துக்க சொன்னாங்க. பாத்துட்டோம். ஒருபிரச்சினையும் இல்லை. எல்லாம் சரியா இருக்கு. போலாங்களாய்யா?” என்று சட்டம் ஒழுங்கை நிலைநாட்டிவிட்ட திருப்தியுடன் கேட்டார் இளையவர்.

“ம்”

போலீஸ் ஜீப் சென்று மறைந்தது. அவன் சற்று நேரம் தாமதித்து இருளோடு இருளாக மறைந்து நின்று எட்டிப் பார்த்தான். தெருவில் ஒரு ஈ காக்கா இல்லை. திடீரென்று ஏற்பட்ட அமைதியால் அதிர்ச்சியடைந்து தெருநெடுக ஓடிய நாய்கள் கூட முடங்கிவிட்டன.

அவன் திருப்தியுடன் தலையசைத்துக் கொண்டு கையில் இருந்த பையைத் தோளில் சரியாக மாட்டிக்கொண்டு சிசிடிவி கேமராக்களின் வீச்சு எல்லைக்குள் சிக்காமலிருக்க காம்பவுண்ட் சுவர் ஓரமாக நடந்து கடையருகே சாலையைக் கடந்து அனுராதா வீட்டை அடைந்தான். வீட்டுத் தோட்டத்திலிருந்த மாமர நிழல்

அடர்த்தியாக விழுந்திருந்த ஒரு பகுதியைத் தேர்ந்தெடுத்து லாவகமாக சுவரைத் தாண்டிக் குதித்தான்.

மாடிக்குச் செல்லும் தண்ணீர் பைப்பையும், மொட்டை மாடி நீர் கீழே வர அமைக்கப்பட்டிருந்த சிமெண்ட் குழாய்களையும் மாறிமாறிப் பிடித்து லாவகமாக மேலேறி மொட்டை மாடியில் குதித்தான். மாடிக்கதவுக்கு முன்னால் இரும்புக் கம்பிகளாலான கிரில் கதவு போடப்பட்டிருந்தது. அது இரும்புச் சங்கிலியால் கட்டப்பட்டு திண்டுக்கல் பூட்டு கொண்டு பூட்டப்பட்டிருந்தது.

அவன் சுவரோடு ஒட்டிக் கொண்டு தனது பையில் ரகசிய அறையில் ஸ்பாஞ்ச் கொண்டு சுற்றி வைக்கப்பட்டிருந்த ஸ்கெலிட்டன் சாவிகளை எடுத்தான். இந்தச் சாவிகள் எந்தப் பழைய பாணி திண்டுக்கல் பூட்டையும் திறந்துவிடக் கூடியவை. மூன்றாவது சாவியை முயற்சி செய்ததும் பூட்டு திறந்து கொண்டது. பூட்டை கவனமாக கிரில்லில் மாட்டினான். பிறகு உள்ளிருந்த பிளைவுட் கதவினுள் பொருத்தப்பட்டிருந்த லாக்கை கவனமாக உற்றுப் பார்த்தான். "பின் டம்ளர் லாக்" என்று தனக்குள் சொல்லிக் கொண்டு டோர்சன் ரென்ஞ்ச் என்ற கருவியை சாவித் துவாரத்துள் செலுத்தினான். அது டோர்க் முறையில் அசைந்து லிவர்களின் அச்சைக் கண்டு பிடித்து திறக்கும் பின்களைப் பொருத்தியது. ச்சிக் என்ற சத்தத்துடன் உள்கதவு திறந்து கொண்டது.

உள்ளே கால் வைத்தவன் கிரில் கதவையும், மரக்கதவையும் கச்சிதமாக மூடினான். வெளியிலிருந்து வந்து கொண்டிருந்த சிறு வெளிச்சமும் இல்லாமல் வீடு மூழ்வதும் ஒரு கும்மிருட்டு வந்து அப்பிக் கொண்டது. அவன் சில நொடிகள் கண்கள் இருளுக்குப் பழகும் வரை காத்திருந்து படிகளில் மெல்ல இறங்கினான். முதல் மாடியில் ஒரு ஹாலும் இரண்டு படுக்கையறைகளும் இருந்தன. அவற்றில் ஒன்றின் கதவில் பிடிஎஸ் பாடகர்களின் படங்கள் ஒட்டவைக்கப்பட்டிருந்தன. இன்னொன்று கவனக் குறைவாகத் திறந்து கிடந்தது. உள்ளே நோட்டுப் புத்தகங்கள் இறைந்து கிடந்தன.

அந்த அறைகளை அலட்சியப்படுத்திவிட்டு படிகளில் இறங்கி கீழ் தளத்திலிருந்த பிரம்மாண்டமான ஹாலுக்கு வந்து சேர்ந்தான். ஒரு மூலையில் நான்கடி உயர திருப்பதி வெங்கடாசலபதி படம்

வைக்கப்பட்டு முன்னால் பூஜைப் பொருட்களை வைப்பதற்கான கப்போர்ட் அமைக்கப்பட்டிருந்தது.

அவன் கப்போர்டைத் திறந்து ஒரு மெழுகுவர்த்தியை எடுத்துப் பற்ற வைத்தான். அதன் சுடர் கலையழகுடன் செதுக்கப்பட்டிருந்த பளபளப்பான மர டீபாயின் மீதும், , அதன் மேல் வைக்கப்பட்டிருந்த பெரிய உருளியின் மேலும் பட்டு மங்கிய மஞ்சள் நிறத்தில் எதிரொளித்தது. உருளிக்குள்ளிருந்த நீரில் தூசி ஒரு படலம் போலப் படிந்து கருத்துக் கிடந்தது. அவன் மெழுகுவர்த்தி ஒளியில் படுக்கையறைகளுக்குச் செல்லும் காரிடாரைக் கண்டுபிடித்தான்.

ஒரு படுக்கையறைக் கதவில் திருநீறு குங்குமப் பொட்டுக்கள் வைக்கப்பட்டிருந்தன. சாய்பாபா படம் ஒட்டப்பட்டிருந்தது. இதுதான் அனுராதா மேடத்தின் அறை. அவன் கதவைத் தொட்டதும் திறந்து கொண்டது. பூட்டப்படவில்லை. உள்ளே நுழைந்ததும் ஒரு சுவர் முழுக்க அமைக்கப்பட்டிருந்த கரும் பழுப்பு பிளைவுட் கப்போர்டுகளில் மெழுகுவர்த்தியின் சுடர் மெல்ல நடனமாடியது. நிழல்களும் திரைச்சீலைகளும் அசைந்து ஒரு அமானுஷ்ய சூழலை உருவாக்கின. அவன் சிலவிநாடிகள் நின்று அந்த அறையின் அசைவுகளை அவதானித்தான். பின்பு கப்போர்டுகளை நெருங்கி கூர்ந்து நோக்கினான். அவற்றில் நான்கு கதவுகள் இருந்தன. ஒரு கப்போர்டு கதவில் ஸ்டிக்கர் பொட்டுகள் ஒட்டப்பட்டிருந்தன. அது பெண்ணின் உடைகள், பொருட்கள் இருக்கும் ரேக் என்று முடிவு செய்து அந்தக் கதவை மட்டும் தன் கையில் கொண்டு வந்திருந்த டோர்சன் ரென்ஞ்ச் கொண்டு நோண்டித் திறந்தான்.

சேலைகளை கலையாமல் தொடாமல் தூக்கிப் பார்த்ததான். கப்போர்ட்டின் உள்ளே ஒரு டிராயர் காணப்பட்டது. அவன் ஒரு விநாடி இதையும் திறக்க வேண்டுமா என்ற சலிப்புடன் பார்த்தான். ஆனால் அது பூட்டப்பட்டிருக்கவில்லை. திறந்ததும் உள்ளே பல அழகான நகைப்பெட்டிகள் அடுக்கி வைக்கப்பட்டிருந்தன.

அவன் பதட்டமே இல்லாமல் ஒவ்வொரு நகைப்பெட்டியாக எடுத்துத் திறந்து பார்த்தான். தங்க ஆரங்கள், நெக்லஸ்களை விட்டுவிட்டு, வைர மூக்குத்தி, வைரக்கம்மல், வைர மோதிரம், என்று வைரம் உள்ள நகைகளை மட்டும் எடுத்து பத்திரப்படுத்திக்

கொண்டு நகைப் பெட்டிகளை திரும்பவும் பத்திரமாக அதே வரிசையில் உள்ளே வைத்தான்.

பின்பு சாவகாசமாக சமையலறை சென்று பிரிட்ஜைத் திறந்து கூல் டிரிங்க் எடுத்துவந்து டைனிங் டேபிளில் அமர்ந்து கலந்து குடித்தான். சில நிமிடங்கள் இன்னொரு சேர் மீது கால்களை வைத்து ஓய்வெடுத்தான். பின்பு மாடிக்குச் சென்று கதவுகளை முடிந்தவரை அதே முறையில் பூட்டிவிட்டு வந்த வழியிலேயே இறங்கி காணாமல் போனான்.

—

அனுராதா மேடம் வாயில் கதவில் சாவியைப் பொருத்தியதும் கோத்ரெஜ் டிஜிடல் லாக் மென்மையான கிளிக் சத்ததுடன் வெண்ணைப் போலத் திறந்து கொண்டது. ஒருவார சுற்றுலா முடிந்து வந்திருப்பதால் மேடம், சார் குழந்தைகள் எல்லோருக்கும் களைத்துப் போயிருந்தனர். வீட்டு உடைகளுக்கு மாறி கொஞ்ச நேரம் படுத்துக்கொள்ளவேண்டும் என்று எல்லோரும் அவசரப் பட்டனர்.

உள்ளே நுழைந்ததும் ஒருவாரமாகப் பூட்டியிருந்த வீட்டில் வரும் மொக்கை வாடை அடித்தது. கூடவே வேறு ஏதோ ஒரு வாடையும் வீசியது...

என்ன வாடை என்று தேடிய அனுராதா டைனிங் டேபிளில் ஒரு கண்ணாடி டம்ளரில் குளிர்பானம் கால்வாசி மீதியிருந்ததைக் கண்டார். எறும்புகள் நீண்ட வரிசையில் அதன் விளிம்புகள் முழுவதும் ஊர்ந்து கொண்டிருந்தன.

“யார் குடிச்சிட்டு விட்டு அப்படியே விட்டுட்டு வந்தது?” அனுராதா மிரட்டலாகக் கேட்டார்.

எல்லோரும் அவசரமாக தலையசைத்து இல்லையென்று மறுத்தனர். யாருக்கோ கொழுப்பு. மேடம் உல்லாசமான மனநிலையில் இருந்ததால் யாரையும் திட்டாமல் தன் அறைக்குச் சென்று கப்போர்டில் கை வைத்தார்.

கைப்பிடி லொட லொடவென்று ஆட கதவு தானாகத் திறந்து கொண்டது.

மேடம் அதிர்ச்சியுடன் எல்லாவிளக்குகளையும் போட்டு அடுக்குகளைப் பார்த்தார். சேலைகள் அதே ஒழுங்கில் இருந்தன. மனதில் ஒரு சின்ன நிம்மதி பரவினாலும் எதற்கும் பார்க்கலாமென்று டிராயரைத் திறந்தார். நகைப் பெட்டிகள் அப்படியே இருந்தன. நிம்மதிப் பெருமூச்சுவிட்டவர் நகைப்பெட்டிகளைப் பார்த்தால் வழக்கமாகத் தோன்றும் ஆர்வத்தில் சில பெட்டிகளைத் திறந்து பார்த்தார்.

அடுத்த கணம் வீறிட்டார்.

—

மேடம் டெபுடி தாசில்தார் என்பதால் கிரைம்ஸ் இன்ஸ்பெக்டர் பறந்து வந்தார்.

வீட்டின் முன்கதவு உடைக்கப்படவில்லை.

அலாரம் அடிக்கவில்லை. மற்ற கப்போர்டுகள், பீரோக்கள் உடைக்கப்படவில்லை. ஒரே ஒரு கப்போர்ட்டு. அதுவும் வைர நகைகள் இருந்த ரேக் மட்டும் உடைக்கப்பட்டிருந்தது. இன்ஸ்பெக்டரும், ஏட்டும், மற்ற போலீஸ்காரர்களும் ஒவ்வொரு அங்குலமாகத் தேடினர். தரையில் மெழுகு திரி எரிந்த பொட்டுக்கள் காணப்பட்டன. திருடன் வீடு முழுக்க சுற்றித் திரிந்திருக்கிறான். ஏழுமலையான் படத்தின் கீழே பாதி எரிந்த நிலையிலிருந்த மெழுகு திரி கிடந்தது.

டைனிங் டேபிளில் பாதி குடித்த கூல் டிரிங்க்... துல்லியமாகத் திட்டமிட்டுத் திருடும் திருடனின் முத்திரை.

தஞ்சாவூர் தியாகராஜன்... இன்ஸ்பெக்டர் முணுமுணுத்தார்.

—

பிடிச்சிடலாமா?

இன்ஸ்பெக்டர் அவநம்பிக்கையுடன் உதட்டைப் பிதுக்கினார்.

தியாகராஜன் வைரத்தை மட்டும்தான் திருடுவான். ஏன்னா ரோட்டில் போலீஸ் பிடித்தால் மறைத்து வைக்க எளிதாக இருக்கும்.

இவ்வளவு கவனமாக இருப்பவன் ஏன் மெழுகுதிரி ஏற்றினான்? ஏன் பானம் எடுத்துக் குடித்தான்?...

திருடர்கள் தாங்கள் திருடும் வீட்டின் மீது தங்களுக்கு ஏதோ உரிமை இருக்கிறது என்று நிலைநாட்ட விரும்புகிறார்கள். அதனால் வீட்டின் உரிமையாளர் போல நடந்து கொள்கிறார்க்கள்.

சிலர் சிறுநீர் கழித்து வைப்பார்கள். சிலர் உணவை எடுத்து சாப்பிடுவார்கக்ள். சிலர் பாத்ரூமில் போய் குளிப்பார்கள். தஞ்சாவூர் தியாகராஜன் ஹைஃபையான திருடன் என்பதால் கூல் டிரிங்க்ஸில் கைவைக்கிறான்.

"எங்க வீடு ஆளில்லாம இருக்குன்னு எப்படி சார் தெரிஞ்சுது?"

—

பக்கத்து வீட்டு வேலைகாரர்க்கள், கூர்க்காக்கள், டிரைவர்கள் எல்லோரையும் துப்புறவாக விசாரித்தார்கள். ஒரு பிடியும் கிடைக்கவில்லை.

இன்ஸ்பெக்டர் பற்களை நறநறவென்று கடித்தார். "ராஸ்கல் நீ மட்டும் கைல கெடச்சே..."

"வீடு பூட்டியிருப்பது யார் யாருக்குத் தெரியுங்கற லிங்க் கிடைத்தால் ஆள் கெடச்சுடுவான் சார்..."

"ஆமாம் சார்... யார் மூலம் தகவல் கெடச்சுதுன்னு கண்டுபிடிங்க"

போலீஸ்காரர்கள் அந்த ஏரியாவையே தலைகீழாகப் புரட்டி விசாரிக்கின்றனர். ஒரு பலனும் இல்லை.

"நாங்க போலீஸ் ஸ்டேஷனில் சொல்லிட்டுத்தானே போனோம்? அப்படியிருந்தும் இப்படியாயிருச்சே" மேடம் புலம்பினார்.

"நாங்க ரோந்து போகும் போது உங்க வீட்டு மேல ஒரு கண் வெச்சிருந்தோமே"

இன்ஸ்பெகடருக்குள் ஒரு விளக்கு எரிய போலீஸ் ஸ்டேஷன் வந்து சிசிடிவி, டைரி, ரெஜிஸ்டர் எல்லாவற்றையும் புரட்டித் தேடினார்.

ரைட்டர் டேபிளுக்கு மேலே ஒரு போர்டில் ரோந்து செல்பவர்கள் கவனிக்க வேண்டிய வீடுகளின் முகவரி எழுதி வைக்கப் பட்டிருந்தது. அதற்கு நேர் கீழே ஜாமீனில் வெளியே வந்த திருடர்கள் மற்றும் வேறு குற்றங்கள் சாட்டப்பட்டவர்கள் கையெழுத்துப் போடும் பதிவேடு வைக்கப்பட்டிருந்தது. இன்ஸ்பெக்டர் கடுங்கோபமடைந்தார்.

காவல்நிலைய எழுத்தரை ஆசை தீர நான்கு திட்டு திட்ட வேண்டும் என்று நினைத்தவர் அங்கே எழுதிப் போடச் சொன்னது தான்தான் என்ற நினைவு வந்ததும் அமைதியாகிவிட்டார். இரண்டு நாட்களில் நூற்றுக்கணக்கானவர்கள் காவல்நிலையத்துக்கு வந்திருக்கிறார்கள். யார் வேண்டுமானாலும் கவனித்திருக்கலாம், யாரிடம் வேண்டுமானாலும் சொல்லியிருக்கலாம்.

கையெழுத்திட வந்தவர்களை விசாரித்தபோது யாருக்கும் தஞ்சாவூர் தியாகராஜனைத் தெரிந்திருக்கவில்லை. உள்ளூர் திருட்டுக் கும்பல்கள் எதற்கும் அவனுடன் தொடர்பும் இல்லை.

தியாகராஜனைப் பிடித்து விசாரித்தால் மட்டுமே உண்மை தெரியும் என்ற முடிவுக்கு இன்ஸ்பெக்டர் வந்தார். அவருக்குத் தனிப்பட்ட முறையில் இந்த வழக்கில் ஆர்வம் வந்திருந்தது.

—

போலீஸ்காரர்கள் எல்லா நகைக்கடைகளுக்கும் சென்று எச்சரித்தனர். "இந்தப் படத்திலிருப்பவன் தஞ்சாவூர் தியாகராஜன். இவன் வந்தால் உடனே காவல் நிலையத்துக்குத் தகவல் கொடுக்க வேண்டும்" தமிழகம் முழுவதும் செக்போஸ்டுகளும், காவல்நிலையங்களும் எச்சரிக்கப்பட்டன.

அவன் உடனடியாகப் பிடிக்கப்படாவிட்டால் இன்னும் பெரிய திருட்டு நடக்க வாய்ப்பு இருக்கிறது.

"தியாகராஜன் எந்த நகைக்கடைக்கும் விற்க வரமாட்டான்" இன்ஸ்பெக்டர் சொல்கிறார்.

"அப்புறம் அவனை எப்படித்தான் சார் பிடிப்பது?"

"ஒரே ஒருதடவதான் அவன் மாட்டியிருக்கான்"

—

ஒருவர் வீட்டைப் பூட்டி விட்டு வெளியே கிளம்புகிறார். அந்த உருவம் போலி சாவி போட்டுத் திறந்து உள்ளே நுழைகிறது. பீரோவில் வைத்திருக்கும் பொருளைத் திருடிவிட்டு பிரிட்ஜைத் திறக்கிறது. ஒரு பாட்டிலுக்குள் இருக்கும் குளிர்பானத்தை எடுத்துக் குடிக்கிறது.

உருவத்தின் அனைத்து நரம்புகளும் விழித்துக்கொள்ள நிறுத்த முடிவதில்லை...

இது குளிர்பானமல்ல. சரக்கு!

முழு சரக்கையும் அடித்து விடுகிறது. காலையில் உரிமையாளர் வந்து பார்த்த போது உருவம் சுரணையற்று தரையில் கிடக்கிறது.

—

“அந்த ஒருதடவதான் அவன் மாட்டினான். அதுவும் ஒருத்தன் பொண்டாட்டியை ஏமாத்த மிரிண்டா பாட்டிலில் விஸ்கியை ஊத்தி வெச்சிருந்ததால” – இன்ஸ்பெக்டர் சொன்னார்.

“அப்ப இனி யாராச்சும் பிரிட்ஜ்ல சரக்கு வெச்சாத்தான் புடிக்க முடியுமா?” எஸ் ஐ கேட்டார்.

“டயமெண்ட் வாங்கற எல்லா எடத்தையும் கண்காணிக்கிறோம். ஸ்டேட் எல்லைகளில் கவனிக்கிறோம்... இந்த தடவை தப்ப முடியாது. டயமண்ட் வியாபாரிகள் பெரிய லெவலில் தொழில் செய்பவர்கள். சில்லறை கிரிமினல் வேலை செய்ய மாட்டார்கள். நம்முடன் ஒத்துழைப்பார்கள். டயமண்ட் நகை வாங்குபவர்கள் அப்படியொன்றும் அதிகமில்லை. சில கடைகள்தான் இருக்கின்றன. அங்கே ஒரு கண் வைத்திருந்தால் பிடித்து விடலாம். மாநிலத்தின் எல்லா காவல்நிலையங்களுக்கும் தகவல் கொடுத்திருக்கிறோம். அவன் வைரத்தை விற்க எங்காவது வந்தே ஆகவேண்டும். காத்திருப்போம். பொறிவைத்துக் காத்திருப்போம்” என்றார் இன்ஸ்பெக்டர்.

—

தியாகராஜன் அந்த பெரும் மாளிகைக்கு வருகிறான்.

அனுராதா வீட்டில் அடித்த வைரங்கள் பொதித்த நகை.

பெரும் தொழிலதிபர் மனைவியிடம் “இது ஏண்டிக் மேடம். நூற்றைம்பது வருடம் பழமையானது”

அந்தப் பெண்ணின் கண்கள் சுடர்விடுகின்றன. தங்க ஆசாரி அதைத் தேய்த்து தங்கம் என்றும் வைரம் என்றும் உறுதிப் படுத்துகிறார்.

தியாகராஜன் சூட்கேஸுடன் வந்து காணாமல் போகிறான்.

—

சில நாட்களுக்கு முன்பு

தஞ்சாவூர் தியாகராஜன் நகரின் அந்த பிரபலமான நகைக்கடையில் அட்சய திருதியை அன்று நின்று கொண்டிருக்கிறான். அனுராதா மேடம் உள்ளே வருகிறார். கடை சிப்பந்திகள் அவரை மரியாதையுடனும் நட்புடனும் வரவேற்பதிலிருந்தே அவர் அந்தக் கடைக்கு வழக்கமாக வருபவர், மதிப்புரிய வாடிக்கையாளர் என்பது தெரிகிறது. அவர் அணிந்திருக்கும் ஆபரணங்கள் அவர் வைர நகைகள் மீது மிகுந்த ஆர்வம் கொண்டவர் என்பதைக் காட்டிக் கொடுத்தன.

தியாகராஜன் விழிகளால் அவரைத் தொடர்கிறான். அனுராதா நேராக வைர நகைகள் இருக்கும் பிரிவுக்குச் செல்கிறார். தியாகராஜனின் கண்கள் பளிச்சிடுகின்றன. கடை முழுக்க நிற்க இடமில்லாத கூட்டம். ஒவ்வொரு சேருக்குப் பின்பும் மூன்று நான்குபேர் நகை வாங்கக் காத்து நின்றதால் யாரும் யார் மேலும் தனிப்பட்ட கவனம் செலுத்தும் நிலையில் இல்லை. தியாகராஜன் நிதானமாக அனுராதா மேடம் நகை வாங்கி முடிக்கும் வரை காத்திருக்கிறான்.

மேடம் வெளியே வந்து அரசு ஜீப்பில் ஏறிப் போகிறார். முன்னால் டெபுடி தாசில்தார், கோவை தெற்கு என்று கொட்டை எழுத்தில் எழுதியிருக்கிறது. தியாகராஜன் தனது பைக்கில் அதைத் தொடர்கிறான். ஜீப் அனுராதா மேடத்தின் வீட்டுமுன்னால் வந்து நிற்கிறது.

தியாகராஜனின் முகத்தில் புன்முறுவல் அரும்புகிறது.

ஶ்ரீ ஶ்ரீ ஶ்ரீ

உலகம் திருச்செங்கோட்டை ஆய்வு செய்கிறது

1

திருசெங்கோடு

ஆயிரத்து தொள்ளாயிரத்து ஐம்பதுகளின் பிற்பகுதி

"ஆசாரி லாரி நின்னு போச்சு" முதலியார் அனுப்பிய ஆள் சைக்கிளை விட்டு இறங்காமலேயே காலூன்றி நின்று அவசரமாகச் சொன்னான்.

"லேலாண்ட் லாரியா? புது வண்டியா?"

"ஆமாங்க"

"ஆக்சில் போச்சா?"

"ம்"

நாமக்கல், திருச்செங்கோடு வட்டாரத்தில் லாரி பாடி கட்டும் பல பட்டறைகள் இருந்தாலும் பெரியாசாரிதான் மிகவும் பிரபலம். லாரியில் என்ன பிரச்சினை என்றாலும் முதலாளிகள் முதலில் அவரிடம்தான் வருவார்கள்.

"டேய் தாமா கௌம்புடா" ஆசாரி நரையோடியிருந்த குடுமியை இறுகக் கட்டிக்கொண்டே மகனை அழைத்தார். அடுத்த விநாடி தாமன் அவர் முன்னால் நின்றான். முறிந்து நிற்கும் லாரிகளைப் பார்க்கும்

வாய்ப்பை பரந்தாமன் என்கிற தாமன் ஒருபோதும் தவற விடுவதில்லை என்பது ஆசாரிக்குத் தெரியும் என்பதால் குறுநகை செய்தார். அதுவும் கொஞ்ச நாட்களாக இதே வேலையாக ஆக்ஸில் முறிந்த லாரிகளைச் சுற்றிச் சுற்றி வந்து கொண்டிருந்தான்.

தாமனுக்கு இருபது வயதிருக்கலாம். கிராப் வெட்டிய தலைமுடி படியாமல் நெட்டுக்குத்தாக நின்றுகொண்டிருந்தது.

"என்ன முடி இது முள்ளம்பன்னி மாதிரி!" ஆசாரி கிண்டலாக நினைத்துக் கொண்டார். தாமன் ஆசாரியே அச்சாகவிருந்தான். இருவருக்கும் ஒரே மாதிரி அகன்ற நெற்றி. ஒவ்வொன்றையும் வியப்புடன் பார்க்கும் பெரிய கண்கள். சற்றே குள்ளமான உருவம். மாநிறம். அலையவும், உழைக்கவும், புதியன கற்றுக் கொள்ளவும் தயங்காத குணம். தனது நான்கு மகன்களில் இவன்தான் திருச்செங்கோடு முழுதும் முளைத்துக் கொண்டிருக்கும் தன் பட்டறைகளைக் கட்டியாளப் போகிறவன் என்று அவருக்கு அடிக்கடி தோன்றத் தொடங்கியிருந்தது.

ஆசாரியும், பரந்தாமனும் சைக்கிள்களை எடுத்துக்கொண்டு கிளம்பினார்கள். எப்படியும் வாரம் ஒரு லாரி இப்படி முறிந்து நிற்கும்.

அந்தக் காலத்தில் ஈரோட்டில் பருத்தி விளைந்தது. நெசவாலைகள் சேலத்தில் இருந்தன. ஈரோட்டிலிருந்து சேலம் செல்லும் பாதை திருசெங்கோடு வழியாகச் சென்றது. திருசெங்கோட்டில் மாட்டு வண்டி செய்யும் ஆசாரிகள் நிறைய இருந்தனர். இவர்கள் பருத்தியை கொண்டு செல்லும் மாட்டு வண்டிகளைக் கட்டினர். பழுது பார்த்தனர்..

பெரியாசாரியும் முதலில் மாட்டு வண்டிதான் செய்து வந்தார். அதற்கான தச்சு வேலையும், கொல்லு வேலையும் அவரே செய்வார். ஆனால் சேலம் ஈராடு சாலையில் பறக்கத் தொடங்கியிருந்த லாரிகள் அவரது மன அமைதியை முற்றிலும் குலைத்துவிட்டன. உலகம் எங்கோ போய்க் கொண்டிருக்க தான் பத்தாம் பசலியாகக் காலாவதியாகப் போகும் விஷயத்தைப் பிடித்துத் தொங்கிக் கொண்டிருப்பது போல அவருக்குத் தோன்றியது. காற்றைக் கிழித்துக் கொண்டு பறக்கும் இந்த

வாகனத்துடன் தன்னை இணைத்துக் கொள்ளவேண்டும் என்று சுற்றிலுமிருந்த குன்றுகளிலிருந்து வீசிய வறண்ட வெப்பக் காற்று உடலை வருடிச்சென்ற ஒரு கணத்தில் முடிவு செய்தார்.

இரண்டாம் உலகப் போரை அடுத்து வந்த ஆண்டுகளில் ஏதேதோ நாடுகளிலிருந்து கழித்து விடப்பட்ட இரும்புப் பொருட்கள் கப்பல் கப்பலாக சென்னைத் துறைமுகத்தில் வந்து இறங்கியிருந்தன... அவற்றில் பழைய வாகனங்களின் சேஸ்களும், எஞ்சின்களும், மற்ற பாகங்களும், சிலபோது சிதிலமான முழு வண்டிகளும்கூட இருந்தன.

மனைவியின் நகைகளையெல்லாம் விற்று மெட்ராஸ் சென்ற ஆசாரி மேனி முழுவதும் துருப்பிடித்து அரித்துக் கிடந்த ஒரு வேனை வாங்கினார். அதன் எஞ்சின் ஓரளவு நன்றாக இருந்தது. இரவு பகலாக உழைத்து அதன் துருப்பிடித்த உடலை கச்சிதமாக மாற்றியமைத்து திருச்செங்கோட்டில் ஒய்யாரமாக ஓட்டிச் சென்றார்.

அதைப் பார்த்த பிறகு பஸ், லாரி வாங்க விரும்பியிருந்த பலரும் ஆசாரியைத் தேடி வந்தார்கள். ஆசாரி மெட்ராஸ் போய் பழைய இரும்புக் கடைகளில் மலைமலையாகக் குவிந்து கிடக்கும் இரும்பு சாமான்களில் தேடி ஓடும் நிலையிலிருக்கும் பழைய Perkins 4 cylinder engine பொருத்தப்பட்ட ford trasit அல்லது bed ford வண்டிகளை வாங்கிவருவார்.

பின்பு அவற்றைச் சரிசெய்து புத்தம் புதிதாக மாற்றி திருச்செங்கோடு நாமக்கல் சங்ககிரி சாலையில் ஓடவிடுவார்.

அண்மைக் காலமாக லண்டனின் லேலாண்ட் கம்பெனி மெட்ராஸைச் சேர்ந்த அசோக் மோட்டார்ஸ் கம்பெனியுடன் சேர்ந்து அசோக் லேலாண்ட் லாரிகளைத் தயாரிக்கத் தொடங்கி யிருந்தது. தயாரிப்பு என்றால் இங்கிலாந்தில் தயாரிக்கப்பட்டு வரும் லாரிகளின் பாகங்களை இங்கே இணைப்பது மட்டும்தான். இந்த லாரிகளில் ஆறு டன் மட்டுமே எடை ஏற்றமுடியும். அதற்குமேல் அதிக எடை ஏற்றினால் ஆக்சில் முறிந்துவிடும், ஆனால் இந்த வியாபாரிகள் எப்போதும் பத்து டன்னுக்குக் குறையாமல் சரக்கு ஏற்றுவார்கள். இந்திய வெப்பத்துக்கும், சாலைகளுக்கும் லேலாண்ட் ஏற்றதாகவே இல்லை.

"அதோ அங்க தான்" என்றான் வழிகாட்டிக் கொண்டு சைக்கிளில் முன்னால் போய்க் கொண்டிருந்தவன்.

ஒரு அசோக் லேலாண்ட் கோமட் 350 லாரி இழுத்துக் கொண்டு போய் சாலையோரப் பள்ளத்தில் இறங்கி நின்றிருந்தது. சாலையில் டயர் தேய்ந்த கருப்புத் தடங்கள் அழுத்தமாகத் தென்பட்டன. பெருங்கூட்டம் சுற்றி நின்று வேடிக்கை பார்த்துக் கொண்டிருந்தது. அருகே வேப்ப மர நிழலில் கப்பல் கவிழ்ந்தது போல சோகமே வடிவாக முதலியார் நின்றுகொண்டிருந்தார். அவரது மயிரடர்ந்த காதுகளிலிருந்த வைரக் கடுக்கண், அவர் துயரத்துடன் தலையாட்டிக் கொள்ளும் போது கிண்டல் செய்வது போல கண் சிமிட்டியது. குடுமி அவிழ்ந்து, வியர்வையில் நனைந்திருந்த தலைமுடி தோட்களில் படிந்து கிடந்தது. ஆசாரியும் பரந்தாமனும் சைக்கிளில் இருந்து இறங்குவதற்கு முன்பே முதலியார் பாய்ந்து ஓடி வந்தார்.

"லேலாண்ட் லாரிக்காரனும் திருந்த மாட்டான். திருச்செங்கோடு, ஈரோடு வியாபாரியும் திருந்த மாட்டான்" ஆசாரி வாய்க்குள் முணுமுணுத்துக் கொண்டார்.

"என்ன ஆசாரி சரி பண்ணிடலாமா?" ஆசாரியின் முகத்தையே பார்த்துக் கொண்டிருந்த முதலியார் கவலையுடன் கேட்டார்.

ஆசாரி லாரியின் தளத்தைத் தாங்கி நிற்கும் ஏக்சிலை உற்றுப் பார்த்தபடி சுற்றி வந்தார்.

"கம்பெனிக்காரன் ஏன் இதைச் செரி பண்ண மாட்டேங்கறான்?" ஆசாரி, முதலியாருக்கு பதில் சொல்லாமல் தனக்குள் பேசிக் கொண்டார்.

"ஒருவேளை அதிக எடை ஏத்தினா நிறைய லாரி வாங்க மாட்டாங்கன்னு நெனைக்கறானோ? இல்ல லண்டன்காரனுக்கு நம்ம பிரச்சினையே தெரியலையோ?"

"ஆசாரி...?" முதலியார் அழுதுவிடுவார் போலிருந்தது.

"ம்". ஆசாரி பட்டுக்கொள்ளாமல் பதிலளித்தார். சரிசெய்தாலும் திரும்பவும் இதேதான் நடக்கும். ஏதாவது வாக்குறுதி கொடுத்து மாட்டிக் கொள்ளக்கூடாது என்ற எச்சரிக்கை அவரது வாயைக் கட்டிப் போட்டிருந்தது.

“லாரிய சரி பண்ணிடலாமா? சம்பாதிச்ச பணத்தையெல்லாம் இதில போட்டிருக்கேன்”

“ஒரு வேல பண்ணலாம்” ஆசாரி, முதலியார் இருவருமே திடுக்கிட்டுத் திரும்பினார்கள். பரந்தாமனின் பார்வை ஏக்சிலில் மீது பதிந்திருந்தது. அருகிலிருந்த இருவரையும் அவன் ஒரு பொருட்டாகவே கருதியது போலத் தெரியவில்லை.

“என்ன வேல?” “என்ன பண்ணப் போற” முதலியார் படபடத்தார். கடலில் மூழ்கிக் கொண்டிருக்கும் போது எந்தத் துரும்பு கிடைத்தாலும் பற்றிக் கொள்ளும் பதட்டம் அவர் குரலில் தெரிந்தது.

“பாத்துக்கலாம்?”

“என்னடா பாத்துக்கலாம்? பெரியாசாரி அதட்டினார். இவன் ஏதாவது வாயைக் கொடுத்து முதலியார்மார்களிடம் சிக்கிக் கொண்டு அல்லாட வைக்கப் போகிறான்.

பரந்தாமன் அதைக் காதில் போட்டுக் கொண்டது போலவே தெரியவில்லை. அவன் பார்வை ஏக்சிலின் மீதே அழுத்தமாகப் பதிந்து கிடந்தது.

இந்த லாரியும் அப்பனும் மகனும் சேர்ந்து தன்னை திருச்செங்கோடு மலையிலிருந்து தள்ளிவிடப் போகிறார்கள் என்று கருவியபடி முதலியார் நகர்ந்தார். அதே நேரம் ஆசாரி லாரித் தொழிலில் கை தேர்ந்தவர். அவரது புகழ் திருச்செங்கோட்டைச் சுற்றி நாலாப்பக்கமும் பரவியிருந்தது. ஏதாவது செய்து லாரியைக் காப்பாற்றிவிடுவார் என்ற நம்பிக்கையும் முதலியாரின் மனதில் நிழலாடிக் கொண்டிருந்தது.

2

ஆசாரி காலையில் பட்டறைக்குப் புறப்படும்போது அம்மிணி சொன்னார் “தாமன் ராத்திரி வீட்டுக்கு வரவேயில்ல”

ஆசாரிக்குத் தாமன் மீது தனி அன்பு உண்டு. சொல்பேச்சுக் கேட்காதவன் ஆனால் புத்திசாலி. இந்தமாதிரி ஆட்கள் சீக்கிரம் கெட்டுப் போய்விடுவார்கள் என்பது ஆசாரியின் அனுபவம்.

கொஞ்சம் கவலை, கொஞ்சம் கோபத்துடன் பட்டறைக்குப் சென்றவர் வேலியைத் தாண்டி உள்ளே கால் வைத்ததும் நெஞ்சைப் பிடித்துக்கொண்டு அப்படியே உட்கார்ந்து விட்டார்.

முதலியாரின் வண்டி அக்கு வேறு ஆணிவேறாகப் பிரித்துப் போடப்பட்டிருந்தது. இலுப்பமரத்தடியில் கிடந்த ஒரு லாரியின் டிரைவர் சீட்டில் தாமன் தன்னை மறந்து உறங்கிக் கொண்டிருந்தான். அந்த முகத்தில் துளிக்கவலையும் தெரியவில்லை. இவர் வந்த சத்தம் கேட்டதும் சாவகாசமாக எழுந்து நெட்டி முறித்தான்.

பெரியாசாரிக்கு குரல் எழும்பவேயில்லை. சேஸில் கைவைப்ப தெல்லாம் பெரிய வேலை. வெள்ளைக்காரன் செய்வது. குறைந்த பட்சம் அவனிடம் போயாவது தொழில் பழகவேண்டும். அசோக் லேலாண்ட் கம்பெனிக்காரனே இதையெல்லாம் செய்வதில்லை. இங்கே இந்த குட்டியூண்டு ஊரில் உட்கார்ந்து கொண்டு இந்த வேலை செய்தால் லாரியைக் கயலான் கடைக்குத்தான் அனுப்ப வேண்டும். சொத்தை விற்றல்லவா முதலியாருக்குக் கடன் தீர்க்க வேண்டிவரும்...

தாமன் அவர் பதட்டத்தை ரசித்துச் சிரித்துக் கொண்டிருந்தான்.

“என்னடா சிரிக்கறே?” ஆசாரி ரௌத்திரகாரமாக கர்ஜித்தார்.

தாமன் மீண்டும் சிரித்தான். பின்பு அலட்சியமாகச் சொன்னான், “இந்த எடத்துல ஒரு வெல்ட் அடிச்சா சரியாயிடும்”

டிரைவ் ஷாஃப்ட் என்னும் பகுதி எஞ்சினின் சக்தியை சக்கரங்களுக்கு மாற்றிக் கொடுக்கும். இந்த அச்சிலேயே சக்கரங்கள் சுழலும். இந்த மொத்த அமைப்பையும் பாகம் பாகமாகப் பிரித்ததில் எந்த இடத்தில் பிரச்சினை என்பதை தாமன் கண்டு கொண்டிருந்தான்.

“இந்த இடத்தில் பாரம் இறங்குவதால் அச்சு முறிகிறது” தாமன் ஓரிடத்தை சுட்டிக் காட்டினான். “இங்கே ஒரு எக்ஸ்ட்ரா ராடு கொடுத்து வெல்டு அடித்தால் முறியாது. எல்லா லாரிக்கும் இதேதான்”

லண்டன் முதலாளிகளும், அசோக் மோட்டார்ஸ் இஞ்சினியர்களும் தீர்க்க முடியாமல் திணறிக் கொண்டிருக்கும்

பிரச்சினை இதுதானா? இதைச் சரிசெய்ய முடியாமல்தானா இந்தியா முழுவதும் லாரிக்காரர்கள் திண்டாடி நட்டப்பட்டுக் கொண்டிருக்கின்றனர்?

திருச்செங்கோடு பாடிபில்டிங் தொழிலின் மையமாக மாறத் தொடங்கியது அன்றிலிருந்துதான்.

3

அந்த ஆண்டு பயங்கர வெயில். எல்லாக் கிணறுகளும் வறண்டுவிட்டன. குடிக்க ஒரு குடம் தண்ணீருக்கு மைல் கணக்கில் அலையவேண்டி வந்தது. திருச்செங்கோடு வட்டாரம் தண்ணீர்ப் பஞ்சத்தில் தவியாகத் தவித்துக் கொண்டிருந்தது.

தாமன் வேலையில் மூழ்கியிருந்த போது ஏதோ கம்பெனி மெஷின் இயங்குவது போன்ற அந்த விசித்திரமான சத்தம் கேட்டது. அது நெருங்கி நெருங்கி வந்துகொண்டிருந்தது. சாலையில் வண்டிகள் போகும்போது நிமிர்ந்து பார்க்கும் வழக்கம் அவனுக்கு இல்லை. அதன் ஓசையை வைத்தே என்ன வண்டி என்பதையும் யாருடையது என்பதையும்கூட உணர்ந்து கொள்வான். இது ஏதோ வேறுவிதமான முழக்கம் போன்ற இரைச்சல்.

என்ன வண்டி இது? பட்டறை ஆட்களும், உள்ளூர்க்காரர்களும் சாலையில் குவிந்தனர். சில நொடிகளில் அந்த விசித்திரமான வாகனம் தோன்றியது. வழக்கமான லாரிகளைவிட இரண்டு மடங்கு பெரிய பிரம்மாண்டமான லாரி ஒன்று சாலை முழுவதையும் அடைத்துக் கொண்டு வந்து கொண்டிருந்தது. லாரியின் கேபினுக்கு மேல் ஏழெட்டு அடி உயரத்துக்கு என்னென்னவோ பைப்புகள் இயந்திரங்கள் அடுக்கப்பட்டிருந்தன. லாரியின் தளத்தில் ரயில் எஞ்சின் போல ஒரு ராட்சச இயந்திரம் உட்கார்ந்திருந்தது.

"என்ன இது?" எல்லோரும் திறந்த வாய் மூடவில்லை. தாமன் ஓடிச் சென்று தனது வேனை ஸ்டார்ட் செய்து அந்த லாரியைத் தொடர்ந்தான்.

அந்த விசித்திர லாரி ஒரு பஞ்சாயத்து ஆபீஸ் முன்பு போய் நின்றது.

"இது கிணறு தோண்டும் மிசின். ஒரே நாள்ல தோண்டிடுமாம்"

அது காதைப் பிளக்கும் ஓசையுடன் தரையைத் துளைத்தது திருச்செங்கோடு முழுவதும் கேட்டது. யாரோ மண்டைக் குள்ளேயே உறுமுவது போலவும், காதுகளைக் கடப்பாரை விட்டுக் குடைவது போலவுமிருந்தது அது போட்ட சத்தம். தாமன் முதலில் காதைப் பொத்திக்கொண்டு ஓடி விட்டான். பின்பு அந்தப் பேரிரைச்சல் காந்தம் போல இழுக்க திரும்பவும் வந்தான்.

டீசல் வாசம் சுற்றுப் புறமெங்கும் நிறைத்தது. தலையிலிருந்து கால்வரை கிரீஸ் கறை படிந்த ஆட்கள் கருமமே கண்ணாக வேலையில் மூழ்கியிருந்தனர். கடினத் தரையைத் துளைத்துக் கொண்டு குழாய்கள் நிதானமாக கீழிறங்கிக் கொண்டிருந்தன. சேறும் சகதியுமாகத் தண்ணீர் பீறிட்டு வந்து தெருவில் பெருக்கெடுத்து ஓடத் தொடங்கியது. அதன் இருபுறமும் குழம்புபோல சகதி படிந்தது.

அடுத்த இரண்டு நாட்களில் ஆழ்துழைக் கிணறு தோண்டும் வேலை முடிந்து பைப் போடப்பட்டு கண்ணாடி போன்ற தெள்ளிய நீர் வரத் தொடங்கியது. அரசு தண்ணீர்ப் பஞ்சத்தைக் போக்க இந்த ஆழ்துளைக் கிணறு தோண்டும் இயந்திரத்தை அனுப்பியிருந்தது.

தாமன் அந்த வண்டி வரும் சத்தம் எங்கே கேட்டாலும் வேலையைப் போட்டது போட்டபடி விட்டுவிட்டு அதன் பின்னே போய்விடுவான்.

இது எப்படி இயங்குகிறது என்று தெரிந்து கொள்ள பெரியாசாரி ஒரு ஆழ்துழைக் கிணறு தோண்டும் ரிக் வண்டி வாங்கினார்.

"டேய் எப்படி வேணுன்னாலும் பிரிச்சுப் போடுடா. ஆனால் எப்படி வேல செய்யுதுன்னு கண்டுபிடி"

முதலில் ரிக் வண்டிக்கும் தாமனுக்குமான உறவு மாமியார் மருமகள் உறவுபோல முரண்டு பிடிப்பதாகவிருந்தது. பின்பு அந்த வண்டி அவனுக்கு நண்பனாகிவிட்டது. தன்னுடைய பிரச்சினைகளை அவனிடம் சொல்லியழத் தொடங்கியது.

இந்தியாவில் நிலவிய தண்ணீர் பஞ்சத்தைத் தீர்க்க பிரதமர் தனிப்பட்ட அக்கறை எடுத்து ஹைதராபாத்தில் ஒரு ரிக் வண்டி தயாரிக்கும் ஆலை அமைத்திருந்தார். அங்கிருந்துதான் இந்தியா முழுவதும் ரிக் வண்டிகள் சப்ளை ஆயின.

தாமனுக்கு எது கம்ப்ரசர், எது பிளாட்பார்ம் என்றெல்லாம் தெரிந்ததும் விஷயம் பிடிபட்டுவிட்டது... அவனுக்கு இந்த லாரியைப் பார்த்ததுமே பிடிக்கவில்லை. இது தேவைக்கு அதிகமாகப் பெரியது. நமது ஊருக்கு இவ்வளவு பெரிய லாரி வேண்டியதில்லை. நமது சாலைகளும் இவ்வளவு பெரிய வண்டி செல்ல ஏற்றவையல்ல. இது தவிர அந்த வண்டி ஒழுங்காக இயங்கவுமில்லை. அடிக்கடி நின்று போனது. செலவு பிடித்தது.

இதை எப்படித் தயாரிக்கிறார்கள் என்று தெரிந்துகொள்ள ஹைதராபாத் போன தாமன் ஏமாற்றமடைந்தான். அங்கே ரிக் மெஷின்கள் செய்வார்கள் என்று எண்ணியிருந்தான். ஆனால் அங்கும் அசோக் லேலாண்ட் கம்பெனி போலவே அமெரிக்கா, ஸ்வீடன், ஜெர்மனியில் இருந்து முழுமையாகத் தயாரிக்கப்பட்ட இயந்திரங்களை இறக்குமதி செய்து ஒருங்கிணைக்க மட்டும் செய்தார்கள். இதுதான் விஷயம் என்றால் இவற்றையெல்லாம் வாங்கி நாமே செய்யலாமே, இதைவிட நன்றாகவே செய்யலாமே என்று தாமனுக்குத் தோன்றியது.

திருச்செங்கோடு திரும்பிய தாமன் சிறியதாக, இந்திய சாலைகளுக்கு ஏற்ற வண்ணம் ஒரு மாடலை டிசைன் செய்தார். இதற்கேற்ற நேர்த்தியான கம்ப்ரசர்களை யார் செய்கிறார்கள் என்று இந்தியா முழுவதும் சல்லடை போட்டுத் தேடியவருக்கு இன்ப அதிர்ச்சி காத்திருந்தது. அருகே கோவையிலேயே எல்ஜி நிறுவனம் தனக்கு ஏற்ற கம்ப்ரசர்களை உருவாக்குக்கிறது என்பது தெரியவந்தது.

தனக்குப் பழக்கமான அசோக் லேலாண்ட் சேஸ் வாங்கி, அசுரகனம் கொண்ட இயந்திரங்களைத் தாங்கும் விதத்தில் அதை மாற்றியமைத்து, கோவையிலுள்ள எல் ஜி நிறுவனத்திலிருந்து கம்ப்ரெஸ்ஸர் வாங்கி வந்து திருச்செங்கோட்டிலேயே இணைத்தார்.

அது இயங்கியது. சின்னச் சின்னப் பிரச்சினைகள் இருந்தாலும் ஹைதராபாத் வண்டியைவிட நன்றாகவே இயங்கியது.

பிறகு தாமன் பட்டறையிலிருந்து இன்னொரு ரிக் வெளியே வந்தது. பின்பு இன்னொன்று... இன்னொன்று...

—

"ஆசாரிய்யா உங்களைப் பார்க்க ஒருத்தர் வந்திருக்கார்" தனது கேபினில் உட்கார்ந்து ஏதோ கணக்குகளில் மூழ்கியிருந்த தாமன் நிமிர்ந்து பார்த்தார். வந்து சொன்னவனின் இதழ்களில் ஒரு வேடிக்கைச் சிரிப்பு!... பார்க்க யாரோ வந்திருக்கிறார்கள் என்றால் அதற்கென்ன இளிப்பு... தாமன் அழைத்து வரச் சொல்லி சைகை செய்தார்.

ஆறரை அடி உயரத்தில், வாட்டசாட்டமாக, அட்டக்கருப்பில் சுருட்டை முடி, சப்பை மூக்கு, தடித்த உதடுகள் என்று கம்பீரமாக வந்து நின்ற உருவத்தைப் பார்த்து ஒருநிமிடம் அதிர்ந்து போனார்.

"கென்யாவிலிருந்து வருகிறேன்." வந்தவர் தெளிவான ஆங்கிலத்தில் கூறினார்.

தாமன் ஒருநிமிடம் தயங்கி அவரது நீட்டிய கரங்களைப் பற்றிக் குலுக்கினார்.

"ஹைதராபாத்தில் ஒரு ரிக் வண்டி வாங்கினோம். அது சரியாக வேலை செய்வதில்லை. விசாரித்த போது உங்கள் பெயரைச் சொன்னார்கள்"

"உங்களுக்கு ஜெர்மன், ஸ்வீடன் வண்டி கிடைக்குமே?"

"அது மிகவும் விலை அதிகம். உயர் தொழில் நுட்பம். கென்யாவுக்கு ஒத்து வராது. தரமான, நீடித்து உழைக்கக் கூடிய அதே நேரம் மலிவான இந்திய வண்டிகள் போதும்.

அடுத்த வருடம் இதே போல இன்னொரு உருவம். ஆறடி உயரம். வெள்ளை வெளேரென்ற நிறம். நீண்ட மூக்கு. மெல்லிய உதடுகள், பொன்னிற முடி.

“நான் ஆஸ்திரேலியாலியாவைச் சேர்ந்தவன். நாங்கள் ரிக் இயந்திரங்களை யு எஸ்ஸில் இருந்து வாங்குகிறோம். அவர்கள் உலகம் முழுவதும் சப்ளை செய்வதால் நீண்ட நாட்கள் காத்திருக்க வேண்டியிருக்கிறது.”

—

இன்று 2022

நகரத்தை விட்டுத் தொலைவாகச் செல்லச் செல்ல வேனில் காலம் அழகானதாக மாறிவிடுகிறது. புல் வறண்டு மஞ்சளடித்துக் கண்கூசுகிறது. வெம்மையான காற்றில் வறண்டுபோன ஓடையில் அடர்ந்து வளர்ந்திருக்கும் புதர்கள் மெல்லத் தலையசைத்துக் கொண்டிருக்கின்றன. வெயிலுக்கு பயந்து மக்கள் வீடுகளுக்குள்ளும், தோப்புகளிலும் பதுங்கியிருக்கிறார்கள். ஆளரவமற்று நீண்டு செல்லும் சாலையும், சுற்றுப்புறமும் மோனத்தில் ஆழ்ந்திருக்கின்றன.

வேனிலின் அழகை ரசிக்க ஒரே ஒரு நிபந்தனை. நாம் மகேந்திரா எஸ் யு வி காரில் ஏசி குளிரில் உட்கார்ந்து இருக்க வேண்டும். திருச்செங்கோட்டிலிருந்து பத்துப் பதினைந்து கிலோ மீட்டர் தொலைவில் வைகுந்தம் என்று ஒரு ஊர் இருக்கிறது. திருச்செங்கோட்டில் அர்த்தநாரீஸ்வரர் கோவில் இருப்பதால் பக்கத்தில் எங்காவது பெருமாள் கோவில் இருந்துதானே ஆக வேண்டும். அந்த வைகுந்தம் செல்லும் வழியில்தான் நண்பன் சதீஷின் எஸ் யூ வி விரைந்து கொண்டிருந்தது.

வெளியூர்க்காரன் என்ற மரியாதை அடிப்படையில் எனக்கு டிரைவர் சீட்டுக்கு அருகே உள்ள சீட்டைக் கொடுத்திருந்தார்கள். பின் சீட்டில் இரண்டு ரீக் வண்டி ஓனர்கள் வாயை இறுக்க மூடியபடி அமர்ந்திருந்தார்கள். ஒருவருக்கு முகம் வேறு வீங்கி கண்களைச் சுற்றி மை போல அடர்கருமை பூசியிருந்தது. ஏதாவது பண்ணை வீட்டுக்குக் கொண்டுபோய் கழுத்தை அறுத்துவிடுவார்களோ என்ற விபரீத எண்ணம் தோன்றியதும் என்னையறியாமல் பொங்கிவந்த சிரிப்பை அடக்கிக்கொள்ள வெளியே வேடிக்கை பார்க்கத் தொடங்கினேன்.

களைகள், இடுப்புயரம் வளர்ந்திருந்த புற்கள் மண்டியிருந்த பொட்டல்காடுகள், புழுதிபடிந்து ஆரோக்கியமின்றித் தோன்றிய தென்னந்தோப்புகள், சாலையோரம் வளர்ந்திருக்கும் பனைமரங்களினூடே குறுகிய தார்ச்சாலை வளைந்து வளைந்து சென்றது. பெண்ட் ஹவுஸ் கதைகளில் 'கிராமத்துச் சாலைகளைக் போல அழகான வளைவுகள் கொண்ட என்று பெண்' என்ற வர்ணனை அடிக்கடி வரும். அமெரிக்காவிலும் இப்படித்தான் இருக்குமோ?

ராட்சஸ நெடுஞ்சாலைக்கு மாறாக இந்த சாலை அழகாகத் தானிருக்கிறது. சரி பெண்ட் ஹவுஸ் ஏன் நினைவுக்கு வந்தது? கண்ட புத்தகங்களை மேய்ந்து மேய்ந்து மொழிபெயர்ப்பாளனாகி அதில் உருப்படாமல் இப்போது வெள்ளைக்காரனுக்கு டேட்டா கலெக்‌ஷனில் கொண்டு வந்துவிட்டிருக்கிறது வாழ்க்கை. பழைய புத்தகப் பைத்தியத்தால் எப்போது வேண்டுமானாலும் எது வேண்டுமானாலும் நினைவுக்கு வரும்.

"எனக்கு இந்த டேட்டா கலெக்‌ஷன், எகானாமிக்ஸ், ஜி எஸ் டி, அரசியல் பற்றியெல்லாம் ஒன்றும் தெரியாது. முன்னே பின்னே திருச்செங்கோடு போனதேயில்லை. நான் எப்படி அந்த ஊரைப் பற்றி ரிப்போர்ட் கொடுக்க முடியும்?" எங்கள் சீஃப்பிடம் சொன்னேன்.

"உன்னைப் பி.எச்.டியா பண்ணச் சொல்கிறோம்? அவர்கள் எப்படி வாழ்கிறார்கள்? லைஃப் ஸ்டைல், ஹாபி இதைப்பற்றிக் கொஞ்சம்... விவரம் வேண்டும். தட்ஸ் ஆல்" சீஃப் பாரிஸில் தோட்களைக் குலுக்கியிருப்பார் என்று நினைத்துக் கொண்டேன். மரப்பசுவிலோ வேறு ஏதோ ஒரு நாவலிலோ வெள்ளைகாரர்கள் தோட்களைக் குலுக்கிக் கொள்வதைப் பற்றி தி.ஜானகிராமன் எழுதியிருப்பார்...

என்ன இன்று மூடே ஒருமாதிரி இருக்கிறது. பெண்ட் ஹவுஸ்... மரப்பசு... இது திருச்செங்கோடு மேன் திருச்செங்கோடு... பீ கேர்ஃபுல்... எழுத்தாளர்கள் மட்டுமல்ல வெள்ளைக்காரர்களுக்கு டேட்டா கலெக்‌ஷனில் ஈடுபடும் தோல்வியடைந்த மொழி பெயர்ப்பாளர்களும் கவனமாக இருக்க வேண்டிய பூமி.

"சதீசு என்ன அது சத்தம்?" பின்னாலிருந்து அசல் கொங்குக் குரல் கேட்டது. ஆமாம். அந்தச் சத்தம் டிக்கியிலிருந்து வந்து

கொண்டிருப்பதை நானும் கவனித்துத்தானிருந்தேன். ஏதோ பாட்டில் உருளுகிறது போல...

“கோழிங்ணா”

“ஹாஹ்ஹா ஹா” பின்னாலிருந்து சிரிப்பு சத்தம் கேட்டது. “காலைக்கட்டி போட்டு வெச்சிருக்கக் கூடாது?”

“ஏன் பத்தாங்கடைக்குத்தான போறோம்? அங்க கோழி இருக்காதா?” கண்களைச் சுற்றி கருப்பு வளையமிருந்தவர் கரகரத்த குரலில் கேட்டார்.

“போண்டாக்கோழி போட்டாலும் போட்டுருவாங்கண்ணா”

நான் சுவாரஸ்யத்துடன் சதீஷைப் பார்த்தேன். “நாமக்கல்காரங்க பேசற பேச்சா இது?”

பின்னாலிருந்து திரும்பவும் சிரிப்பு சத்தம்.

“போண்டாக்கோழிய மனுசன் திம்பானா சார்? சக்க சக்கயா மயிருமாரி இருக்கும். நாட்டுக்கோழி சாப்டுப்பாருங்க”

கார் வெறிச்சொடிப் போயிருந்த சாலையில் இருந்து ஒரு வண்டித் தடத்தில் திரும்பியது. இருநூறு மீட்டர் சென்றதும் வெட்டவெளியில் அனாமத்தாக நாலைந்து தென்னைமரங்களும், பெயர் தெரியாத வேறு என்னென்னவோ மரங்களும் தென்பட்டன. ஒரு பெரிய புளிய மரத்தின் கீழ் பம்ப் செட் போல ஒரு கான்கீரீட் கட்டடமும், தாபாக்களில் காணப்படுவதைப் போல ஓலைக் கூரை குடில்கள் இரண்டு மூன்றும் இருந்தன. அருகே நெருங்க நெருங்க தென்னை ஓலைக் குடிசை ஒன்றில் சமையல் நடந்து கொண்டிருந்தது தெரிந்தது. கான்கிரீட் கட்டடம் முன் மர நிழலில் ஒரு ஹோண்டா சிட்டி நின்று கொண்டிருந்தது.

“ஒரு நிமிசம் இருங்க முட்டை வாங்கிட்டு வந்துர்றோம்” என்னை ஒரு குடிலில் உட்கார வைத்துவிட்டு மூவரும் கிளம்பினார்கள்.

“மூணு பேரும் சேர்ந்து போய் வாங்கிட்டு வர்ற அளவுக்கு எத்தனை முட்டை?” மூவரும் ஒரு அசட்டுச் சிரிப்பைக் கொடுத்துவிட்டு பதில் சொல்லாமல் காணாமல் போனார்கள்.

ஓகே சரக்கு போலிருக்கிறது. என்ன காரணத்தாலோ சேர்ந்து அடிக்கக் கூச்சப்படுகிறார்கள். அனேகமாக சதீஷ் தயங்கி இருக்கலாம். ஏன் என்றால் சதீஷுக்கு நான் ஒரு காட் பாதர் மாதிரி. ஒரு நான்கைந்து வருடம் முன்பு சதீஷ், சிவப்பாக, உயரமாக, முக்கும் முழியுமாக இருக்கும் சதீஷ், தன் காதலியைக் கூட்டிக் கொண்டு கோவை ஐ ஓ பி காலனியில் இருக்கும் தன் சித்தப்பா வீட்டுக்கு ஓடி வந்துவிட்டான்.

காதலி சாதியப் படிநிலையில் இவனை விட 2.38 இஞ்ச் மேலே இருக்கும் சாதி. எனவே வெள்ளையும் சொள்ளையுமான ஆசாமிகள் காதலை ஒழித்து, சாதியைக் காப்பாற்ற பம்பரமாக இயங்கத் தொடங்கினார்கள், முதல் சந்தேகம் சித்தப்பா மேல்தான் வரும் என்பதால் பக்கத்து வீட்டுக்காரனான நான் காதலர்களுக்கு ஒரு ரகசிய தங்கிடம் ஏற்பாடு செய்தேன். பிறகு... பிறகு என்ன? பஞ்சாயத்து பஞ்சாயத்தாக நடந்து காதலி கண்ணீரும் கம்பலையுமாக டாட்டா காட்டிவிட்டு அப்பா அம்மாவுடன் போய்விட்டாள். இவன் பல பிசினெஸ் செய்து விட்டு இப்போது ஏதோ சினிமாவில் ஒரு சின்ன வேடத்தில் நடித்துக் கொண்டிருக்கிறான். ஆனால் என் மேல் அதே அன்புடன் இருக்கிறான். திருச்செங்கோட்டுக்காரர்கள் நன்றி மறவாதவர்கள். அல்லது அடுத்த காதலுக்கு தேவைப்படலாம் என்ற எண்ணமும் இருக்கலாம்.

நான் ஒரு சிகரெட் பற்ற வைத்துக் கொண்டு செல்லை எடுத்தேன். எனக்குப் பின்னாலிருந்து கோழிகளின் பெருங்கூச்சல்... புழுதி படலமாக எழுந்தது. சதீஷ் கொண்டு வந்திருந்த சேவலை ஒரு மூங்கில் கம்பில் கட்டி வைத்திருந்தார்கள். அதை இந்த இடத்தைச் சேர்ந்த இரண்டு சேவல்கள் பாய்ந்து குதறிக் கொண்டிருந்தன.

நான் தாக்கிக் கொண்டிருந்த சேவல்களை விரட்டினேன். "அவனுக்கு ஆயுள் இன்னும் அஞ்சு நிமிசம் தாண்டா. போங்கடா"

சண்டைக்கு வந்த சேவல்களில் ஒன்று கம்பீரமாக அப்பால் நகர்ந்தது. ஒரு போண்டாக்கோழி அதன் பின்னேயே அலைந்து கொண்டிருந்தது. இதன் கேர்ள் பிரண்ட் போலிருக்கிறது.

குவாக் குவாக் குவாக்... இங்கே நடந்துகொண்டிருந்த எந்தக் களேபரத்தையும் பொருட்படுத்தாமல் இரண்டு பெரிய வாத்துகளும், ஏழெட்டு குட்டி வாத்துக்களும் வெயிலில் உல்லாசமாக நடை போட்டுக் கொண்டிருந்தன. வறண்டு இறுகியிருந்த தரையில் குஞ்சுகள் ஏதோ கொத்தியபடி நடந்து கொண்டிருந்தன. வாத்துக் கூட்டம் குடில்களின் பின்புறம் சென்று மறைந்தது.

நான் புகையை இழுத்துவிட்டேன். சுற்றிலுமிருந்த மரங்களிலிருந்து சுகமாகக் காற்று வீசிக் கொண்டிருந்தது. ஃபேன் தேவையே படவில்லை. வாத்துகள் குடிலின் மறுபுறம் தோன்றி அதே அலட்சிய நடையில் போய்க் கொண்டிருந்தன. இந்தக் குடிலைச் சுற்றி நடந்து கொண்டிருக்கின்றன போலும்...

பம்ப் செட் என்று நான் நினைத்தது ரகசிய பார் ஆக மாற்றப் பட்டிருக்கிறது. வித்தியாசமான உணவகம்தான். இது போல இந்தப் பகுதியில் ஏராளமான தோட்டத்துச் சாளை உணவகங்கள் உருவாகியிருக்கின்றன. சரியான இடம்தான். சுற்றிலும் ஒரு ஈ காக்கை இல்லை. தொலைவில் தெரிந்த சாலையில் எப்போதாவது ஏதாவது வாகனம் விர்ரென்று போய் மறந்தது...

“சார்...” ஒருவன் தட்டு நிறைய முட்டைப் பொரியல் கொண்டுவந்தான். வழக்கமாக இருப்பதைப் போல் பொரியல் வெள்ளையாக இல்லாமல் வாத்துக்குஞ்சுகள் போல பழுப்பு நிறமாகவிருந்தது.

“உங்களுக்குத்தான்”

“அவங்க”

“யூஸ் பண்ணிட்டிருக்காங்க” சரக்கு என்று சொல்ல மாட்டாராம். மரியாதையாம். யாருக்கு மரியாதை என்று தெரியவில்லை.

நான் சிகரெட்டை இடது கரத்துக்கு மாற்றிக்கொண்டு வலது கையால் முட்டைப் பொரியலை கவனிக்கத் தொடங்கினேன். முட்டை, இட்லி, தோசை, சோறு போன்றவற்றை உண்ணும் போது சிகரெட் பிடிப்பது மரபு இல்லை. ஆனால் இதைப் போன்ற அன்கன்வென்ஷனல் இடங்களில் மரபுகளை மீறலாம். மீறுவதும் ஒரு சுதந்திர உணர்ச்சியைக் கொடுக்கிறதுதான்.

குவாக் குவாக் குவாக் வாத்துகள் அதே நிதானத்துடன் கடந்து சென்றன. நம்ம சேவலைக் காணவில்லை. ரைட் முடிந்தது.

நான் பிளாஸ்டிக் சேரில் சாய்ந்துகொண்டு வாத்துகளை வேடிக்கை பார்க்கத் தொடங்கினேன்.

—

சற்று நேரத்தில் மூவரும் வந்தார்கள். சதீஷ் மட்டும் நிதானமாக இருந்தான். மற்ற இருவரும் தள்ளாட்டத்துடன் மிகையாக சிரித்துக் கொண்டிருந்தார்கள்.

"சார் உங்களை எனக்கு ரொம்பப் பிடிச்சிருக்கு" பின்னால் உட்கார்ந்திருந்தவர்களில் ஒருவன் என் கையைப் பிடித்துக் குலுக்கினான். இந்தப் பார்மாலிட்டி எல்லாம் முன்பே முடிந்து விட்டது. ஆனால் இப்போது சரக்குக்கு மரியாதை செய்ய வேண்டும் இல்லையா?

"நீங்க நண்பான்னு கூப்பிட்டீங்க. சிரிச்சுட்டே இருந்தீங்க. குட் கேரக்டர்" கண்களைச் சுற்றிக் கருப்பு வளையமிருந்தவன் முகத்தை சீரியஸ்ஸாக வைத்துக் கொண்டு கூறினான்.

"நன்றி நண்பா"

"ஹாஹ்ஹா பாத்தீங்களா..." வெடிச்சிரிப்பு எழுந்தது.

"நீங்க ரிக் ஓனர்ஸ் பத்தி தெரிஞ்சுக்கணும்னு வந்திருக்கீங்கன்னு சதீஷ் சொன்னான். என்ன வேணா கேளுங்க. என்ன வேணா சொல்றேன். எனக்கு உங்களை ரொம்பப் புடிச்சிருக்கு"

—

இந்தியாவில் போர்வெல் தோண்டும் லாரிகளில் 90சதம் திருச்செங்கோட்டுக் காரர்களுடையதுதான். இங்கே தயாரிக்கப்படும் ரிக் லாரிகள் ஆப்பிரிக்காவுக்கும் ஏற்றுமதி செய்யப்படுகின்றன. திருப்பூருக்கும், பெருந்துறைக்கும் நடுவிலிருக்கும் வண்ணம் ஏற்றுமதிக்காகவே பெருந்துறை சிப்காட் தொடங்கப்பட்டது. From ox carts to Borewell rigs: Maintanance, Manufacture and Innovation in tiruchegode என்று

ஒரு கட்டுரையை Yann Philppe Tastevin என்ற பிரஞ்சுக்காரன் எழுதிவிட்டான். இந்தக் கட்டுரைதான் என் தலையில் விடிந்து என்னை திருச்செங்கோட்டுக்கு நாடு கடத்தியிருக்கிறார்கள்.

—

“மொதல்ல எங்காளுக தமிழ்நாடு முழுக்க போய் போர் போட்டாங்க. அப்புறம் இந்தியாவில சந்து பொந்தெல்லாம் போகத் தொடங்கிட்டாங்க”

ஈஸ்வர மூர்த்தி என்னை உற்றுப் பார்த்தபடி சொன்னான். கண்களுக்குக் கீழ் கருப்பு வளையம் இருந்த நபர்தான் ஈஸ்வர மூர்த்தி. மப்படித்தால் அப்படியே சாய்ந்துவிட வேண்டும், பேசவோ சிந்திக்கவோ முயலக் கூடாது. அப்படிச் செய்யும்போது வேர்த்து வேர்த்து வழியும். கண்கள் இடையிடையே செருகும். மனது இழுத்துச் செல்லும்... ஆனால் சில விசித்திர ஆசாமிகளுக்கு போதை வந்து விட்டால் வீட்டில் போய் படுத்துக்கொள்ள முடியாது. சிவாஜி போல சிரித்து அழுது தத்துவம் பேசி நவரசங்களையும் காட்டியே ஆகவேண்டும்.

சுற்றிலுமிருந்த வெட்டவெளியிலிருந்து இதமான வெது வெதுப்பான காற்று வீசிக் கொண்டிருந்தது. எதிரே மணமணக்கும் நாட்டுக் கோழி வறுவல். இந்த சூழலில் இதுபோன்ற சீரியஸ் விஷயங்களைப் பேசத் தூண்டுவது கிரிமினல் குற்றம் என்றாலும் பிழைப்பு இருக்கிறதே... நானும் பிழைக்க வேண்டும் அல்லவா?

“280 hp ஹார்ஸ் பவர் ரிக் வண்டிக்கு வேணுங்க. அதனால எங்க லாரிக ரொம்ப கனமா இருக்கும். ஹைவேல போனா புடிச்சுக்குவாங்க. ஸோ வில்லேஜஸ் வழியா ஒளிஞ்சு ஒளிஞ்சு போவோம். எனவே கிராமத்துச் சாலைகளில் போவோம். நவராத்திரி டைம்ல வடக்கே தமிழ்நாடு நம்பர் பிளேட்டைப் பாத்துட்டானுகன்னா வுடமாட்டானுக. ஒவ்வொரு ஊரிலும் கப்பம் கட்டணும்.

ஒரு வருசத்துல ஒரு ரிக் லாரி 200 முதல் 500 போர் தோண்டும். 600 முதல் 1300 அடி ஆழம் வரை தோண்ட வேண்டியிருக்கும். மொதல் 100 அடி தோண்டறது ஈஸி. எல்லாப்பக்கமும் தூசி பறந்து தலைமுதல் கால் வரை புழுதி மூடிடும். கீழே போகப்

போக கடினமான பாற வந்துவிடும். டிரில் பிட்டை மாத்த வேண்டியும் வரலாம். ஒருநிமிசத்துக்கு ஒரு அடிங்கற அளவுல வேல மெதுவாயிரும். ஒரு நிமிசத்துக்கு ஒரு லிட்டர் டீசல் குடிக்கும்.

ஒரு அடி ஆழத்துக்கு 850 எம் எல் டீசல் வேணும். ஒருமணி நேரம் ஓடினா 74 லிட்டர் டீசல் செலவாயிரும். பாறைத் தரைன்னா 80 லிட்டர் டீசல் தேவைப்படும்.

டீசல் வெல ஏறிடிச்சுன்னா ரிக் வண்டிக்காரர்கதான் அதிகமா பயந்து நடுங்குவாங்க. டீசலுக்கு அவன் கேட்கும் காசைக் கொடுத்தே ஆக வேண்டும், ஆனால் நம்ம கட்டணத்தை அதிகப்படுத்த முடியாது. இந்த அமௌண்ட் வாங்கணும்னு என்று யூனியன்ல தீர்மானம் போடுறாங்க. ஆனா கடன் வாங்கி ரிக் வண்டி ஓட்டும்போது வந்த வேலையை விடமுடியாது. கொஞ்சம் பணத்துக்கும் வண்டி ஓட்ட வேண்டியதுதான். வேறவழி இல்லை.

“ஆந்திராலயும், மஹாராஷ்டிராலயும் ரிக் இண்டஸ்ட்ரி தொடங்கினாலும் அவங்கனால திருசெங்கோட்டுக்குப் பக்கத்தில் கூட வர முடியல”.

—

“உ...பி.யில மிர்சாபூர் பக்கத்தில ஒரு கால்வாய் கட்ற வேலைக்காக பாறைகளைத் துளைச்சு ஒடைக்கும் வேல செஞ்சிட்டிருந்தோம். திடீர்ன்னு நாலஞ்சு ஜீப், வேன்ல போலீஸ் வந்துச்சு. வரும்போதே சுட்டுட்டே வந்தாங்க... மரத்தடியில் படுத்திருந்த நாங்க பயந்து ஆடிப்போய் ஓடி எங்கள் லாரிக்குப் பின் ஒளிஞ்சிட்டோம்.

இந்த வாய்க்கால் வேலையைக் கான்ட்ராக்ட் எடுத்தவன் தரைல இருக்கற பாறைகளை ஒடச்சு ஜல்லியாக்கற வேலைக்கு வெளியூர் ஆளுகளைக் கூட்டி வந்திருந்தானாம். அதனால கடுப்பான உள்ளூர்க்காரங்க வெளியூர் ஆளுகளை அடிச்சு விரட்டிட்டு தாங்களே ஜல்லி உடைக்கும் வேலையைச் செய்யத் தொடங்கிட்டாங்களாம்.

போலீஸ்காரங்க நேராகப் போய் கல்லுடைச்சிட்டிருந்த ஆட்களைப் பிடிச்சிட்டாங்க. ஒரு பொண்ணு தப்பிச்சு தலைதெறிக்கத் ஓடிப்போயிருச்சு. போலீஸ்காரங்க ஜல்லி உடச்சவங்களைப் புடிச்சு, கையையும் கண்ணையும் கட்டி அடித்து இழுத்துட்டுப் போய் போலீஸ் வேனில் ஏத்தினாங்க. அப்பறம் அந்த ஏரியா முழுக்க தேடி எங்களையும் புடிச்சுட்டாங்க. தமிழ்காரங்க. போர் போட்டு பாறை உடைக்க வந்து இருக்கோம்ன்னதும் ஒரு மூலையில் உட்கார வெச்சுட்டாங்க.

போலீஸ் வேன் புறப்படுறப்ப ஒரு லாரி பறந்து வந்து தரையைத் தேய்ச்சுட்டு நின்னுது. அதிலிருந்து ஊர்க்காரங்க துப்பாக்கில மேல பாத்து சுட்டுட்டே குதிச்சாங்க. பயங்கரக் கூச்சல். போலீசும் மேல பாத்து சுட்டது.

“ஓடிடுங்க” ஒரு போலீஸ்காரர் உறுமினாரு.

“ஆளுகளை அவுத்துவுடு” ஊர்க்காரங்க பதிலுக்கு சத்தம் போட்டாங்க...

கொஞ்ச நேரம் பேசறாங்க. மேல பாத்து சுடறாங்க. நல்ல வேளையா ஆளுக மேல சுடல. சுட்டிருந்தா நடுவில் சிக்கிட்டிருந்த எங்க கதி அவ்வளவுதான்.

திடீர்னு ரெண்டு பக்கமும் சைலண்ட் ஆயிட்டாங்க. கலெக்டர் வர்றார்ன்னு பேசிட்டாங்க. கலெக்டர் வந்து உள்ளூர் ஆளுகளை மட்டும் வெச்சு வேலை செய்ங்கன்னு எச்சரிச்சு விட்டு பிடிபட்டவங்களை அவுத்து வுட்டுட்டுப் போனார். போலீசைப் பாத்து சுட்டவனுகளை ஒண்ணுமே பண்ணல.

—

கள ஆய்வு என்பது தனித்துவமானது. மக்கள் தாங்கள் எப்போதும் இருக்கும் இயல்பான சூழலில் இருக்கும் போது அவர்களுடன் பழகி அவர்களைப் புரிந்து கொள்வதும் விவரங்கள் சேகரிப்பதும் கள ஆய்வில் முக்கியமானது. இயற்கைச்சூழலில் விலங்குகளைக் கண்காணித்து ஆய்வு செய்வதைப் போல மக்களை ஆராயவேண்டும்.

கள ஆய்வு வெளியிலிருந்து பார்ப்பது மட்டுமல்ல. ஓரளவு அவர்களுடைய நடவடிக்கைகளில் பங்குகொள்வதும், ஆவணங்களைப் பரிசீலிப்பதும், பேட்டிகள் எடுத்து தகவல்கள் சேகரிப்பதும் ஆகும். இந்த வகையான ஆய்வைத்தான் அறிவியல் ஆய்வுக்கான தேசிய மையம் என்ற பிரஞ்சு ஆராய்ச்சி நிறுவனம் பின்பற்றி வருகிறது, இது பிரஞ்சு அரசின் கீழ் இயங்குகிறது.

இப்போது இந்தக் குடிகாரர்களுடன் உட்கார்ந்து நாட்டுக்கோழியை வெட்டியபடி, வாத்துகளை வேடிக்கை பார்த்துக் கொண்டிருப்பது கள ஆய்வின் ஒரு முக்கியமான அம்சமாகும். எங்கள் நிறுவனம் இதை மிகவும் விரும்புகிறது.

நண்பன் இன்னொரு கதையைத் தொடங்கினான்.

“ஒரு தடவை ஜார்கண்ட்ல ஏதோ ஒரு ஊர்ப்பக்கமாகப் போய்ட்டிருந்தோம். சின்னச் சின்னக் குன்று சென்னை வண்டலூர் பக்கம் இருக்குமே அது மாதிரி வந்துட்டேயிருந்துச்சு. காட்டாறுகள்ல செவப்பா ரத்தம் மாதிரி தண்ணி அவ்வளவு வேகமா போகுது. பெரிய பெரிய மரங்களை சுள்ளி மாதிரி இழுத்துட்டு போகுது. பாக்கற எடமெல்லாம் ஒரே மாதிரி குட்டை குட்டை மரம். ஒரு வளைவு திரும்பறேன் எதிரே துப்பாக்கியோட கொஞ்சம் பேர் நிக்கறானுக. ரோட்ல கல்லுக. எங்களைப் பாத்துட்டு ஓடி வந்தானுக.

கொஞ்ச தள்ளி நாலைஞ்சு லாரி எரிஞ்சுட்டிருந்துச்சு. எனக்கு பயத்தில் மூத்திரம் வந்துருச்சு. எப்டியிருந்திருக்கும் யோசிச்சுப் பாருங்க.

லாரியை நிறுத்தச் சொல்லிவிட்டு இறங்கி பேசாம நின்னுட்டேன். இந்தப் பக்கத்துப் பசங்க எல்லாரும் ஒரே மாதிரி குட்டையாக ஒல்லியாக ஜீன்ஸ், டி ஷார்ட் போட்டிருப்பானுக. கழுத்தைச் சுற்றி மஃப்ளர் போட்டிருப்பானுக. ஒருத்தன் வந்து நின்னு வண்டி நம்பரைப் பாத்தான்... தமிழ் நாடுன்னு தெரிஞ்சதும் அவனுக்கு ஒரே சந்தோசம்...

“ஒரு லாரி எங்க ஊர் பசுவை அடிச்சிட்டு நிக்காம போயிருச்சு. பாத்தீங்கள்ள மத்த லாரிக்கு தீ வெச்சுட்டோம். ரோட்ல செக் போஸ்ட் போட்டு எல்லா லாரிலயும் நஷ்டஈடு வசூல் பண்ரோம், ஐயாயிரம் ரூபாய் கொடுக்கணும்”.

“என்னிடம் அவ்வளவு பணம் இல்லை. இந்த விபத்துக்கும் எங்களுக்கும் எந்த சம்பந்தமும் இல்லை. நாங்களே கடன் வாங்கித்தான் தொழில் செய்யறோம்ன்னு” கெஞ்சினேன்.

“உன்ன மாதிரி லாரிக்காரர்களாலதான் ஆக்சிடெண்ட் நடக்குது. மதராசிககிட்ட பணம் இல்லையா? எங்க பணம் எல்லாம் உங்ககிட்ட தானே இருக்கு?” ன்னான், அவன் கண்ணுல அப்புடி ஒரு வெறுப்பு. என்னை அங்கியே சுட்டுப் போட்டிருந்தான்னாலும் எனக்கு ஆச்சரியமா இருந்திருக்காது.

பேண்ட் பாக்கெட்டில் தேடற மாதிரி நடிச்சு 1300 ரூபாய் எடுத்துக் குடுத்தேன், “இவ்வளவுதான் இருக்கு. பிளீஸ் பாயி”

அதற்குள்ள பின்னால் வேறு சில லாரிகள் வந்து சிக்கிடுச்சு. அவன் பணத்தைப் புடுங்கிட்டு “போ” ன்னான்.

—

“மஹாராஷ்ட்ரா மாதிரி இடங்களில் போர் போட்டால் 90 பர்செண்ட் பெயிலியர் ஆக வாய்ப்பு இருக்கு. போர் போட்டுப் போட்டே அவனுக கடனாளி ஆயிடுவானுக. தண்ணிய உறிஞ்சு உறிஞ்சு வாட்டர் டேபிள் கீழ போயிருச்சு. நாலு போர் அஞ்சு போர் போட்டு தண்ணி வராதவன் அங்க சர்வ சாதாரணம். போர் போட்டு தண்ணி வரலேன்னா பாவமாத்தானிருக்கும். ஆனா நாம சும்மா வேலை செய்ய முடியாதே? அவங்க சொல்ற எடத்துலதானே போர் போடறோம்? நம்ம காசை கொடுக்கணும் இல்லையா? அவனுகளையும் கடன் கொடுத்த பேங்க் விடாது, நம்மையும் விடாது. இந்த நாட்ல எல்லாரும் கடங்காரங்கதானே. அதுனால பெரும்பாலும் உள்ளூர் புரோக்கர்கள், தலைவர்களை நம்பித்தான் தொழில் செய்யறோம். அவந்தான் நமக்கு பாதுகாப்பு. தண்ணி வந்தாலும் வராட்டியும் அவன் நெலத்துக்காரன் கிட்ட பணம் வாங்கிக் கொடுத்துருவான். அதுக்கு அவனுக்கு ஒரு கமிஷன் கொடுத்துடுவோம். இல்லாட்டி வேலையே பண்ண முடியாது. அதனால்தான் ஊர்க்காரங்களையே போர் போட இடம் காட்டச் சொல்லி கேட்போம்”

“வடக்கே போய்விட்டால் சாப்பாடுங்கிறது படுமோசம். சாக்கடைக்கு பக்கத்தில, வெட்டவெளியில, மழையில் எந்த இடமாக இருந்தாலும் கண்டுக்காம சாப்பிடணும்”.

“வருசத்துக்கு ஆறுமாதம் ஊரில் இருக்க முடியாது. சாதி பயங்கரமாக மாற இதுவும் ஒரு காரணம். ரிக் வண்டிக்காரங்க குடும்பம் குழந்தை குட்டி மேல பொஸஸிவ் ஆகிடுறாங்க. இங்கே எல்லாம் நல்லா இருக்கு என்ற நினைப்பில்தான் வெளியூர் போறோம். காதல் கத்தரிக்காய்ன்னா கடுப்பு வருமா வராதா சார்?”

“கட்டாயம் வரும்”

ஈஸ்வரமூர்த்தி சதீஷைக் கட்டிக் கொண்டான், “ஆனால் தம்பி நல்ல பையன். சினிமா ஸ்டார் மாதிரி இருக்கான், நல்ல வசதி. பொண்ணைக் குடுத்திருக்கலாம்”

“ஒரு லவ்வை தடுக்காம விட்டுட்டா அப்புடியே ஊர் முழுக்க கன்டினியூ ஆயிடும்பா” என்றான் அதிகம் பேசாமலிருந்த இன்னொருவன்.

சதீஷ் பதிலேதும் சொல்லவில்லை. அவன் இதைப் பற்றிப் பேசுவதே இல்லை. ஆனால் சோகத்தில் இருப்பதுபோலவும் இல்லை. சிரித்துக் கொண்டான்.

காதலை ஒழித்துக் கட்ட இப்படி ஒரு காரணம் இருக்கிறதா? ஆச்சரியம்தான். நான் இதை மனதுக்குள் நோட் பண்ணிக் கொண்டேன். நமது முதன்மை ஆய்வாளர்களை இம்ப்ரஸ் செய்ய இது போல அவ்வப்போது ஏதாவது எடுத்துவிட வேண்டும். குட் பாயிண்ட். ஆனால் ஊரைவிட்டு வெளியே ஒருபோதும் போயிராத ஆட்களும் ஆணவக் கொலை செய்கிறார்களே அது ஏன்? என்னமோ இருந்துவிட்டுப் போகட்டும். ஆய்வில் ஷாக் வேல்யூ என்பது முக்கியமானது.

—

கொஞ்ச நேரம் அமைதி நிலவியது. அவரவர் உணவில் மூழ்கியிருந்தோம். அடுத்த ரவுண்டில் ஒரு சிறிய சட்டியில் கறி வந்தது. இங்கே இதன் பெயர் சட்டிக்கறி. இன்னொரு சட்டியில் ரசத்தை ஒருவன் கொண்டு வந்து வைத்தான். பச்சைப்புளி ரசம் என்றான் சதீஷ். திருச்செங்கோட்டுக்காரர்களுக்கு தங்கள் உணவு குறித்து பெருமை அதிகம் போலிருக்கிறது.

"பிரியாணி வேலைக்காகாது சார். ரெண்டு நாள் சாப்பிட்டா திகட்டிரும். வெள்ளச் சோத்துல கறிகொழம்பை ஊத்தி அடிச்சா அதுக்கு நிகர் உலகத்துல எதுவுமில்ல" என்றான் ஈஸ்வரமூர்த்தி.

நான் சரக்கடிக்கவில்லை என்றாலும் கோழியும், மென்மையாக வருடிச் சென்ற காற்றும் எனக்கும் போதை போன்ற உணர்வை ஏற்படுத்தியிருந்தன.

நமது ஆட்களின் கைகளும் வாயும் மட்டும் அசைந்திராவிட்டால் அவர்கள் உறைந்து போனவர்கள் போலிருந்திருப்பார்கள். பக்கத்து குடிலில் இருந்த ஓரிரு டேபிள்களும் நிறைந்துவிட்டன. வெள்ளை வேட்டி சட்டை ஆட்கள் மும்முரமாக ஏதோ பேசிக் கொண்டிருந்தார்கள்.

"ம்ம்ம்ம்ம்" நான் மெல்லக் கனைத்துக் கொண்டேன்.

"என்ன..." சதீஷ் பாதி சொற்களிலும் பாதி கண்களாலும் கேட்டான்.

"திருச்செங்கோடு, நாமக்கல்லில் பார் இல்லையா?" ஏன் இந்த மாதிரி தோட்டத்து ஓட்டல்களுக்கு வர்றீங்க"

"அங்க போனா போண்டாக்கோழியப் போட்ருவானுக. நமக்கு வேண்டியத சமைக்கச் சொல்ல முடியாது. பொறவு தெரிஞ்சவங்க இருப்பாங்க. இங்கேன்னா எத்தனை நேரம் வேணும்னாலும் உட்கார்ந்துக்கலாம்." அய்யோ இந்த போண்டாக்கோழி பிரச்சினையில் இருந்து விடுதலையே இல்லையா?

"நாலஞ்சு ரிக் வந்துருச்சுன்னா நாம ஊரூராப் போக வேண்டிய தில்லை. இங்கியே இருந்து மேனேஜர் கிட்ட தகவல் கேட்டுட்டா போதும். சாய்ந்தரம் அக்கவுண்ட்ல பணம் கிரெடிட் ஆயிடும். அதனால காலைல போன் பேசியே வேலைய முடிச்சுட்டு மதியம் சாவகாசமா இந்தமாதிரி தோட்டத்து ஓட்டல்களுக்கு வந்திருவோம், ஊர்ல இருக்கும்போது பெரும்பாலும் லஞ்ச் இங்கதான். கண்ணமூடி இங்கயே சாய்ஞ்சாலும் நாலு அஞ்சு மணிக்கு வீட்டுக்குப் போயிரலாம்,"

—

“எங்கள் பட்டறைகளுக்கு அரசு ஏகப்பட்ட கட்டுப்பாடுகள் விதிக்கிறது. ஆனால் திருச்செங்கோட்டில் தொழில் வளர்ச்சிக்கான உள்கட்டமைப்பில் கவனம் செலுத்துவதே இல்லை. டீசல் விலையை இஷ்டம் போல உயர்த்துவதால கடுமையாகப் பாதிக்கப்படுகிறோம். வெளியூர் செல்லும் எங்கள் லாரிகளுக்கு சரியான பாதுகாப்பு இல்லை. நமது மாநில அரசு அமைப்புகள் அந்தப் பகுதிகளில் எங்கள் உதவிக்கு வந்தால் நன்றாக இருக்கும். வங்கிகள் எங்களிடம் மிகவும் கடுமையாக நடந்து கொள்கின்றன. எங்கள் சிரமங்களைக் கண்டு கொள்வதே இல்லை... இன்னும்...”

—

ஓ... இன்றைக்கு இது போதும் என்று தோன்றியது. நண்பர்களும் ஏறக்குறைய சாய்ந்து விட்டார்கள்.

நான் மெல்ல எழுந்து ஓடைப்பக்கம் நடந்தேன். ஓடையின் இருபுறமும் மரங்கள் அடர்ந்து வளர்ந்து குடைபோல மூடியிருந்தன. ஓரிடத்தில் மூத்திர நாற்றம். பக்கத்தில் விதவிதமான பாட்டில்கள் கிடந்தன. சந்தேகமே இல்லாமல் திறந்தவெளி கழிப்பறைதான்.

ஒரு சிகரெட் பற்ற வைத்துக்கொண்டு பாட்டில்கள் மேல் பொழிந்தேன். ஆஹா என்ன இன்பம்...

ஜிப்பை இழுத்து விட்டுக் கொண்டு கரையில் ஏறுகிறேன், ஒருவன் அருகே வந்து தயங்கி நின்றான். பனியன் கிளாத் பேண்ட், டி ஷார்ட்... அதிகம் வெயிலில் சுற்றாததால் கொஞ்சம் தெளிந்த முகம் கண்கள். அந்த முகத்தில் என்னவோ வித்தியாசமாகத் தோன்றியது. இந்தப் பக்கத்துக்காரன் இல்லையோ? இவனை எங்கேயோ பார்த்து இருக்கிறேனே!... அட எங்களுக்கு கோழி வறுவல் சர்வ் செய்தவன்... “என்னப்பா...”

“சார் தம்மடிக்க ஒரு எடம் இருக்கு. வர்றீங்களா?”

“தம்மடிக்க தனி இடமா? சரி பாக்கலாம்”

அவன் என்னை ஓடைக்கரையோரம் அழைத்துச் சென்றான், ஓரிடத்தில் மரத்தின் கீழே தென்னங்கைகளை பாலிஷ் செய்து

உருவாக்கப்பட்ட ஒரு பெஞ்ச் போடப்பட்டிருந்தது. காற்று சிலுசிலுவென்று வீசிக் கொண்டிருந்தது. ஏதோ பறவை கர்ரக் என்றது. ஒரு ஓணான் ஓடி மறைந்தது.

“தென்னமரம் காஞ்சு போச்சுன்னா இப்படி பெஞ்சாக்கிடுவோம்”

“சூப்பர்ப்பா...!” அவன் நகர்ந்து விடுவான் என்று எதிர்பார்த்தேன். ஒரு வேளை டிப்ஸ்... பாக்கெட்டில் துழாவினேன்.

அவன் சாவகாசமாக எதிரே இருந்த மண் மேட்டில் உட்கார்ந்து ஒரு பீடியை எடுத்தான். நான் கிங்ஸ் பாக்கெட்டை நீட்ட தயங்கியபடியே அதிலிருந்து ஒன்றை எடுத்துக் கொண்டான்.

“நீங்க ரிக் வண்டி பத்தி கேட்டுட்டிருந்தீங்க”

“உனக்கு அதைப் பத்தி ஏதாவது தெரியுமா?”

“நான் வண்டில வேலை செய்யறவங்களைப் பத்தி ஒரு டாக்குமென்டரி எடுத்திருக்கேன்”

“ஓ மை காட்... மை காட்... டாக்குமென்ட்டரி...? யாருப்பா நீ? இங்க என்ன செய்யற?”

இப்போதுதான் அவனது உயரத் தூக்கி வெட்டிய முடியையும், நீளக் கிருதாவையும், தாடியையும் கவனித்தேன். சந்தேகமே இல்லாமல் சென்னை அவன் உருவத்தில் குடியிருந்தது.

“நான் கொஞ்ச நாள் ரிக் வண்டில வேல செஞ்சேன் சார். இவங்க அவங்க கஷ்டத்தை சொன்னாங்க. அதெல்லாம் சரிதான். லாரில கூலி வேல செய்யறவங்க நிலைமையும் மோசம்தான் சார்... நெறையப் பேரு ஆக்ஸிடெண்ட்ல செத்துருக்காங்க. அவங்க பாடியைக் கூட தமிழ்நாட்டுக்குக் கொண்டு வரமுடியல. ஓனரா பாத்து ஏதாவது கொடுத்தாத்தான். இல்லாட்டி வீட்டுக்கு ஒண்ணும் கெடைக்காது. கோயமுத்தூர்ல நீங்க பாத்திருப்பீங்க இல்ல... லாரிக்கு அடிலதான் தூங்குவோம். கொசு, நாத்தம் ஒரு பாட்டிலை வீசிட்டுப் படுத்தாதான் தூங்க முடியும்... பொகைல இருந்து இருந்து வீசிங் வரும். காது அடைச்சுக்கும்... இந்த வேலைசெய்ய எத்தியோபியாவெல்லாம் போய் காணாமல் போனவங்க இருக்காங்க. நூறு கதை இருக்கு சார்”

“அதுசரி டாக்குமென்ட்டரி...?

“இந்த வேலை செய்யப் பிடிக்காம மெட்ராஸ் ஓடிட்டேன். அங்க ஒரு சினிமா கம்பெனில டீ வாங்கிட்டு வர்ற, கூட்டிப் பெருக்கற வேலை செஞ்சேன். அப்பத்தான் ஊருக்கு வர்றப்ப செல்லுல டாக்குமெண்ட்டரி எடுத்தேன்”

“படம் என்னாச்சு”

“எடுக்க வேண்டியதெல்லாம் எடுத்துட்டேன். எடிட்டிங், வாய்ஸ் மிக்ஸிங் மாதிரி செலவு பிடிக்கற வேல மட்டும் மீதி இருந்துச்சு. அப்ப நா வேல செஞ்ச படக்கம்பெனி ஓனர், எழுத்தாளர் ஒருத்தரைப் பாக்க ஒரு ஓட்டலுக்குப் போனார். அவரோட செருப்பை எடுத்துட்டு நான் கூடப் போனேன். முதலாளி ரூமுக்குள்ள போனதும் ஷூவைக் கழட்டிட்டு செருப்பைப் போட்டுக்குவார். நான் வெளிய நின்னுட்டிருந்தேன். திரும்பி வரும்போது அவர் கிட்ட என்னோட படத்தைப் பத்திச் சொன்னேன். வாயைப் பிளந்துட்டார்... டேய் நீ வெச்சிருக்கறது கோல்ட் மைன். இதை நாம பினிஷ் பண்ணி கேன்ஸுக்கு அனுப்பலாம்னு சொன்னார்.”

“அப்புறம்?”

“அவங்களோட ரெண்டு மூணு புரோஜெக்டல் பிரச்சினை வந்து என்னை மறந்துட்டுட்டார். அடுத்த தடவை அவரோட பேச எப்படியாவது வாய்ப்புக் கெடைக்கும்னு காத்திட்டிருந்தேன். அப்பத்தான் இந்தக் கொரானா... ஊருக்கு வர வேண்டியதாயிடுச்சு...”

“ஓ...” என் மண்டைக்குள் பலவிதமான சிந்தனைகள் ஓடிக் கொண்டிருந்தன. இவன் நம்மிடம் என்ன கேட்கப் போகிறான்? ஒருவேளை படத்தை முடிக்க உதவி கேட்பானோ?

“சார் நீங்க ஏதோ பத்திரிக்கைக்காரரர் மாதிரி தெரியுது. ஓனருங்க பிரச்சினைய சொல்லும்போது அதுல வேல செய்யற தொழிலாளிங்க நெலமையையும் சொல்லுங்க சார்”

ஓ இது தியாக டைப். சோஷியல் சர்வீஸ் டைப். நான் எழுந்து அவன் தோளில் தட்டிக் கொடுத்தேன். “யூ ஆர் கிரேட்பா. யூ ஹேவ் டன் எ வொன்டர்புல் ஜாப். கண்டிப்பா என்னால் முடிஞ்சதைச் சொல்றேன். இந்தா இது என்னோட கார்டு, உன்

நம்பர் கொடு. காண்டாக்ட் பண்றேன். டாக்குமென்ட்டரிக்கும் ஏதாவது செய்யமுடியுமா பாக்கலாம்”

அவன் கண்களில் நன்றி அபரிமிதமாகக் கொட்டிக் கிடந்தது.

—

பிரஞ்சு நிறுவனத்துக்காக தயாரித்த அறிக்கையிலிருந்து.

திருசெங்கோடு நகரானது இந்திய ஆழ் துளைக் கிணறு தோண்டும் தொழிலின் தலைமை பீடம். இப்போதைக்கு இந்த மார்க்கெட் குறைவது போலத் தோன்றவில்லை. ஆப்பிரிக்க நாடுகளுக்கும் இந்தத் தொழில் விரிவடைந்துள்ளது.

இந்த ஊர்க்காரர்கள் தங்கள் ஓய்வு நேரங்களை தென்னந் தோப்புகளுக்கு நடுவே இருக்கும் உணவகங்களில் செலவிடுகிறார்கள், ஒருவேளை உணவுக்கு ஒரு ஆளுக்கு ஆயிரம் ரூபாய் சாதாரணமாகச் செலவிடுகிறார்கள். இவர்களுக்கு ஏற்ற நல்ல உணவகங்கள் திருசெங்கோடு நாமக்கல்லில் இல்லை. பிரைவசி, இவர்களது பிரத்யேக உணவு விருப்பங்கள், ஓய்வு நேரத்தை கழிக்க வசதிகள், மரபார்ந்த உணவு வகைகள் ஆகியவை கொண்ட நவீன ஓட்டல்கள் இங்கே தேவைப்படுகின்றன. இவற்றில் முதலீடு செய்வது லாபகரமாக இருக்கும்.

பெண்களுக்கு சினிமா தவிர நல்ல பொழுது போக்குகள் இல்லை. ஆடைகளுக்காகவும், ஆபரணங்களுக்காகவும் செலவிட இவர்கள் தயாராக உள்ளனர், நல்ல ஷாப்பிங் மால்கள் தேவை.

இங்கு அதிதீவிரமாகப் படிக்க வைத்து அதிக மார்க் எடுக்க வைக்கும் ஒரு விசித்திரமான கல்வி முறை இருக்கிறது. சர்வதேசப் பள்ளிகள், படிப்புகள் இங்கே இல்லை.

இவர்கள் பெரும்பாலும் தங்கள் சொத்துக்களை அடமானம் வைத்துத்தான் ரிக் மட்டும் லாரித் தொழில் செய்கிறார்கள். உள்ளூர் வங்கிகளில் கடன் பெறுவதில் சிரமம் இருக்கிறது. பணப்பரிவர்த்தனை செய்ய நவீன வங்கிகளுக்கான தேவை இருக்கிறது.

திருச்செங்கோடு, நாமக்கல், சங்ககிரி என்று பெரிய அளவில் பணம் புழங்கும் இந்த குட்டி நகரங்களை உலகமயத்துடன் இணைப்பது நம்முன் உள்ள வேலை.

—

ரிப்போர்ட்டை முடித்தவுடன் டாக்குமென்ட்டரி நினைவு வந்தது. இவர்கள் ஒரு பகுதியை ஆய்வு செய்கிறார்கள் என்றால் ஆய்வைத் தொடர்ந்து பன்னாட்டு மூலதனம் இங்கே வரும். அது இங்கே வரும்போது கூடவே பன்னாட்டு மீடியாவும் வரும், அப்போது ரிக் தொழில் ஏற்படுத்தும் துயரங்கள் குறித்த டாக்குமென்ட்டரிக்கு மார்க்கெட் உருவாகும். அதற்குள் கோடம்பாக்கம் இதை ஏதாவது செய்து தொலைக்காமல் இருக்க வேண்டும்... கோடம்பாக்கமாவது ஒரு ஆபீஸ் பாய் எடுத்த டாகுமெண்ட்டரியைக் கண்டுகொள்வதாவது... அது அல்ஜஸிராவுக்கோ... பிபிசிக்கோ காத்திருக்கட்டும்...

பையனுக்கு அதிர்ஷ்டம் இருந்தால் எங்கேயோ போய்விடுவான். இல்லாவிட்டால்... இல்லாவிட்டால் இல்லாவிட்டால்தான்.

அவனவன் தலைவிதி அவனவனுக்கு...

சர்ரியல் இரவு

ஏர்ப்போர்ட்டிலிருந்து வெளியே வரும்போது லியோவோடு பக்காவும் காத்துக் கொண்டிருந்தான். மறுநாள் அந்த நகரத்தின் செஷன்ஸ் கோர்ட்டில் லியோவின் வழக்கு விசாரணைக்கு வர இருந்தது. பக்கா லியோவை துளைத்து எடுத்திருக்க வேண்டும் என்பது லியோவின் முகச்சுழிப்பிலிருந்து தெரிந்தது.

எனக்கு பக்கா மீது பயம் இருந்தாலும் அவனைப் பார்க்கும் ஆவலும் இருந்து கொண்டுதானிருந்தது. மறக்க முடியாததாக மாறிவிட்ட காலங்களின் மிக முக்கியமான பாத்திரம் அல்லவா? லியோ என்னிடம் மிகுந்த மரியாதையுடன் கைகுலுக்கினார்.

இன்றைய ஹியரிங்குக்கு நான் நேரில் வரவேண்டு மென்பது அவரது விருப்பம். எனவே மிகுந்த கவலையுடன் தொடர்ந்து அழைத்து என்னை இங்கே கொண்டுவந்து சேர்த்திருக்கிறார். பக்கா மூலமாகத்தான் லியோ எனக்கு அறிமுகம் என்பதால் நான் வருவது பால்ய நண்பன் பக்காவுக்கும் தெரிந்துவிட்டது.

பக்கா ஓடி வந்து என்னை அணைத்துக் கொண்டான். இந்தப் பதினைந்து ஆண்டுகளில் குண்டாகியிருந்தான். ஆச்சரியமாக அவனுக்கு இன்னும் வழுக்கை விழவில்லை. கண்கள் அடர்ந்த புருவங்களின் கீழ் அதே கிறுக்குத்தனத்துடன் பளிச்சிட்டன. பக்கா எப்போதும் துணி எடுத்துத்தான் தைப்பான். அவனது எல்லா

ஆடைகளிலும் ஒரு சிமெண்ட் வண்ணம் வீசும். இப்போதும் எப்போதும் போல சாம்பல் நிறத்தில் கால்சட்டையும், வெள்ளைக் கட்டம் போட்ட முழுக்கைச் சட்டையும் அணிந்திருந்தான். அரசு ஊழியரை எங்கிருந்தாலும் காட்டிக் கொடுக்கும் ஆடை அது. ஆனால் இது என்ன முழங்கால் பக்கம் அழுக்கு திட்டாகப் படிந்திருந்தது.

“என்னையா அழுக்கு?”

“இருட்ல தெரிலப்பா. சரி விடு. வீட்டுக்குப் போலாம்”

“சாருக்கு ரூம் போட்டிருக்கு” லியோ வெடுக்கென்று கூறினார்.

“சார் எங்கூடத்தான் வருவார். என்னப்பா நீ இங்க வந்துட்டு வீட்டுக்கு வரலேன்னா எப்படி? வா போலாம்”

“உங்கூட நைட் தங்கறதா? நான் கடகடவென்று சிரித்தேன். பக்காவுடன் இரவு தங்குவது எப்படிப்பட்டதென்பது எனக்கும் அவனோடு தங்கிய ஒவ்வொருவருக்கும் நன்றாகத் தெரியும்.

“அதெல்லாம் அப்பப்பா. நீ அப்ப எப்படி இருந்த. இப்ப எப்படி இருக்க. நான் மட்டும் மாறக்கூடாதா? நீ வா சொல்றேன்”

“வைஃப்?”

“அட வாப்பா. எல்லாரும் ஊருக்குப் போயிருக்காங்க”

நான் ஒப்புக் கொண்டேன். ஏன் என்று இன்றுவரை என்னால் புரிந்துகொள்ள முடியவில்லை. என் மனதுக்குள் என்ன நடந்திருக்கும்?

—

இப்போது முற்பிறவி போலத் தோன்றிய அந்தக் காலத்தில் ஏங்கள் கட்சிக்காரர்களுக்கும், போலீசுக்கும் ஒரு சிறிய கண்ணாமூச்சி விளையாட்டு நடந்து கொண்டிருந்தது. இரவு வீட்டில் தூங்கினால் மேற்படி நபர்கள் தூக்கிக்கொண்டு போய்விடும் ஆபத்து இருந்தது. எனவே அன்று இரவு ரகசிய தங்குமிடத்துக்குப் போக பஸ் ஏறச் சென்று கொண்டிருந்தபோது பக்கா எதிர்ப்பட்டான்.

“எங்க வீட்டுக்கு வா மச்சி” என்றான். நிலமை தெரிந்தே அவன் அழைத்தது எனக்கு வியப்பளித்தது.

பக்கா இவ்வளவு வீரனா? அப்படியானால் அவன் இருக்க வேண்டிய இடம் நமது கட்சி அல்லவா? நான் ஒரு முடிவோடு ஒப்புக் கொண்டேன். பக்காவின் வீடு அந்த கவர்ன்மென்ட் குவார்ட்டர்ஸில் இருந்தது. குவார்ட்டர்ஸ் என்றால் என்னவோ என்று நினைத்துக் கொள்ளாதீர்கள். சுமார் பதினைந்து ஏக்கருக்கு அந்த வளாகத்தில் காடு மண்டிக் கிடக்கும். சில கைவிடப்பட்ட கட்டடங்களும், ஒரு டிராக்டர் வொர்க்ஷாப்பும், ஒரு சில டிரைவர்களின் வீடுகளும் ஆங்காங்கே காட்டுக்கு நடுவே இருந்தன. உள்ளே போய்விட்டால் நகரத்தில் இரைச்சல் சுத்தமாக மறைந்து ஏதோ ஊட்டி, குன்னூர் பக்கம் வந்து விட்டதைப் போலிருக்கும்.

பக்காவின் வீட்டு வாயில்வரை முட்புதர்களும் பெயர்தெரியாத மரங்களும் அடர்ந்திருந்தன. தொலைவில் யூக்கலிப்டஸ் மரங்கள் வானத்துக்கு ஏணி அமைத்திருந்தன. பக்காவின் அப்பா டிரைவர். எப்போதும் பயணத்திலேயே இருப்பார். அவனுக்கு அம்மா இல்லை. அக்காக்கள் திருமணமாகிச் சென்றுவிட்டனர். எனவே வீட்டில் அவன் மட்டும்தான்.

வீட்டுக்குள் நுழைந்ததும் வெளியே இருந்த குளிர்ச்சிக்கு கதகதகப்பாக இருந்தது. ஜெர்க்கினைக் கழற்றி எங்கே மாட்டுவது என்று கேட்கத் திரும்பியவன் துணுக்குற்றேன். பக்கா கதவைப் பூட்டித் தாளிட்டதோடு சோபாவை கதவை நோக்கி நகர்த்திக் கொண்டிருந்தான்.

நான் பதறிப் போய் “டே என்ன பண்றே?” என்றேன். என் நிலைமையை யோசித்துப் பாருங்கள். நானே தலைமறைவாக இருக்க இங்கே வந்திருக்கிறேன். வீட்டை உள்ளே பூட்டி, கதைவைத் திறக்க முடியாமல் சோபாவையும் நகர்த்தி கதவை மறைத்து வைத்தால் கருக்கென்று இருக்குமா இருக்காதா?

பக்கா கச்சிதமாக வாயிற்கதவுக்கு முன்னால் சோபாவை செட் செய்துவிட்டு என்னைப் பார்த்து மந்தகாசமாகச் சிரித்தான்.

“வெளியிருந்து ஒரு தட்டுத் தட்டினா கதவு திறந்துக்கும். அதனால எப்பவும் சோபாவை அதுக்கு முன்னாடி இழுத்து வெச்சிடுவேன்”

ஓ இது எனக்காக இல்லையா? நான் நிம்மதியடைந்தேன்.

பக்கா பின்புறக் கதவருகே சென்று தையல் மெஷினை இழுத்து வைத்தான். பின்பு அதன் மீது ஒரு காலியான அண்டாவை எடுத்துக் கவிழ்த்து வைத்தான். "யாராவது கதவத் தெறக்க முயற்சி பண்ணா அண்டா கீழ விழுந்து சத்தம் போட்டுடும் இல்லையா? போலீஸ் கூட அதான் அட்வைஸ் செய்யுது"

"இந்த அளவுக்கு என்ன பிரச்சினை? நாலு கேட்லையும் வாட்ச்மேன் இருக்காங்க இல்ல?"

"அவங்க அங்க இருக்காங்க. இங்க ஏதாவது நடந்தா அவங்களுக்கு எப்படித் தெரியும்?"

"என்ன நடந்துடும்?"

"யாராவது அட்டாக் பண்ணிட்டா"

"அட்டாக்கா?" தினமும் மாவோவின் ராணுவப் படைப்புகளில் தாக்குதல், தற்காப்பு, தற்காப்பில் தாக்குதல், தாக்கும் போது தற்காப்பு, சுற்றி வளைப்பு, எதிரியின் ஒருவிரலை வெட்டியெறிவது, என்பது பற்றியெல்லாம் முப்பது பக்கமாவது படிக்கும் எனக்கே கொஞ்சம் அதிர்ச்சியாகத்தான் இருந்தது.

இதற்குள் வீட்டில் இருந்த கதகதப்பு மறந்து ஒருவிதமான அடைபட்ட வாசம் வீசத் தொடங்கியது. பின்புதான் கூரை ஓட்டைகள் எல்லாம் பெட்ஷீட்டுகளைக் கொண்டு அடைக்கப் பட்டிருப்பது தெரிந்தது. எனக்கு மூச்சுத் திணறத் தொடங்கியது.

ஒரு ஜன்னலையாவது திறக்கச் சொல்லலாமென்று வாயெடுத்த போது பக்கா ஒரு ஸ்வெட்டரை எடுத்து அணிந்து கொண்டான்.

"மச்சி, உனக்கும் ஸ்வெட்டர் வேணுமா?"

ஸ்வெட்டரா ஜட்டி கூடப் போடமுடியாத உப்புசத்தில் ஸ்வெட்டரா?

இவனோடு ஒரு முழு இரவும் எப்படிக் கழிப்பது? முடியவே முடியாது என்று வெளியேறிவிடலாமா? இப்போது வெளியேறினால் பிளாட்பாரத்தில்தான் படுக்க வேண்டும்.

பக்கா இருளில் மூழ்கியிருந்த பெட்ரூமில் மறைந்தான். இதுதான் கடைசி வாய்ப்பு. ஓடி விடு என்று மனம் சொன்னது. உடல் ஏதோ ஒரு இடம் கிடைத்தால் போதும் என்று கெஞ்சியது. பக்கா இருளிலிருந்து வெளியே வந்த போது அவன் கையில் ஏதோவொன்று பளிச் பளிச்சென்று மின்னியது.

இரண்டு பளபளக்கும் கத்திகள்.

இன்னிக்கு இந்தப் பைத்தியத்தின் கையில் நாம் கைமா தான். உடலெல்லாம் பதற தலையணையை எடுத்துக்கொண்டு பக்கா மீது பாய்ந்து விடுவது என்று முடிவு செய்து தலையணையைத் தொட்ட அந்த கணத்தில் அவன் கூலாக "இந்தக் கத்தியை தலகாணிக்கு அடியில் வெச்சுக்கோ" என்றான்.

எனக்கு இன்னும் உடல் பதறிக் கொண்டிருந்தது.

—

எனது அனுபவங்களை கட்சி ஆழ்ந்து பரிசீலித்தது. பக்காவுடனான உறவைப் பேணுவது அந்தக் காலத்தில் கட்சிக்கு இருந்த ஷெல்டர் (ரகசிய தங்குமிடங்கள்) பிரச்சினையைத் தீர்க்க உதவியாக இருக்கும் என்று முடிவு செய்யப்பட்டது. ஆனால் தனியாக அங்கே செல்ல வேண்டாமென்றும் அறிவுறுத்தப்பட்டது.

"நாடே மனநிலை பாதிக்கப்பட்ட நிலைலதான் தோழர் இருக்கு. எல்லோருக்கும் ஒரு இன்செக்யூரிட்டி, அன்சர்ட்டெனிட்டி இருக்கு. அரசியல்படுத்தினா சரியாப் போயிடும்" என்ன விவகாரமாக இருந்தாலும் மார்க்சீய அடிப்படியில் ஒரு விளக்கு விளக்கினால் முற்றிலும் இயல்பானதாக மாறிவிடுகிறது.

பக்கா படுபயங்கரமான சாய்பாபா பக்தன் என்றாலும் கட்சிக்காரர்களோடு ஒட்டிக் கொண்டான். தோழர்கள் புகைப்பிடிக்க எதிரே இருந்த பாழடைந்த கட்டடத்தின் ஒரு மூலையையும் ஏற்பாடு செய்திருந்தான். கட்சி, பக்கா, பக்காவுக்கு துணை கிடைத்ததில் அவனது அப்பா என்று எல்லோரும் இந்த ஏற்பாட்டால் மகிழ்ச்சியடைந்தாலும் கடுமையாகப் பாதிக்கப்பட்டது நான்தான்.

—

பக்கா ஒரு ஆட்டோ பிடித்தான். ஆட்டோ உலுக்கலுடன் கிளம்பியதும் "அப்புறம் லவ்வெல்லாம் எப்படி இருக்கு?"

"லவ்வா எனக்கா?"

"அதாம்பா அந்த லைப்ரரி"

"நாயே என் லவ்வ ஒழிச்சவனே நீதானே?" பக்காவை இன்று கொன்றுவிட்டால் சாட்சியமே இருக்காதே என்ற எண்ணம் என் மனதில் ஓடியது.

—

புரட்சிகரமாக வாழ்ந்து வந்த அந்தக் காலங்களில், காலை நேரத்தில் படிப்பது, மாலையில் அரசியல் வேலைகளைப் பார்ப்பது என்பது எனது வழக்கம். வேலைக்குப் போவதுபோல காலை பத்து மணிக்கு மத்திய நூலகம் சென்று விடுவேன்.

அங்கே நான் வழக்கமாகப் படிக்க உட்காரும் பிரிவின் பொறுப்பாளராக இருந்த அந்த அழகான பெண் மீது எனக்கு காதல் வந்து கொண்டிருந்தது. அவருக்கும் அப்படி இருப்பதற்கான சாத்தியக்கூறுகள் தெரிந்து கொண்டிருந்தன. ஒரு அழகியலான கதை எழுதுவது எனது நோக்கம் இல்லை என்பதால் இந்த விவகாரத்தை அவரவர் கற்பனைக்கு விட்டு விட்டு மேலே செல்கிறேன்.

ஒருநாள் நூலகத்தினுள் நுழையும்போது பக்கா பதட்டத்துடன் வாயிலில் நின்றிருந்தான்.

"மச்சி என்னை நாலு பேர் ஃபாலோ பண்றாங்க"

"எங்க மச்சி எங்க?"

"ஒளிஞ்சிருக்காங்க."

"காணோமே..." நான் தேடிக்கொண்டிருந்த போது பக்கா என்கையில் ஒரு சைக்கிள் செய்னைத் திணித்தான். அப்போது கோவையில் ரவுடிகள் வைத்திருப்பதைப் போன்ற கைப்பிடி வைத்த சைக்கிள் செய்ன்.

"வெச்சுக்கோ. ஒரு செக்யூரிட்டிக்கு"

என் போதாத காலம். அதை அப்போதைய ஃபேஷனான பேகி பேண்டுக்குள் போட்டுக்கொண்டு, பக்காவையும் தைரியம் சொல்லி நூலகத்துக்குள் அழைத்துச் சென்று, உட்கார்ந்து ஜேசப் கான்ராட்டின் ஹார்ட் ஆப்ஃ டார்க்னெஸ்ஸை விரித்து வைத்து, அந்த அம்மையாரை நோக்கிக் காதல் ததும்பப் புன்னகைத்த போது சரசரவென்ற சத்தத்துடன் சைக்கிள் செய்ன் வெளியே சரிந்தது.

ஆயுதந்தாங்கிய அன்றே பாபு என்ற அந்தப் போராளியின் காதல் கருகிச் சாம்பலானது. (இந்தக் கதையைப் படிக்கும் தோழர்கள், நான் என்ன எழுதினாலும் அது எனது சொந்தக் கதை என்று தவறாகக் கருதிக் கொள்வதால் பாபு என்ற பெயரை அழுத்திச் சொல்கிறேன். எனவே கொஞ்சம் அவுட் ஆப் பிளேஸ் ஆக இருந்தாலும் தவறாக நினைத்துக் கொள்ள வேண்டாம்).

—

எனது எண்ண ஓட்டத்தைப் போலவே ஆட்டோவும் தாவித் தாவிச் சென்று கொண்டிருந்தது. ஊருக்கு வெளியே ஓரிரு வீடுகளே கொண்டிருந்த ஒரு புதிய லேயவுட்டில் பக்காவின் வீடு இருந்தது. இருளோடிக் கிடந்த வீட்டைத் திறந்ததும் ஒரே குப்பை.

‘ஏன்?’ என் முகத்தில் தெரிந்த கேள்வியைப் பார்த்து “வைஃப் குழந்தைகள் எல்லாம் ஊருக்குப் போயிருக்காங்க” என்றான்.

—

இரவு என்மீது கூரை இடிந்து விழுந்து விட்டது போன்ற அதிர்ச்சி ஏற்பட்டு திடுக்கிட்டு எழுந்தேன். பக்கா ஒரு கையில் டார்ச்சையும், இன்னொரு கையில் கத்தியையும் வைத்துக் கொண்டு நின்றிருந்தான். எனவே என்னை எழுப்புவதற்காக எட்டி உதைத்திருக்க வேண்டும்.

“வெளிய ஆளுக‘ உலாவறாங்க”

நான் துள்ளி எழுந்தேன்.

“டாய்” என் குரலில் வீடு அதிர்ந்தது. கதவை மூடி, அதை

மறைத்து வைத்திருந்த சோபாவை சந்திரமுகி ஜோதிகா போலத் தூக்கி வீசினேன். கதவை விரியத் திறந்து வெளியே பாய்ந்தேன்.

பக்கா திக்பிரமையடைந்து நிற்பது தெரிந்தது.

"டாய்" நான் திரும்பவும் அலறினேன்.

"யார்ரா எங்க பக்காவ ராத்திரி ராத்திரி வந்து பயமுறுத்தறது?"

நூறடி தூரத்தில் ஒரு வீட்டில் லைட் எரிந்தது. "டாய் நீதானா"

வாயிலில் கட்டையாக, குட்டையாக, சொட்டையாக ஒரு உருவம் தோன்றியது. "டேய் மெண்டல் பயலுகளா, தூங்க விடமாட்டீங்க?"

நான் தொண்டை நரம்பு புடைக்க யுத்த கோஷம் எழுப்பிய படி அந்த வீட்டை நோக்கிப் பாய்ந்தேன். ஒருவிநாடி பறப்பது போன்ற உணர்வு ஏற்பட்டு குனிந்து பார்த்தபோது பக்கா என்னைத் தூக்கிக்கொண்டு வீட்டை நோக்கி ஓடிக் கொண்டிருந்தான். "வேண்டா மச்சி போயிரலாம்" என்று அவன் வாய் இரைப்புக்கு நடுநடுவே முணுமுணுத்துக் கொண்டிருந்தது.

நான் புரூஸ்லி போல அவன் மண்டையில் ஓங்கிக் குத்தினேன். பக்கா நிலைதடுமாறி விழுந்ததும் பாய்ந்து திரும்பவும் அந்த வீட்டை நோக்கி ஓடத் தொடங்கினேன்.

"டேய் நீதான லைப்ரரிக்காரம்மா புருசன்?"

கட்டை, குட்டை, சொட்டை உருவம் துள்ளிப் பாய்ந்து எதிர்த் திசையில் ஓடியது. நான் கற்களை எடுத்து அவனை நோக்கி வீசத் தொடங்கினேன்.

பக்கா திரும்பவும் என்னைத் தூக்கிக்கொண்டு ஓடத் தொடங்கினான். நான் ஒரு அசுர முயற்சி செய்து என்னை விடுவித்துக்கொண்டு எதிரே இருந்த காலியிடத்தில் கொட்டப் பட்டிருந்த மணலில் குட்டிக் கரணம் அடித்தேன். வானில் நிலவு ஒளிவீசிக் கொண்டிருந்தது. நட்சத்திரங்கள் கண் சிமிட்டிக் கொண்டிருந்தன. மெல்லிய வெதுவெதுப்பான காற்று வருடிச் சென்றது. ஒரு கணத்தில் எனது உக்கிரம் மறந்து ஒரு துயரம் தோய்ந்த மனநிலை ஆட்கொண்டது.

"பக்கா I am sad"

"ஏன் மச்சி?" பக்கா என்னை விடத் துயரத்துடன் கேட்டான்.

"இருவர் படுத்திருந்தார்
ஒருவர் ஒளிந்திருந்தார்
யாரடா என்றது நிலவு"

இந்த அடியைப் பாடும்போது எனக்கு குரல் கம்மியது. துயரம் தொண்டையை அடைத்துக் கொண்டது. சமாளித்துக்கொண்டு திரும்பவும் பெருகுரலெடுத்துப் பாடத் தொடங்கினேன்.

"அம்மா...
அம்மா...
நான் மனிதன்"

பக்கா தலையைப் பிடித்துக்கொண்டு உட்கார்ந்திருந்தான். அங்கே கொட்டப்பட்டிருந்த கட்டுமானப் பொருட்களுக்கு வாட்ச்மேன் ஒரு பீடி பற்ற வைத்துக்கொண்டு அவனருகே வந்து உட்கார்ந்தார்.

"என்ன பக்கா தண்ணி போட்டுட்டாரா?"

"போட்டிருந்தா பரவால்லியே"

"அடப்பாவி தண்ணி போடாமலேயே இந்த லோலாயா? ஏதாவது பிரச்சினையா?" அவர் லூசா என்று கேட்டார்.

"தெரியலையே?" பக்கா இன்னும் பீதியிலிருந்து மீளவில்லை.

நான் எழுந்து மணலைத் தட்டிவிட்டுக் கொண்டு வாட்ச்மேன் அருகே சென்று அமர்ந்தேன். "அண்ணா நான் லூசு இல்ல. தண்ணியும் போடல. எனக்கு ஒரு லவ் பெயிலியர். அதனாலதான் தினமும் சிகரெட் சூடு வெச்சுக்கறேன்"

"யாருன்னு சொல்லு கண்ணு. நான் கல்யாணம் பண்ணி வெக்கறேன்"

"அண்ணே வாங்க. அதோ அந்த வீட்டுக்காரன் லைப்ரரிக் காரம்மாவைக் கல்யாணம் பண்ணியிருக்கான். அவனைக் கொன்னுட்டு நாம கல்யாணம் பண்ணிக்கலாம்" நான் வாட்ச்மேனின் கையைப் பிடித்து தரதரவென்று இழுத்துச்

செல்லத் தொடங்கினேன். பக்கா வெறிகொண்டு என் மேல் பாய்ந்தான். எனக்கும் பக்காவுக்கும் வாட்ச்மேனுக்கும் கடும் போராட்டம் அந்த மணலில் நடந்தது.

பக்காவும் வாட்ச்மேனும் என்னை வீட்டுக்கு இழுத்து வந்து உள்ளே தள்ளி விட்டார்கள். பக்கா வீட்டைப் பூட்ட முயன்ற போது நான் ஜெட்லீ போல டைவ் அடித்துத் தடுத்தேன். எங்கள் இருவருக்கும் இடையே மீண்டும் துவந்த யுத்தம் நடந்தது. அண்டா உருண்டது.

மறுநாள் புத்துணர்வூட்டும் புலர்காலையின் பளீரென்ற ஒளியில் நான் தும்பைப் போன்ற வெள்ளுடை அணிந்து கோர்ட்டுக்குத் தயாராகி வீட்டுக்கு வெளியே வந்தபோது பக்கா செம்பருத்திப் பூச்செடி ஓரம் லுங்கியை இழுத்துப் போர்த்தியபடி தூங்கிக் கொண்டிருந்தான்.

ஞி ஞி ஞி

முதலாவது சார்பு நீதிமன்றத்தில் சோழன் பூர்வ பட்டயம்

"அ என்கிற ஊரில் இருக்கும் அங்காள பரமேஸ்வரி கோவில் செங்குந்த முதலியார்களுக்குச் சொந்தமானது சார். அதாவது எங்க மூதாதையர்." என்றார் பேராசிரியர்.

அவர் முதலியாராக இருக்கலாம் என்ற சந்தேகம் முன்பே இருந்தது. அவரது வாட்டசாட்டமான தோற்றம் எனக்கு பேராசிரியர் சத்தியமூர்த்தியை நினைவு படுத்தியது. அவரும் இவரைப் போலவே மாநிறமாக உயரமாக ஜிம்பாடி போலிருப்பார். ஜூரிஸ்புரூடன்ஸ் சொல்லிக் கொடுத்து சித்தரவதை செய்வார். போர்டில் எழுதி எழுதி தள்ளுவார். அப்போது அவரது கரத்தில் இருக்கும் தசைகள் கோடுகோடாக அசைவதை வேடிக்கை பார்த்துக் கொண்டிருப்போம். "இந்த ஆள் இன்ஸ்பெக்டர் மாதிரி ஏதாவது வேலைக்குப் போயிருந்தால் அட்டகாசமா இருந்திருக்கும். வக்கீலாகி, அந்த யுனிபார்மும் போடாம வாத்தியாராகி நம்ம உயிரை எடுக்கறான்" என்பார்கள் நண்பர்கள்.

சத்தியமூர்த்தி பற்றிய உரையாடலை அப்புறம் பார்ப்போம். இப்போது அங்காள பரமேஸ்வரிக்குத் திரும்புவோம்.

"சோழன் பூர்வ பட்டயத்துல இருளன் பதிவனத்தை வெட்டி, கோட்டையும் பேட்டையும் கட்டி, அங்காள பரமேஸ்வரிக்கு கோவில் கட்டி பலி கொடுத்து

நிர்வாகத்துக்குக் கட்டி முதலியையும், பூசைக்கு பண்டாரத்தையும் வைத்து நிகுதி செய்து வெற்றிலை பாக்கு வைத்துக் கொடுத்ததா இருக்கு"

பேராசிரியர் தோள்பையில் நீந்தி ஒரு பேப்பரை எடுத்துக் கொடுத்தார். அதில் மேற்கண்டவாறு எழுதியிருந்தது.

"சரிங்க"

"இப்ப கோவில் ஒரு பண்டாரத்து கைல இருக்கு. அதை மீட்கணும். கோவில் எங்களோடதுங்கறதுக்கு பட்டய ஆதாரம் இருக்கு. பட்டயத்துல பூசை செய்யத்தான் பண்டாரத்தை நியமிச்சிருக்கு. இந்தப் பட்டயத்துல எல்லாம் பழக்கம் இருக்கற வக்கீலைத் தேடினப்போ உங்க பேரைச் சொன்னாங்க"

எனக்கு மகிழ்ச்சிதான். ஆனால் சோழன் பூர்வ பட்டயத்தில் எல்லா ஊர்களோடும் இந்தக் கட்டியப்ப முதலி பெயர் இணைந்து வரும். இதை வைத்துக் கொண்டு... அதுவும் அந்த முதலியும் இந்த முதலியும் இந்தப் பண்டாரமும் அந்தப் பண்டாரமும் ஒன்றுதானா? சோழன் பூர்வ பட்டயத்தை வைத்துக் கொண்டு சிவில் கேஸ் எப்படி...

"கொஞ்சம் விளக்கிச் சொல்லுங்க. கோவிலுக்கு டிரஸ்டி, விழாக்குழு எல்லாம் இல்லையா? கோவில் நிலம், பட்டா, அறநிலையத் துறை ரெகார்ட்ஸ்... இன்னும் கொஞ்சம் டீடெல்ஸ் கொடுங்க புரபஸர்"

"அதாவது 1964லில் பண்டாரம் தான் தான் டிரஸ்டி என்று பதிவு செஞ்சுட்டார். கோவில் நிலங்களையும் தன் பெயரில் பட்டா பண்ணிட்டார்"

"மைகாட். 1964. அப்ப நீங்க என்ன பண்ணிட்டிருந்தீங்க. அதாவது உங்க மூதாதையர்"

"ஊர்ல முதலியார்களெல்லாம் திமுக சார். அதனால் இந்தக் கோவில் குளத்திலெல்லாம் அக்கறை காட்டல. எல்லோரும் படிச்சும், பிஸினெஸ் பாக்கவும் சிட்டிக்கு வந்துட்டாங்க. கோவில் பாழடைஞ்சு போயிடுச்சு. அந்த நேரத்துல பண்டாரம் தன்னை டிரஸ்டியாப் போட்டுட்டார்."

“மத்த டிரஸ்டிங்க?”

“அந்தக் காலத்துல கோவிலுக்கு ஒரு டிரஸ்டி போதும்”

“ஊர்ல உங்காளுக ஒரு ஆளுகூட இல்லையா?”

“பெரிசுக இருந்துச்சு. மணியம், கர்ணம் எல்லாம் நம்மாளுகதான். அவங்க கண்டுக்காம விட்டுட்டாங்களோ அல்லது இவனே இருக்கட்டும்னு அவங்களே சொன்னாங்களோ தெரியல.”

“அதுக்கப்புறம் இன்னி வரைக்கும் எதுவும் செய்யலையா?”

“இல்லை சார். நிறைய கேஸெல்லாம் நடந்தது. 1977ல் எங்க தாத்தா ஒரு கேஸ் போட்டார். அதில் சூப்பரா ஒரு டாக்குமெண்ட் வெச்சிருந்தார். டிரஸ்டியா இருந்த பண்டாரம் பூசை செய்ய சம்பளம் வாங்கிட்டிருக்கறதுக்கு ரசீது இருந்தது. டிரஸ்டி எப்படி சம்பளம் வாங்க முடியும்? டிரஸ்டி கோவில் நிலங்களைத் தன்னோட பெயரில் பட்டா வாங்கினது சரியான்னு வாதாடினோம். ஜெயிச்சுருச்சு”

“அருமையான விஷயம். அப்புறமென்ன?”

“என்ன ஆச்சுன்னா கோவில் நிலங்களை மீட்டுட்டோம். ஆனால் இந்தாள் டிரஸ்டி என்பது தப்புன்னு டிக்ளேர் பண்ணனும்னு உத்தரவு வாங்காம விட்டுட்டோம்.”

“மைகாட். ஏன் அப்படிப் செஞ்சீங்க?”

“அதான் சார். திமுக. கோவில் நிலமே நம்ம கிட்ட வந்த பின்னாடி கோவில் எவன் கைல இருந்தா என்னங்கற தெனாவட்டுதான். தெய்வ பக்தி வேணும் இல்லையா சார்”

“ஆமாங்க புரபஸர். கட்டாயம் வேண்டும்” என்றேன் நான்.

”கம்யூனிஸ்டுகாரங்க நீங்க ஒத்துக்கறீங்க. திக திமுக காரங்க ஒத்துக்கமாட்டேங்கறாங்களே”

எனக்குக் கருக்கென்றது. தொழிலையும் கொள்கையையும் நான் குழப்பிக் கொள்வதில்லை. இருந்த போதிலும் இது எனக்குப் பிடிக்கவில்லை.

“கடவுளை நம்பாத கம்யூனிஸ்டுகளும் இருக்காங்க புரபஸர்”

“அப்படீங்களா? டூ பேட்”

இதென்னென ஏடாகூடம்... கொள்கையின் மீதான செண்டிமெண்ட்டுக்கு இது இடம் அல்ல. பேச்சை திரும்பவும் வழக்கை நோக்கித் திருப்ப முடிவு செய்தேன்.

“ஓக்கே புரபஸர். பண்டாரம்தான் டிரஸ்டி என்பதை ரத்து செய்யாம விட்டுட்டீங்க. இப்ப என்ன பிரச்சினை?”

“இப்ப நாங்க எல்லாம் பெரிய பெரிய பதவில இருக்கோம். எல்லோருக்கும் இப்ப சாதி மேலயும், சமுதாய பழக்க வழக்கங்கள் மேலயும் ஆர்வம் வந்திருக்கு இல்லையா? எல்லாரும் வேர்களுக்குத் திரும்பறாங்க. சொந்த ஊருக்கு வர்றது, சமுதாயக் கூட்டம் நடத்தறதுன்னு எல்லாரும் திரும்பவும் ஒண்ணாயிட்டிருக்கோம். ஆனால் எங்க கோவில் பாழடைஞ்சு செடி மொளைச்சு கிடக்கு. அதனால எல்லாரும் சேர்ந்து...”

“சேர்ந்து?”

“ரெண்டு கோடி ரூபா வசூல் செஞ்சு...”

“ரெண்டு கோடி!!!!”

“அதுக்கு மேல முடியல சார்”

“!!!!!!!!!!!!!”

“ரெண்டு கோடி ரூபாய் வசூல் செஞ்சு ஒரு பெரிய ஸ்தபதியைக் கூட்டிட்டு வந்து கோவிலை பழமை மாறாம புதுப்பிச்சு, பிரம்மாண்டமான கல் மண்டபம் கட்டினோம். இப்ப பாக்க அவ்வளவு அழகா இருக்கு சார்”

“சரிங்க...”

“கும்பாபிஷேகம் நடத்தறப்ப பண்டாரம் வந்து டிரஸ்டி நான் இருக்கும்போது நீங்க எப்படி நடத்தலாம்னு கேக்கறார்”

“ஓ... இப்ப அதான் பிரச்சினை”

“யெஸ் சார். கரெக்டா புடிச்சுட்டீங்க”

“நீங்க இவ்வளவு பேர் இருக்கீங்க. ஒரு பண்டாரத்தை வெளியேத்த முடியலையா?”

“இப்ப பண்டாரம் பிள்ளை சாதில சேர்ந்துட்டாங்க சார். பண்டாரம், துளுவ வேளாளர் எல்லாம் பிள்ளைன்னு சொல்லிக்கறாங்க. நாகர் கோவில் பிள்ளைமார் தொடர்பால பிஜேபி சப்போர்ட் அவங்களுக்கு இருக்கு”

“நீங்க?”

“நாங்க எப்பவும் திமுகதான். ஆனால் இந்தக் காலத்துல் பரம்பரைப் பெருமையை நிலைநாட்டணும் இல்லையா சார். பாரம்பரியத்தை மறந்துடக் கூடாது இல்லையா? நம்ம முன்னோர்கள் சோழனோட காண்டாக்ட் வெச்சு பட்டயம் வாங்கியிருக்கோம். விட்டுட முடியுமா? ஆண்ட பரம்பரை இல்லையா? பக்தி வேற கொள்கை வேற!”

—

இந்த சப் ஜட்ஜ் வழக்கமாகச் சிரிப்பதில்லை. அதிகம் பேசுவதுமில்லை. வாய்தா கேட்டால் ரொம்ப சிக்கல் செய்யாமல் கொடுத்துவிடும் டைப் என்று ஜூனியர்கள் பேசிக் கொள்வார்கள். சிவில் வழக்குகளில் அதிக ஆர்வம் கொண்டவர். உயர் நீதிமன்ற உச்ச நீதிமன்ற வழக்குகளை மேற்கோள் காட்டி பேசக் கூடியவர். ஆனால் கிரிமினல் வழக்குகளை விசாரிக்க அவருக்கு அவ்வளவாகப் பிடிக்காது. அந்த நேரங்களில் சிடுசிடுவென்றிருப்பார். லா நோயிங் ஜட்ஜ்தான். பேசலாம் என்றார் ஒரு சீனியர்.

அன்று மேக மூட்டமாக இருந்ததால் நீதிமன்றம் இருளோடியிருந்தது. இந்த சூழல் எனக்குப் பிடிக்கும். நீதிமன்றத்தில் கரண்ட் கட்டாலோ, மழையாலோ இருள் சூழ்ந்திருந்தால் அதன் அன்னியத் தன்மையும், நாடகத் தன்மையும் குறைவாக இருப்பது போல எனக்குத் தோன்றும். நீதிமன்றத்தின் உயர்ந்த கூரைகளுக்கும், கருமையேறிய ஈட்டி, தேக்குமர விட்டங்களுக்கும், மேசை, நாற்காலிகளுக்கும், நீண்ட வராண்டாக்களுக்கும் அரையிருளே பொருத்தமானதாகத் தோன்றும்.

“இப்ப என்ன எழுதிட்டிருக்கீங்க” என்று கேட்டார் எதிர்த்தரப்பு வழக்குரைஞர் முத்தமிழ் ராசு. முக்கியமான

இந்துமுன்னணி வழக்குரைஞர். நாங்கள் எதிர்பார்த்தபடியே சுந்தர பண்டாரத்துக்காக வாதாட இவர் வந்திருந்தார். அந்த மதிய நேரத்திலும் பளிச்சென்று குங்குமம் வைத்து பக்திமயமாக இருந்தார். இந்து அமைப்பினர் அணியும் காவிநிறத்திலான பட்டை கங்கணத்தை அணிந்திருந்தார்.

“சோழன் பூர்வ பட்டயத்தைப் பத்தி ஒரு கதை எழுதிட்டிருக்கேன்”

முத்தமிழ் கடுப்பானார். “பிரதர், பட்டயத்தை எல்லாம் கொண்டுட்டு வந்து பொஸஸன், டிக்ளரேஷன் கேக்கறது கொஞ்சம் கூட சரியில்ல.”

வழக்கு அழைக்கப்பட்டதும் முத்தமிழ் எழுந்தார். “யுவர் ஆனர், பட்டயம் ஆயிரம் வருஷங்களுக்கு முந்தையது. இந்தக் கால இடைவெளியில் என்னென்னமோ நடந்து விட்டது. தஞ்சைப் பிரகதீஸ்வரர் கோவில் இதே போலத்தான். ராஜராஜன் கட்டியது. ஆனால் மராத்திக்காரர்கள் எல்லாம் டிரஸ்டியாக இருக்கிறார்கள். எனவே கால மாற்றத்தில் எது வேண்டுமானாலும் நடக்கலாம். பட்டயத்தை மட்டும் வைத்துக்கொண்டு எதையும் தீர்மானிக்க முடியாது. 1964 ரெவின்யூ ரெகார்ட்ஸ் எங்கள் கட்சிக்காரரின் முன்னோர்தான் டிரஸ்டி என்கிறது. எனது கட்சிக்காரர் கோவிலில் பண்டாரமாக இருக்கிறார். எனவே கோவிலுக்குத் தொடர்பு இல்லாதவர் இல்லை. இப்போது சொந்தம் கொண்டாடும் இந்த நபர்கள் ஒரு பழைய பட்டயத்தைத் தவிர எந்த ஆவணத்தையும் கோர்ட் முன்னால் கொண்டு வரவில்லை. முதலியார் என்றால் எனக்குத் தெரிந்தே மூன்று பிரிவு முதலியார்கள் உண்டு. செங்குந்த முதலியார், சென்னிமலை முதலியார்... பட்டயத்தில் உள்ள கட்டியப்ப முதலி என்பது யாரைக் குறிக்கிறது...? இந்த முதலிதான் அந்த முதலி என்பதற்கு என்ன ஆதாரம்? எனது கற்றறிந்த எதிர்த்தரப்பு வழக்குரைஞரான நண்பர் இலக்கியத்தையும் சட்டத்தையும் மிக்ஸ் செய்கிறார். ஆனால் மிக்ஸிங் சரியில்லை” கோர்ட்டில் சிரிப்பலை எழுந்தது. ஜட்ஜ் கூட சிரித்தது போலத்தான் தெரிந்தது. நல்ல விஷயம்தான். இறுக்கம் தளர்வது பேச ஏதுவாக இருக்கும்.

நண்பரின் வாதம் சரியாக இருந்தது. அவர் வலிமையான இடத்திலிருக்கிறார்.

ஓக்கே. கோர்ட்டைப் பார்த்தும், எதிர் வழக்குரைஞரைப் பார்த்தும் பயப்படும் வயதை நான் தாண்டி விட்டேன். சட்டம் எதிரிக்குச் சாதகமாக இருந்தால், அதோடு முட்டி மோதாமல் லாஜிக் பேசி வேறு பக்கம் இழுத்துப் போகவேண்டும் என்பது வழக்குரைஞர் தொழிலின் எழுதப்படாத விதி.

“லா ஈஸ் நத்திங் பட் காமன் சென்ஸ் இன் ஏன் அன் காமன் லாங்குவேஜ்” என்று தொடங்கினேன். இது கார்ல் மார்க்ஸ் சொன்னது. ஆனால் அந்தப் பெயரை இங்கே பயன்படுத்த முடியாது. நானே சொன்னதுபோல்தான் இருக்கட்டுமே.

“பட்டயம் இருக்கிறது. பட்டயத்தில் முதலி நிர்வாகம் செய்ய வேண்டும் என்று இருக்கிறது. இப்போதும் அந்த ஊரில் எமது கட்சிக்காரர்களான முதலியார்கள் இருக்கிறார்கள். பட்டயம் பண்டாரம் பூசை செய்யவேண்டும் என்கிறது. நண்பரின் கட்சிக்காரரரான சுந்தர பண்டாரம் அங்கே பூசை செய்து கொண்டு இருக்கிறார். எனவே ஆயிரம் ஆண்டுகளில் ஊரில் எதுவும் மாறவில்லை. பட்டயம் நடைமுறையில் இருக்கிறது. செயல்படுகிறது. கற்றறிந்த நண்பர் பட்டயத்தை மறுத்தாலும் அதை அடிப்படையாக வைத்தே பேசுகிறார். இல்லையென்றால் சுந்தர பண்டாரம் எப்படி இந்தக் கோவிலுக்கு பூசை செய்ய முடியும்? சென்னிமலை முதலியாருக்கோ, விருதாச்சலம் ரெட்டியாருக்கோ, சிவகங்கை மறவருக்கோ, கீழக்கரை பாய்க்கோ, நாகர்கோவில் நாடாருக்கோ இங்கே இடமில்லை. இதே ஊரைச் சேர்ந்த இருவருக்கு இடையிலான உரிமைப் பிரச்சினை இது. பட்டையத்தின் உதவி கொண்டே தீர்க்கப்பட வேண்டும். இது கோவில் நியதிகளும், நியமங்களும் தொடர்புடையது. அதை மாற்ற யாருக்கும் உரிமை கிடையாது. பண்டாரம் பூசை செய்து சம்பளம் வாங்கியிருக்கிறார். ரசீது இருக்கிறது. எனவே கோவில் பூசாரிக்குச் சம்பளம் கொடுப்பவர்கள் யாராக இருக்க முடியும்? கோவில் நிலங்கள் எமது கட்சிக்காரர்களின் அனுபோகத்தில் இருக்கின்றன. பண்டாரத்தின் வேலை கோவிலுக்குப் பூசை செய்வது, அதைச் செய்ய நாங்கள் தடை சொல்லவில்லை. கோவில் நிர்வாகத்தை சோழன் எங்களிடம் ஒப்படைத்து இருக்கிறார். அதை விட்டுத் தரமுடியாது. இது பாரம்பரியம். முன்னோரின் விருப்பம். அவர்கள் செய்து வைத்த நியதி. மாற்ற முடியாதது. மாற்றலாம் என்றால் எப்போது யார் மாற்றலாம்

அதற்கு என்ன நியதி என்பதை நிரூபிக்க வேண்டியது கற்றறிந்த எதிர்த்தரப்பு வழக்குரைஞரின் கடமை"

ஜட்ஜ் ஆழ்ந்து சிந்தித்துக்கொண்டிருந்தார். முத்தமிழிடம் மேலும் ஆவணங்கள் கேட்டு அடுத்த வாரம் வழக்கைத் தள்ளிப் போட்டார்.

நாங்கள் கிளம்பும் நேரம் ஜட்ஜ் இருவரையும் அழைத்தார். சற்றே யோசனையுடன் பூர்வபட்டயத்தைப் புரட்டியவர் என்னிடம் கேட்டார்,

"எல்லாம் சரி. இந்த ஆவணத்தில் இந்த ஊரை யாரோ இருளருக்குக் தானமாகக் கொடுத்ததாக இருக்கிறதே? ஊரின் பெயரே இருளன் பதிவனம் என்று குறிப்பிடப்படுகிறதே? அப்படி ஒரு ஆதிவாசிகள் ஆனைக்கட்டி பக்கத்துல இருக்காங்க இல்ல?, அவர்களுக்கு இந்த வழக்கில் ஆர்வம் இல்லையா? அந்தக் காலத்துல ஊரே அவங்களுக்குச் சொந்தம்ங்கற போது கோவில் நிர்வாகமும் அவங்களுக்குத்தானே போகும்?"

நாங்கள் இரண்டு வக்கீல்களும் சிரித்தோம். "இந்த ஊரில் மட்டுமல்ல. இங்கிருந்து ஐம்பது கிலோ மீட்டர் சுற்றளவுக்கு எங்கேயுமே இருளர் கிடையாது. எனவே அவர்களைப் பொறுத்தவரை பட்டயம் செல்லாது. தவிர மேற்குத் தொடர்சி மலைகளில் நூற்றுக்கணக்கான இருளர் கிராமங்கள் உள்ளன. யாருக்கு என்னவென்று சம்மன் அனுப்புவது?" என்றேன் நான்.

ஜட்ஜ் முத்தமிழைப் பார்த்தார்.

"சமவெளிகளில் இந்த மாதிரி ஒரு பட்டிக்காட்டில் ஒரு கோவிலை வைத்துக் கொண்டு இருளர்கள் என்ன செய்வார்கள்? அவர்களுக்கு இது என்னவென்றே தெரியாது. அவர்கள் பண்பாடு வேறு, வழிபாட்டு முறைகள் வேறு. கடவுள்கள் வேறு. இந்தக் கோவிலின் ஆகம விதிகள் வேறு. இது மிகப்பெரிய வில்லங்கங்களைக் கொண்டுவந்து விடும்." என்று முத்தமிழ் படபடத்தார்.

ஜட்ஜ் பயந்து போனது தெரிந்தது. இதைச் சொல்ல முத்தமிழுக்கு எல்லாத் தகுதியும் உண்டு. முத்தமிழ் மேலும் தொடர்ந்தார், "இருளரே ஊரில் இல்லாதபோது இருளருக்குத் தானம்

கொடுத்தது எப்படி செல்லும்? ஒன்று முதலியார் அல்லது பண்டாரம். இந்த இருவருக்கு இடையேதான் வழக்குத் தீர்க்கப்பட வேண்டும். இருளருக்கு இங்கே இடமே இல்லை. அவர்கள் எங்கோ மலைமேல் இருக்கிறார்கள்."

ஜட்ஜ் தலையசைத்துக் கொண்டார். பின்பு என்னைப் பார்த்தார்.

"யெஸ் யுவர் ஆனர். ஒன்று முதலியார் அல்லது பண்டாரம். இருளருக்கு இங்கே இடமே இல்லை" என்றேன்.

"இல்லவே இல்லை. இருளரைப் பொறுத்தவரை பட்டயம் செல்லாது" என்றார் முத்தமிழ்.

நானும் முத்தமிழும் வெளியே வந்து சிகரெட் பற்ற வைத்தோம். முத்தமிழ் கடகடவென்று சிரித்தார். "இதென்ன இந்த ஜட்ஜ் ஐயா புது பிரச்சினையைக் கிளப்பறார். வேடிக்கையா இருக்கு"

நானும் புகையை இழுத்து விட்டு விட்டு சிரித்தேன். நமது கட்சிக்காரரின் நலனுக்கு விரோதமானவற்றைப் பற்றிச் சிந்திப்பது புரொபஷனல் எதிக்ஸுக்கு எதிரானது.

"ஜட்ஜ் இருளரைப் பத்தி இன்னொருதடவை பேசினால் கேஸை நமக்குள்ள செட்டில் பண்ணிக்கலாம்" என்றார் முத்தமிழ்.

"கண்டிப்பா" என்று ஆமோதித்தேன் நான்.

✫ ✫ ✫

யார்?

அய்யாவின் ஆன்மாவை உடலிலிருந்து பிரித்துக் கொண்டு செல்ல மனிதர்களால் புரிந்துகொள்ள முடியாத சக்திகள் அந்த நெரிசல் மிகுந்த அறையில் பிரசன்னமாகியிருந்தன. அவரது ஆன்மா அனைத்து அறிவியல், ஆன்மீக விதிகளுக்கும் எதிராகத் தன் பலமனைத்தையும் திரட்டிப் போராடி மரத்துப்போய்க் கொண்டிருந்த உடலோடு ஒட்டிக் கொண்டு நின்றது.

விசாலமான கூடத்தில் கிடத்தப்பட்டிருந்த அய்யா மெதுவாகக் கண்களைத் திறந்தார்.

மகன் ராஜேந்திரன் எதிரே நின்று வாயைத் துண்டால் பொத்தி அழுது கொண்டிருந்தான். மருமகள் அழுதுதழுது முகமெல்லாம் வீங்கி சோகமே உருவாக உட்கார்ந்திருந்தாள். அவள் துயரம் நூறுசதம் உண்மை என்பது அய்யாவுக்குத் தெரியும். பேரக் குழந்தைகள் விளையாடுவதும், ஓடி வந்து தாத்தாவைப் பார்ப்பதுமாக இருந்தன.

தேக்கால் இழைக்கப்பட்டிருந்த மிகப் பெரிய கூடம் அது. வெளியே இருந்த நீண்ட திண்ணையிலும் அழகான மரத்தூண்கள் வேலைப்பாடு கொண்ட விட்டங்களைத் தாங்கி நின்றன. திண்ணை தூண்களின் மீது அடர்பச்சை மயில் மாணிக்கக் கொடிகள் தவழ்ந்து ஏறி கூரையில் படர்ந்திருந்தன. அதையடுத்து எப்போதும் ஈரவாடையடித்து குளுகுளுவென்றிருக்கும் பச்சைப் பசேலென்ற புல்வெளி. பங்காளிகளும், உற்றார்

உறவினர்களும், ஊர்க்காரர்களும், நண்பர்களும் வீடு முழுவதும் நிறைந்திருந்தனர்.

இரவு புல்வெளியில் அலங்கார விளக்குகள் ஏற்றப்படும் போது இந்த வீட்டை ஒருமுறை பார்த்தவர்கள் அதைப் பார்ப்பதற்காகவே மீண்டும் மீண்டும் வருவார்கள். ஆனால் அய்யாவுக்கு இதைப் பிரிவதிலோ, உறவுகளைப் பிரிவதிலோ பெரிய வருத்தம் இல்லை. எல்லாவற்றையும் போதும் போதுமென்னும் அளவுக்கு ஆண்டு அனுபவித்துவிட்டவர் அவர்.

"தாத்தா என்ன வேணும் சொல்லுங்க" யாரோ கேட்டார்கள்.

"இந்தா பேரனைப் பாத்துக்கங்க, வேற யாரயாவது பாக்கணுமா?"

"ஏதாவது குடிக்கணுமா? சாப்பிடணுமா?"

அய்யாவின் கண்கள் கூட்டத்தில் அலைந்தன. அவருக்கு வேறு ஒரு கேள்வி இருந்தது.

"எங்கே அவள்?"

அவளைக் காணோம். இல்லாமலிருக்க வாய்ப்பேயில்லையே? அரை நூற்றாண்டு காலமாக உடலோடும் உள்ளத்தோடும் இரண்டறக் கலந்து பின்னிப் பிணைந்து வாழ்ந்தவள் அல்லவா?.

"பாட்டி உன்னைத்தான் தேடுறார்"

அவர் மார்பின் மீது கவிழ்ந்து படுத்திருந்த மயிலாத்தாள் தலையை நிமிர்த்தினார். வயது மூப்பால் கனிவும், துயரமும் கொண்டிருந்த மனைவியின் விழிகளுக்குள் அய்யா ஊடுருவிப் பார்த்தார்.

ஒரே கேள்விதான்.

"யார் அது?"

சுற்றிலுமிருந்த அங்காளி பங்காளி வகையறாக்கள், உற்றார் உறவினர்கள், நண்பர்கள், வீட்டு விலங்குகள், பறவைகள், புல் பூண்டுகள், வெள்ளியங்காடு மலையிலிருந்து கூடத்துக்குள் வீசியடித்துக் கொண்டிருந்த காற்று எல்லோருமே, எல்லாமே புரிந்துகொண்டன.

களுக்கென்ற சிரிப்பு சத்தம் கேட்டது.

"அய்யனுக்கு இந்த நேரத்திலும் அந்த நெனைப்புதான்!"

"பாட்டி இப்பவாவது சொல்லிரு? ரெண்டு பேர்ல யார் அது? சொன்னா கெளம்பிருவாரு"

அழுது கொண்டிருந்த மகன் மெல்ல நழுவி வெளியே சென்றான்.

மயிலாத்தா பெருங்குரலெடுத்து கதறி அழத் தொடங்கினார். "நான் புள்ளைன்னு பாப்பனா? புருசன்னு பாப்பனா...?"

அய்யாவின் மரணத்துக்கு வந்திருந்த தோழர் கூட்ட நெரிசலில் இருந்து வெளியேறி பவானி ஆற்றங்கரையை அடைந்து புதர்களுக்கு இடையே நடமாடத் தொடங்கினார்.

"இருபதாண்டு காலமாக அய்யாவின் மனதிலும் பலவேறு இயக்கங்களைச் சேர்ந்த புரட்சியாளர்களின் மனதிலும் உறுத்திக் கொண்டிருக்கும் கேள்வி. இன்றாவது பதில் கிடைக்குமா?"

தோழர் தாடியைச் சொறிந்து கொண்டார்.

மயிலாத்தம்மா என்பவர் அய்யாவின் மனைவியாக இருப்பது தற்செயலானது. அவர் இந்த மண்ணின் உருவகம். அனைத்து கேள்விகளுக்குமான பதில் மயிலாத்தம்மாவிடம் இருக்கிறது.

கேள்விகள் மட்டுமே தங்களிடம் இருக்கின்றன. தோழர் புகையை இழுத்து விட்டபடி சிந்தனையில் மூழ்கினார். அமானுஷ்யங்களில் அவருக்கு நம்பிக்கையில்லை. ஆனால் மயிலாத்தம்மாவின் மனதில் பெரும் ரகசியமாக உறைந்திருக்கும் அந்த பதிலை வீசியடித்துக் கொண்டிருக்கும் இந்தக் காற்றும். மீன்கள் நீந்தி சிற்றலைகளை ஏற்படுத்திக் கொண்டிருக்கும் இந்த ஆறும் தங்களிடம் கொண்டு வந்து சேர்த்துவிடும் என்று உறுதியாக நம்பினார் தோழர்.

—

பாக்குத் தோப்புகள் சூழ்ந்த கிராமம் என்பதால் அதற்கு பாக்குவட்டை என்ற பெயர் வந்திருக்கலாம். ஊரின் வடபுறம் பவானி ஆறு சுழித்தோடிக் கொண்டிருந்தது. தென்புறம் ஒரு

பிரம்மாண்டமான பச்சை காலிஃப்ளவர் போல உயர்ந்து நின்றது மரங்களடந்த குன்று. பகலில்கூட இருண்டிருக்கும் குன்றின் உட்புறக் காடுகளிலிருந்து கசிந்து வரும் நீர் கண்ணாடி போன்ற தெள்ளிய சிற்றோடைகளாகி பவானி ஆற்றில் கலக்கிறது. கோவை, மேட்டுப்பாளையமெல்லாம் வறண்டு கிடக்கும் நாட்களில்கூட இந்த ஓடைகளில் நீர் வற்றுவதே இல்லை. ஓடைகளின் இருபுறமும் கண்களைக் குளிர் நீரால் நனைக்கப் பட்ட துணியால் வருடிக் கொடுப்பதைப் போன்ற உணர்வைக் கொடுக்கும் அடர் பச்சை நெல் வயல்கள்.

பாக்குவட்டையின் காற்றில்கூட ஈரம் கலந்திருக்கும். கைத் தடியை நட்டால்கூட செழித்து வளர்ந்துவிடும் என்று சொல்வார்கள்.

ஊரில் எல்லாம் நன்றாகத்தான் போய்க் கொண்டிருந்தது. காலங்காலமாக ஊர்ப் பெரியதனக்காரராக செல்வாக்குடன் இருந்த பரம்பரையில் வந்தவர் அய்யா. ஒரே மகன். கண்ணுக்கெட்டிய தூரம் வரை பரந்து விரிந்திருந்த தோப்புகளுக்கும், வயல்களுக்கும் நடுவேயிருந்த அய்யாவின் வீடு விக்ரமன் படத்தில் வருவது போன்ற ஆனந்தம் விளையாடும் வீடாகவிருந்தது. ஏற்கெனவே அழகும் கம்பீரமும் கொண்டதாகவிருந்த வீட்டை இன்னும் பேரழகு மிக்கதாக மாற்றினான் அய்யாவின் மகன் ராஜேந்திரன்.

இந்த நேரத்தில்தான் திருப்பூரிலிருந்து டையிங் கம்பெனிகளும், சிறுமுகையிலிருந்து அட்டைக் கம்பெனிகளும் பாக்கு வட்டைக்கு வந்தன.

கம்பெனி முதலாளிகள் இரக்கமற்றவர்கள். அவர்கள் பொன் விளைந்த வயல்களை வாங்கிக் குவித்தனர். பசுங்கொடிகள் படர்ந்திருந்த கரைகளினூடே தெளிந்து ஓடிய ஓடைகளில் கருப்பு சிவப்பு மஞ்சள் பச்சை கழிவு நீரைக் கலந்து அவற்றை வர்ணமயமாக்கினர். இரவும் பகலும் சத்தம் காதைப் பிளந்தது. கிலோமீட்டர் கணக்கில் மின்சார வேலி போட்டனர்.

மின் வேலியால் பாதை தடைபட்ட யானைகளும், பன்றிகளும் படைபடையாக ஊருக்குள் புகுந்தன. குழந்தை குட்டிகளை பள்ளிக்கு அழைத்துச் செல்பவர்களும், மேட்டுப்பாளையத்துக்கு பொருட்களை விற்கப் போகிறவர்களும் ஊரெல்லையில் இருக்கும் கடைக்கார அண்ணாச்சிக்கு போன் போட்டு யானை

இருக்கிறதா என்று தெரிந்துகொண்டே வீட்டை விட்டு வெளியே இறங்கும் நிலை வந்துவிட்டது. வெளியே போனால் யானை. வீட்டுக்குள்ளிருந்தால் கம்பெனி கழிவுகளின் நாற்றம். இரைச்சல்.

போதாக்குறைக்கு வனத்துறை உளவாளிகள் வேறு அவ்வப்போது மூக்கை மூக்கை உறிஞ்சி மோப்பம் பிடித்தபடி தெருக்களில் சுற்றினர். காட்டுப் பன்னிக்கறி சமைக்கப்படுகிறதா என்று பார்க்கிறார்களாம்.

ஊர் எரிமலையாக கொதித்துக் கொண்டிருந்தது. பல பஞ்சாயத்துக்கள் நடந்தும் ஒரு பலனும் இல்லை. பஞ்சாயத்துப் பேசிய அய்யாவுக்கு பணம் கொடுக்க முன்வந்தார் ஒரு முதலாளி.

“இந்தப் பணத்தைப் பக்கதுல வெச்சுட்டா நாத்தம் வராதா? இத பாரு தம்பி. பிரச்சினை பெரிசாகறதுக்குள்ள எதாவது பண்ணி தப்பிச்சுக்கோ. இல்லாட்டி நஷ்டப்பட்டுப் போவ. நனைஞ்சு சொமக்காத” அய்யா வெளியேறினார்.

அப்போதுதான் அந்த சம்பவம் நடந்தது.

இருசக்கர வாகனத்தில் போய்த் கொண்டிருந்த ஒருவர் மீது ஒரு கம்பெனி லாரி மோதி விட்டு நிற்காமல் போய்விட்டது. ஊர் வெடித்துச் சிதறியது. கடுங்கோபம் கொண்ட மக்கள் கையில் கிடைத்ததை எடுத்துக்கொண்டு கம்பெனியை நோக்கிப் பாய்ந்தனர்.

அய்யாவும், மற்ற பெரிசுகளும் மேட்டில் நின்று போட்டுத் தாக்குங்கடா என்று ஊக்குவித்தனர்.

கம்பெனிக்குள்ளிருந்த டிரான்ஸ்பார்மர் டமாரென்ற சத்துத்துடன் வெடித்துச் சிதறியது. தென்னைமர உயரத்துக்கு நெருப்புப் பந்து விண்ணில் பாய்ந்தது. கம்பெனிக்குள்ளிருந்து கரும்புகை படலம் படலமாக மேலெழும்பியது. ஜன்னல்களுக்குத் சிவப்புத் திரைச்சீலை தொங்கவிட்டது போல உள்ளே நெருப்பு கொழுந்துவிட்டெரிந்தது.

கம்பெனி ஆட்கள் தலைதெறிக்கப் பாய்ந்தோடி கிடைத்த வாகனங்களில் ஏறிப் பறந்து மறைந்தனர். ஊர்க்கார இளைஞர்கள் நிதானமாக நடந்து சென்று பார்க்கிங்கில் நின்று கொண்டிருந்த மூன்று லாரிகளையும் கொளுத்தினர்.

இந்த அளவுக்கு எதிர்பாராத பெரிசுகள் சுயநினைவுக்கு வந்து அதிர்ச்சியிலிருந்து மீள்வதற்குள் எல்லாம் நடந்து முடிந்து விட்ட்து.

அன்று மாலை போலீஸ் ஜீப்கள் ஊருக்குள் வந்த போது அய்யா எல்லையில் நின்றார். "யாரையும் அடிக்கக் கூடாது, மிரட்டக் கூடாது. யார் வேணுன்னு சொல்லுங்க. நாங்களே அனுப்பி வைக்கிறோம்"

இன்ஸ்பெக்டர் நெளிந்தார். "அய்யா உங்க பேர்தான் மொதல்ல இருக்கு. நீங்க வேணா மெட்ராஸ் போய் முன் ஜாமீன் முயற்சி பண்ணுங்க"

"அதெல்லாம் வேண்டாம். இந்த நேரத்துல நம்ம பசங்களை எப்படிக் கைவிட முடியும்?"

அய்யா அலட்டிக் கொள்ளவில்லை. பத்து நிமிடம் டைம் கேட்டு வீட்டுக்கு வந்து குளித்துத் தயாராகி சிறைக்குச் சென்றார். அதே நேரம் கடும் நோய்களால் அவதிப்பட்டவர்களை அப்போதைக்கு கைது செய்யாமல் விட்டு விடும்படி காவல்துறையிடம் சொல்லிக் காப்பாற்றியதோடு அவர்கள் முன் ஜாமீன் கேட்டு மனு செய்யவும் ஏற்பாடு செய்தார்.

அய்யா ஊருக்குள் நடமாடும் அதே கம்பீரத்துடன் சிறையிலும் நடமாடி தனது அதிகாரத்தை நிலை நாட்டினார். ஊரிலிருந்து வரும் தின்பண்டங்கள் எல்லோருக்கும் கிடைக்கிறதா? பீடி கிடைக்கிறதா? சீட்டு விளையாட்டுக்கு எல்லோரும் சேர்த்துக் கொள்ளப் படுகின்றனரா? என்றெல்லாம் கண்காணித்து சமரசம் நிலவச் செய்தார்... தனக்கென எந்த சலுகையையும் வாங்கிக் கொள்ளவில்லை.

ஆனால் அய்யாவின் அரசியல் நிலைபாடுதான் எல்லோருக்கும் அதிர்ச்சியையும், ஆச்சரியத்தையும் ஏற்படுத்தியது.

கார்ப்பரேட்டுகளுக்கு எதிரான மக்கள் போராட்டத்தில் சிறைக்கு வந்தவர்கள் என்பதால் சிறையிலிருந்த புரட்சிகர அமைப்புகளைச் சேர்ந்தவர்கள் இவர்களை வந்து பார்த்தனர். புரட்சிக்காரர்கள் பலவேறு அமைப்புகளைச் சேர்ந்தவர்கள் என்பதால் அய்யாவுடனும், மற்ற ஊர்க்காரர்களுடனும் தொடர்ந்து பேசி தங்கள் பக்கம் வென்றெடுக்க முயன்றனர்.

அய்யா எல்லோருடனும் உற்சாகத்துடன் பேசினார். துப்பாக்கி, குண்டு, போலீஸ்காரர்களுடன் சண்டை போடுவது, சுற்றுச்சூழல் மாசடைவதால் ஏற்படும் பிரச்சினை, கம்பெனிக்காரர்களின் பேராசை ஆகியவற்றைப் பற்றிய நுட்பமான விவரங்களைப் பகிர்ந்து கொண்டார்.

அதே நேரம் அய்யா சிறையிலிருந்த போலிச்சாமியார் ஒருவருடனும், பல்வேறு ஜல்சா புகார்களில் உள்ளே வந்திருந்த டாக்டர் ஒருவருடனும் மிகுந்த நெருக்கம் காட்டினார்.

"அய்யா ஒரு ஞானி" என்று முடிவாக அறிவித்தார் சாமியார். "அவர் முற்றும் கடந்தவர். அவருக்கு எல்லாம் ஒன்றுதான்" என்றவர் தான் அவரிடம் தீட்சை பெறப் போவதாகவும் கூறினார்.

புரட்சியாளர் ஒருவர் அய்யாவிடம் "ஏன் தோழர் இவர்களை நமது போராட்டத்துக்கு வென்றெடுக்கப் போகிறீர்களா?" என்று வினவினார்.

"அட கேக்கறதுக்கு நல்லருக்குன்னு கேக்கறம்ப்பா. இவனுகள எல்லாம் பக்கத்துல வெச்சுட்டா போராட்டம் வெளங்குமா?" என்று அலட்சியமாகக் கூறினார் அய்யா.

—

"அனைத்து மக்களிடமும் கலந்து பழகுவது என்பதை இவரைப் போன்ற கிராமப்புற மக்களிடம் இருந்து நாம் பழகிக் கொள்ளவேண்டும். நாம் அன்னியப்பட்டிருக்கிறோம்" லெனினின் கிராமப்புற ஏழை மக்களுக்கு என்ற சிறுநூலைக் கையில் வைத்திருந்த தோழர் சிந்தனை தேங்கிய விழிகளோடு தனக்குத்தானே கூறிக் கொண்டார்.

மக்கள் எப்போதும் புரட்சிக்குத் தயாராக இருக்கிறார்கள். மக்களிடமிருந்து கற்றுக்கொள்ளுங்கள் என்று மாவோ கூறியிருக்கிறார். கற்றல் என்பது ஒரு தொடர் செயல்பாடு. அது ஒரு போதும் ஓய்வதே இல்லை.

தோழர் குறுக்கும் நெடுக்கும் நடை போடத் தொடங்கினார்.

கற்றல் என்பது என்ன என்பது குறித்தும், மக்கள் என்பது

யார் என்பது குறித்தும், செயல்பாடு என்பது எப்படிப்பட்டது என்பது குறித்தும் அவரது சிந்தனைகள் கிளைபரப்பிப் படர்ந்து கொண்டிருந்தன.

—

அய்யா கோஷ்டி வெளியே வந்ததும் உள்ளாட்சித் தேர்தல் வந்தது. ஊர் கூடிப்பேசியது. நகர்த்திலிருந்து வந்திருந்த தாடிக்காரர் ஒருவர் உள்ளாட்சி அமைப்புகளைக் கைப்பற்றுவது கார்ப்பரேட்டுகளுக்கு எதிரான போராட்டத்தில் மிக முக்கியமான அம்சம் என்று விளக்கினார். அதிகம் சொல்ல வேண்டியதில்லை. அய்யாவை தேர்தலில் நிறுத்துவது என்று முடிவானது.

கோவை, திருப்பூர், ஈரோடு நகரங்களிலிருந்து இருந்து முற்போக்காளர்கள் கூட்டம் அய்யாவுக்கு ஆதரவாகத் தேர்தல் வேலைகள் செய்யத் திரண்டு வந்தது. உள்ளூர் ஏடுகள் அய்யா பற்றி பக்கம் பக்கமாக எழுதின. தொலைக்காட்சி நிருபர்கள் வரிசையில் நின்று அய்யாவிடம் பேட்டி எடுத்துச் சென்றனர். அய்யாவின் வெற்றி முடிவாகிவிட்டது போன்றே தோன்றியது. ஏதேதோ அமைப்புகள் எல்லாம் திரண்டு வந்து அய்யாவுக்கு ஆதரவளித்தன. சுற்றுச் சூழல் இயக்கங்கள் அய்யாவைத் தமது வேட்பாளராக வரித்துக் கொண்டன. கூட்டணிக்குக் கட்டுப் பட்டிருந்த சிபிஎம், சிபிஐ தவிர்த்து எண்ணற்ற பொதுவுடமை இயக்கங்கள், இடதுசாரி படிப்பு வட்டங்கள் தாங்களாக முன்வந்து ஆதரவை வழங்கின. நான்காவது அகிலத்தின் இடையர் பாளையம் கிளை செயலர் டிராட்ஸ்கி சர்வதேசியன் கூட வந்து தனது ஆதரவை நல்கினார். இந்த அமைப்பின் இன்னொரு கிளையான நியூயார்க் டாக்ஸி ஓட்டுநர் சங்கமானது அய்யாவுக்கு வாழ்த்துத் தெரிவித்திருந்தது.

அய்யா ஓட்டுக் கேட்க தெருவில் இறங்கும்போதெல்லாம் நகரங்களில் இருந்து வந்திருந்த ஆர்வலர்களின் கூட்டம் அவரைத் தொடந்தது. இதுவரை பாக்குவட்டை பார்க்காத கூட்டம். பல்வேறு நகரங்களிலிருந்து வந்திருந்த பல்வேறு உடைகளிந்த நபர்கள், விதவிதமான உச்சரிப்புகள், கலர்கலரான துண்டுப் பிரசுரங்கள்... இவர்கள் ஒவ்வொரு தெருமுனையிலும், டீக்கடையிலும், வீட்டுத் திண்ணைகளிலும் உட்கார்ந்து

உள்ளூர் மக்களுக்கு பன்னாட்டு அரசியலையும், அய்யாவுக்கு ஓட்டுப் போட வேண்டிய தேவையையும் விளக்கினர். தெருமுனைக் கூட்டக்கள், வீதி நாடகங்கள் ஒவ்வொரு இரவும் நடத்தப்பட்டன.

ஒருநாள் அய்யா பெருமிதத்துடன் தனது படையைப் பார்த்தபோது கோவிந்த சாமி அய்யாவின் காதைக் கடித்தான். "இவங்க ஒருத்தருக்கும் இங்க ஓட்டு கெடையாது அய்யா"

அய்யா கடுங்கோபம் கொண்டார். "வந்திருக்கறவன் ஒவ்வொருத்தனும் ஆயிரம் ஓட்டு வாங்கித் தருவான் போ"

பணம் விளையாடியது. அதிமுக ஐநூறு ரூபாய் கொடுத்தது. திமுக முன்னூறு ரூபாய் கொடுத்த்து.

அய்யா தனக்காக இரவு பகலாகச் சுழன்று சுழன்று களமாடிக் கொண்டிருந்த புரட்சியாளர் ஒருவரை அழைத்தார்.

"ஏப்பா நம்மளும் ஒரு இருநூறு ரூபா கொடுக்கலாம். எல்லாரும் கொடுக்கறாங்க இல்ல?" என்றார்.

புரட்சியாளர் திடுக்கிட்டு, நிலை தடுமாறி, வியந்து பின்பு எரிமலையாகக் கொந்தளித்து விட்டார்.

"தோழர், நீங்க என்ன சொல்றீங்க? நாம பணம் கொடுப்பதா? அப்படியொரு வெற்றி நமக்குத் தேவையா? மக்களைக் குறைத்து மதிப்பிடாதீங்க"

"இதுக்கு எதுக்குப்பா இத்தனை கோபப்படற? தேர்தல்ன்னு வந்தா ஜெயிக்கணும் இல்லையா? கொஞ்சம் குடுத்தா என்ன?" என்ற அந்தத் துல்லியமான தருணத்தில் அய்யா தொடையில் தண்ணீரைக் கொட்டியது போல உணர்ந்தார். குனிந்த பார்த்தவர் அதிர்ந்து போனார். இன்னொரு தோழர் அவர் மடியில் படுத்து விசித்து விசித்து அழுது கொண்டிருந்தார்.

"வேண்டாம் தோழர், வேண்டாம். நாம் ஜெயிப்போம் தோழர். மக்கள் நம்ம பக்கம் இருக்காங்க தோழர்."

"எல்லா செரிப்பா, நம்மூர்க்காரனுக கும்பலா போய் காசு வாங்கிட்டு வர்றானுகளே"

“மக்கள் கைவிட மாட்டாங்க தோழர்” என்றார் தோழர்.

“மக்கள் எத்தன தடவ உங்கையப் புடிச்சுட்டே இருந்திருக்காங்க கண்ணு?” அய்யா வினவினார்.

மக்களிடமே கேட்டுவிடுவது என்று முடிவு செய்யப்பட்ட்து. நீதிமன்றத்தைப் போலவே தேர்தல் களமும் பல்வேறு விசித்திரங்களைப் பார்த்துள்ளது.

ஊர்க்கூட்டத்தில் ஆவேசம் பொங்கிப் புரண்டது.

“அய்யா கிட்ட பணத்தை வாங்கறதுக்கு பதில் இந்தக் கையை வெட்டுக்குவேன்” என்றார் பங்காளி ஒருவர். திமுக, அதிமுக காரர்கள் கூட கூட்டத்துக்கு வந்திருந்து தலைகுனிந்து உட்கார்ந்திருந்தனர். அதிமுக நிர்வாகியின் முகத்தில் காவிய சோகமும், திமுக செயலரின் முகத்தில் பிரம்மாண்டமான துயரமும் பெருங்கனமாகப் படிந்திருந்தன. அய்யாவுக்கு அவர்களைப் பார்க்கவே வேதனையாக இருந்தது. இந்த இளைஞர்களைத் துன்பப்படுத்தி தான் வெற்றிபெற வேண்டுமா? தேர்தலில் இருந்து விலகிவிடலாமா என்றுகூட நினைத்தார்.

ஒரே ஒரு தோழர் மட்டுமே வேறுவிதமாகப் பேசினார். “தேர்தலின் விதிகளுக்கு ஏற்பவே நாம் செயல்பட வேண்டும். மக்களுக்கு பணம் தேவைப்படுகிறது. பணம் வாங்கிவிட்டால் மக்கள் பணம் கொடுப்பவர்களை ஏமாற்ற மாட்டார்கள். அய்யாவுக்கு இந்தத் தொகை ஒரு பொருட்டில்லை. நாமும் ஓட்டுக்குப் பணம் கொடுக்க வேண்டும். வெற்றி பெறுவதே நோக்கம். அதற்காக என்ன வேண்டுமானாலும் செய்யலாம். வழியே முக்கியம் என்பது காந்தியம். நாம் காந்திய வாதிகள் அல்ல. அய்யாவும் காந்தியவாதி அல்லர்” என்றார். அவர் கூட்டத்திலிருந்து கடும் கண்டனத்துடன் வெளியேற்றப்பட்டார்.

—

மக்கள் படையானது நவீன ஆயுதங்கள் தாங்கிய, முறையான பயிற்சிபெற்ற, கட்டுப்பாடு மிக்க அரச படைகளை வெல்லும் வல்லமை வாய்ந்தது என்பதை பாரீஸ் கம்யூனும், பிரஞ்சுப் புரட்சியும் காட்டியுள்ளன என்று எங்கெல்ஸ் சொன்னதை

அய்யாவின் மரணச் செய்தியை எதிர்பார்த்தபடி ஆற்றங்கரையில் நடமாடிக் கொண்டிருந்த தோழர் நினைவு கூர்ந்தார்.

தேர்தல் என்பது ஒரு அரசியல் செயல்பாடு. தங்கள் புரட்சிகர உணர்வை கம்பெனியை எரித்து வெளிக்காட்டிய மக்கள் அய்யாவை வெற்றி பெற வைத்தும் காட்டுவார்கள். இது ஒன்றும் ஒன்றும் இரண்டு என்ற எளிமையான கணக்கு என்று தாங்கள் நினைத்துக் கொண்டிருந்தது அவருக்கு நினைவுக்கு வந்தது.

மக்களைப் புரிந்துகொள்வது என்பது அரசியல் செயல்பாட்டின் அடித்தளம் ஆகும்.

ஆனால்... ஆனால்...

—

அந்தத் தேர்தலில் அய்யாவுக்கு இரண்டு வாக்குகள் கிடைத்தன. ஆனால் மூன்று வாக்குகள் கிடைத்திருக்க வேண்டும். அய்யாவின் வாக்கு ஒன்று. மயிலாத்தம்மாவின் வாக்கு ஒன்று, மகன் ராஜேந்திரனின் வாக்கு ஒன்று ஆக மூன்று வாக்குகள் கிடைத்திருக்க வேண்டும்.

ஆனால் கிடைத்தது இரண்டு.

யார் அந்தக் கருப்பாடு?

"அம்மா தப்பா எதையாவது அமுத்தியிருக்கும்ப்பா" ராஜேந்திரன் அலட்சியமாக்க் கூறினான். ஒவ்வொரு மகனும் பிறந்த உடனே அப்பனுக்கு எதிரியாகிவிடுகிறான் என்று சிறையில் ஜல்சா டாக்டர் சொன்னதை அய்யா நினைத்துக் கொண்டார்.

மனைவியைப் பார்த்ததும் அந்த நினைவு மாறியது. இந்தியாவில் ஒவ்வொரு மனைவிக்கும் தன் கணவனை விஷம் வைத்துக் கொல்ல உரிமை இருக்கிறது என்று யாரோ ஒரு தோழர் எப்போதோ சொன்னார்...

"மயிலா நீ சொல்லு..."

மயிலாத்தம்மா பெருங்குரலெடுத்து அழுதாள், "நான் புருசன்னு பாப்பனா புள்ளன்னு பாப்பனா...?"

அய்யா இதைப் பெரிது படுத்தாதது போலக் காட்டிக்கொண்டு நடமாடினார். என்றாவது ஒரு இனிமையான தருணத்தில், மழை கொட்டிக் கொண்டிருக்கும்போது பாக்குவட்டை ஓடைகளில் நீர் பெருக்கெடுத்துப் பாயும் ஓசையைக் கேட்டபடி மனதில் இன்பமும், அன்பும், காதலும் நிறைந்திருக்க வீட்டு வராண்டாவில் மயிலாவுடன் அமர்ந்திருக்கும் போது, நிலவொளியில் மொட்டை மாடியில் இருவரும் உலாவும் போது, கோபம்கொண்டு கத்தும்போது மயிலாத்தம்மா இந்த ரகசியத்தைச் சொல்லிவிடுவார் என்று அய்யா எதிர்பார்த்தார். ம்ஹூம் நடக்கவேயில்லை. அதுபற்றிப் பேச எதுவுமில்லை என்பது போன்றே மயிலாத்தம்மா நடந்து கொண்டார்.

இது பற்றி ஒருநாள் அய்யா மன்றாடிக் கேட்டுக் கொண்டபோது மயிலாத்தம்மா வெடித்துச் சீறியெழுந்தார். "இன்னொருக்கா இதைப் பத்திக் கேட்ட கொன்னே போட்டுருவேன்". அவர் மூக்கு அவர் முகத்தில் இருந்த குங்குமம் போலவே சிவந்து விட்டிருந்தது. கைகள் நாற்காலியின் கைப்பிடியை இறுகப் பற்றியிருந்தன. இந்தக் கணம் அந்தக் கைப்பிடியைப் பிய்த்து எடுத்து தன் தலையில் இறக்கப் போகிறாள் மனைவி என்று அய்யா எண்ணியபோது மயிலாத்தம்மா எழுந்து வந்து அய்யாவை அணைத்துக் கொண்டார். அவர் தலையிலும் முதுகிலும் தடவிக் கொடுத்தார். மயிலாத்தம்மாவின் கண்களில் இருந்து கண்ணீர் உதிரப் போகிறது என்று எதிர்பார்த்து தலையை உயர்த்திய அய்யா... மயிலாத்தம்மா சிரித்துக் கொண்டிருப்பதைக் கண்டு... என்ன சொல்வது. அய்யா அதற்குப் பிறகு இந்தக் கேள்வியைக் கேட்கவில்லை.

இந்த உரையாடலில் ஒரு பெரிய தவறு இருந்தது.

அய்யா இதைக் கேட்டது அந்த ஒரே ஒரு முறைதான். மயிலாத்தம்மா தன்னிடம் பலமுறை கேட்கப்பட்டது போல அடித்துப் பேசிச் சாதித்ததில்தான் இருக்கிறது அவரது வெற்றியும், அய்யாவின் தோல்வியும்.

இருபது ஆண்டுகளாக மனதை அரித்துக் கொண்டே இருக்கும் கேள்வி... இப்போது தனக்கு இன்னும் சில நிமிடங்களே மீதியுள்ள நிலையில் அய்யா பதில் தெரிந்து கொள்ள விரும்பினார்.

யார்?

உடலோடு நூலிழையில் ஒட்டிக் கொண்டிருந்த அய்யாவின் ஆன்மா துடிதுடித்தது.

அய்யா ஐம்பது ஆண்டுகளாக மயிலாத்தம்மா மீது தான் கொண்டிருந்த காதலை எல்லாம் ஒருங்கு திரட்டிக் கண்களில் தேக்கிப் பார்த்தார். தன் விருப்பங்களையெல்லாம் நிறைவேற்றியவள் அவள். தன் நிழலாக அவள் இருந்திருக்கிறாள். அவள் நிழலாக தானிருந்திருக்கிறோம்.

"யார்?"

மயிலாத்தம்மாவின் கண்களிலிருந்து காதல் கண்ணீராகப் பெருக்கெடுத்து வழிந்தது. அந்த லஷ்மிகரமான முகம் துயரத்தால் வெம்பி வதங்கியது. அவரது வெம்மையான கரங்கள் ஆதுரத்துடன் அய்யாவின் தோட்களைப் பற்றின.

அய்யா அதாவது அவரது ஆன்மா தான் விடைபெற்றுக் கொள்வதைக் கேன்சல் செய்துவிட்டு இங்கேயே தங்கிவிடலாமா என்று சிந்தித்தது.

அடுத்த கணம் மயிலாத்தம்மாவின் வேதனை மிகுந்த குரல் அந்தக் கூடத்தின் தேக்குத் தூண்களிலும் பெரிய விட்டங்களிலும் மோதி எதிரொலித்தது.

"நான் புருசன்னு பாப்பனா? புள்ளைன்னு பாப்பனா?"

அய்யாவின் ஆன்மா ஃ என்ற சத்தத்துடன் உடலிலிருந்து வெளியேறியது. திடீரென்று ஈர்ப்பு விசையை இழந்ததால் காற்றில் இரண்டு மூன்று குட்டிக்கரணம் அடித்து வளிமண்டலத்தின் மேலடுக்குகளில் ஏறி மேலே மேலே செல்லத் தொடங்கியது.

—

தோழர் இன்னொரு கோல்டு பிளேக் பற்றவைத்துக் கொண்டு பாறைமீது அமர்ந்து நீரோட்டத்தை உற்று நோக்கினார். "நாம் மக்களைச் சரியாகப் புரிந்து கொள்ளவில்லையோ?"

தோழரின் மனக்கண்ணில் எல்லையற்று நீண்டு சென்ற ஒரு புத்தக அலமாரி தோன்றியது. அதிலிருந்த ஆயிரமாயிரம் நூல்களில் நமது படிப்பை சீர் செய்வோம் நூலை மானசீகமாகத் தேடத் தொடங்கினார்.

ஸ்ரீ ஸ்ரீ ஸ்ரீ

அண்ணன்

மாலை ஏறக்குறைய முடிகிற நேரம். தரையிலிருந்து முளைப்பது போல சரேலென்று போலீஸ் ஜீப்புகளும் வேன்களும் வந்து அந்தக் கட்டடத்தைச் சூழ்ந்து கொண்டன. இரும்புத் தொப்பிகள், தடிகள், துப்பாக்கிகளுடன் ஐம்பது போலீஸ்காரர்கள் திபுதிபுவென்று உள்ளே நுழைந்தனர்.

தாதா அண்ணன் முன்னால் உட்கார வைக்கப்பட்டிருந்தவன் ஏற்கெனவே அவரைப் பார்த்த பீதியிலிருந்தான். இப்போது போலீஸ் வேறு வந்ததும் அவன் முகம் பேயறைந்ததைப் போலாகி, பின்பு முற்றும் துறந்த முனிவர்களின் முகத்தில் காணப்படும் சாந்த ஸ்வரூபம் கொண்டது.

மிகுந்த சிரமத்துடன் விந்தி விந்தி நடந்து வந்த இன்ஸ்பெக்டர் அவனை விரட்டிவிட்டு நாற்காலியில் உட்கார்ந்து கொண்டார். தொந்தியைக் கரைக்க ஷட்டில் விளையாடியதில் வந்த மூட்டுவலி அவரை வாட்டி வதைத்து வந்தது.

"என்ன சார் இது?" அண்ணன் கவலையுடன் கேட்டார்.

"என்ன ராஜேஷூ ஆயுதங்களோட உக்காந்து சம்பவம் அடிக்கறதுக்குப் பிளான் பண்றீங்களாம். பாம் வெச்சிருக்கீங்களாம்"

அண்ணன் ஆடிப் போனார். அவர் சம்பவம் அடிக்க எப்போதும் வெடிகுண்டைப் பயன்படுத்துவதில்லை.

வீச்சறுவாளையே பயன்படுத்துவார். ஒரே ஒரு முறை குண்டு எடுத்துச் சென்றபோது வெடித்து அவர் முகத்தில் காயம் ஏற்பட்டு விட்டது. தனது திருமணம் தாமதமானதற்கு இருந்த பல்வேறு காரணங்களில் அதுதான் முக்கியமானது என்று நினைத்திருந்தார்.

“அதெல்லாம் ஒண்ணும் இல்லீங்களே” அண்ணன் குரல் தழுதழுக்கக் கூறினார். அன்று மாலை ஏழுமணிக்குள் வந்துவிடுவதாக புதுமனைவியிடம் சொல்லிவிட்டு வந்திருந்தார். இவர்கள் ஏதாவது விசாரணை என்று தாமதப்படுத்தினால் மனைவி ருத்திரதாண்டவம் ஆடிவிடுவாளே என்ற பயம் அடிவயிற்றைக் கலக்கியது. மனைவிக்கு அண்ணனின் வீர தீர பராக்கிரமங்கள் எதுவும் தெரியாது. ஏற்கெனவே அண்ணன் போனில் ரகசியமாக அடியாட்களுடன் பேசுவதைக் கேட்டு ஏதாவது பெண் தொடர்போ என்று சந்தேகப்பட்டு அடித்து உதைத்து ரத்தகாயப் படுத்தி இருக்கிறாள்.

இன்னொருமுறை இப்படி நடந்து கொண்டால் அவர் தூங்கும்போது கல்லைத் தூக்கிப் போட்டுக் கொலை செய்து விடுவதாக உறுதியளித்திருக்கிறாள். “கொடூரமான பொம்பள செஞ்சாலும் செய்யும்”

இன்ஸ்பெக்டர் எவ்வளவு வசதியாகச் சாய்ந்து கொண்டாலும் அவரது கனமான சரீரம் சுகம் கொள்ள மறுத்தது. உடலைக் குறைக்க பேலியோவுக்கு மாறுவதைத் தவிர வேறு வழியில்லை என்று கேள்விப்பட்டிருக்கிறார். தான்தான் பிறந்ததிலிருந்தே பேலியோவாயிற்றே... ஆனால் பேலியோவுக்கு சரக்கடிப்பதை விட வேண்டும் என்று டாக்டர் சொல்லிவிட்டார். அந்த டாக்டரைப் புடிச்சு உள்ள போட்டாத்தான் பேலியோ சரியாகும் என்று இன்ஸ்பெக்டர் கருவியபடியே பெருமூச்சு விட்டார்.

“கம்ப்ளெய்ண்ட் வந்திருக்குப்பா”

“சார் நான்தான் இப்ப அதுக்கெல்லாம் போறதில்லியே.”

“ஆமாப்பா. நானும் சொன்னேன். ராஜேசு இப்பெல்லாம் செய்யறதில்லன்னு. ஆனால் ரெய்டு போகச் சொல்லிட்டாங்க”

“சரி. இப்பதான் ஒண்ணும் கெடக்கலயே. எங்களைப் போகச் சொல்லுங்க”

“அதெப்படி முடியும்?ஸ்டேஷனுக்குப் போயிட்டுப் போலாம்”

வெளியே எல்லா மீடியாவும் கூட்டமாக நின்று போட்டோ, வீடியோ எடுத்துக் கொண்டிருந்தார்கள். அண்ணன் சட்டென்று அடியாள் ஒருவன் வேட்டியை உருவி தலையோடு காலாக மறைத்துக் கொண்டார். அவருக்கு தான் இன்று வெளியே போக முடியாது என்பது தெரிந்து விட்டது. இன்ஸ்பெக்டர் மீது நேரடித் தாக்குதல் நடத்தினார். பேச்சுவார்த்தையின் முடிவில் இரண்டு லட்சம் பெற்றுக்கொண்டு அண்ணனையும், அவரது தளபதி குல்பட்டையும் தவிர மற்றவர்களை விட்டு விடுவது என்றும், இவர்கள் மீது கொலை மிரட்டல் வழக்குப் போட்டு மூன்று நாட்களில் விட்டு விடுவது என்றும் முடிவு செய்யப்பட்டது. அதாவது ஜாமீன் மனு போடும் போது போலீஸ் கோர்ட்டில் எதிர்ப்புத் தெரிவிக்காது. இதற்கு மேல் தன்னால் அண்ணனுக்கு ஒன்றும் செய்யமுடியாது என்று இன்ஸ்பெக்டர் கூறிவிட்டார்.

அண்ணன் விடுவிக்கப்பட்ட அடியாள் ஒருவனை பதட்டத்துடன் அழைத்தார். அடியாள் பாலக்காடு மெய்ன்ரோடு வரை ஒருவனைத் துரத்திச் சென்று போட்டுத் தள்ளி சம்பவம் அடித்ததில் பெரும் புகழ் பெற்றவன். “தம்பி, எஞ்சம்சாரத்துகிட்ட நான் திருப்பதிக்குப் போயிட்டேன்னு சொல்லிடு. நீ நேரா திருப்பதி போய் லட்டு வாங்கிட்டு வந்துடு”

“திருப்பதி வேணா போயிட்டு வந்துர்றனுங்கண்ணா. ஆனா அண்ணிகிட்ட நீங்களே சொல்லிடுங்க” அடியாள் தலையோடு காலாக நடுங்கினான். அண்ணன் போலீஸ்காரர்கள் முன்னிலையில் மனைவியுடன் பேச விரும்பவில்லை.

“நீயே பேசு” என்றார் இரக்கமில்லாமல். அடியாள் கையறு நிலையில் தள்ளாடி நகர்ந்ததும் அண்ணன் துயரந்தோய்ந்த ஒரு நீண்ட பெருமூச்சு விட்டார். அந்தப் பெருமூச்சில் ஒரு உக்கிரமும் கலந்திருந்தது. கொலை செய்வதில்லை என்ற தன் சபதத்தைக் கைவிட வேண்டி வருமோ என்ற பயம் மண்டையை அரிக்கத் தொடங்கியிருந்தது.

—

அன்று சிறைக்குப் போகவேண்டியிருக்கும் என்று அண்ணன் கொஞ்சம் கூட எதிர்பார்த்திருக்கவில்லை. ஏராளமான கொலை, ஆள்கடத்தல் வழக்குகளில் உள்ளேயும் வெளியேவுமாக இருந்த அண்ணன் இனி சம்பவம் அடிப்பதில்லை என்று ஒருநாள் சபதம் செய்தார். தனது செல்வாக்கைக் கொண்டு பஞ்சாயத்துகளில் மட்டும் ஈடுபடுவது, ரியல் எஸ்டேட் செய்வது, வாய்ப்பிருந்தால் சாதிச் சங்கம் தொடங்குவது என்று அடுத்தடுத்து திட்டங்கள் இருந்தன.

அப்போதுதான் மொஜாம்பிக் முதலை வளர்க்கும் கும்பல் அந்தச் சிறுநகருக்கு வந்தது. மொஜாம்பிக் முதலையின் தொடைக் கறியால் ஆண்மை பீறிடும் என்றும், முதலையின் கிட்னியால் தேஜஸ் கூடும் என்றும், பல்வேறுவிதமான விளம்பரங்கள் செய்யப்பட்டன. தொழில் முனைவோர், விவசாயிகள் ஒரு குறிப்பிட்ட தொகை கட்டினால் தாங்கள் முதலை தருவதாகவும், அதை வளர்த்த பின்பு தாங்களே நல்ல விலைக்கு வாங்கிக் கொள்வதாகவும் அந்த நிறுவனத்தின் முகவர்கள் பலரைச் சந்தித்து டெபாஸிட் திரட்டினர்.

பின்பு வழக்கம் போல பல கோடி சுருட்டிக் கொண்டு கும்பல் எஸ்கேப் ஆனதும் பிரச்சினை அண்ணனிடம் வந்தது. அண்ணன் சந்து பொந்தெல்லாம் தேடி முதலைக்காரனைத் தூக்கி வந்தார். அவன் பணத்தை எம்.எல் எம் கும்பலிடம் முதலீடு செய்திருப்பதாகத் தெரிய வந்தது. எம் எல் எம் கும்பல் நட்சத்திர விடுதிகளில் தங்கியும், சினிமா எடுத்தும் பல்வேறு உல்லாசங்களில் ஈடுபட்டும் பொழுதைப் போக்கி வந்தது. அந்த நிறுவனத்துக்குச் சொந்தமான இடம் ஒன்று இருப்பதைக் கேள்விப்பட்டு அதை எழுதி வாங்க அண்ணன் முயன்று வந்த போதுதான் இந்த போலீஸ் ரெய்டு...

இடையில் மோசடி கும்பலிடம் கைப்பற்றிய முப்பது லட்ச ரூபாயை அண்ணன் செலவுக்கு வைத்துக் கொண்டதால் கோபமடைந்த ஒரு முதலீட்டாளன், முதலைக்காரனும் அண்ணனும் சீக்ரெட் டீலிங்கில் இருக்கிறார்கள் என்று போலீசிடம் வத்தி வைத்து விட்டான். வத்தி வைத்தவனும் அண்ணனும் பாங்காளி என்று அழைத்துக் கொள்ளும் அளவுக்குப் பழக்கமானவர்கள்தான். ஆனால் தாயும் புள்ளையுமானாலும் வாயும் வயிறும் வேறு ஆயிற்றே!.

அண்ணன் இந்தப் பக்கம் உலாவுவதால் ஏதாவது வம்பு வருமோ என்ற பயத்திலும், பஞ்சாயத்தில் தாங்கள் இணைத்துக் கொள்ளப்படாததால் கோபத்திலிருமிருந்த போலீஸ் குதூகலமடைந்து அண்ணனைத் தூக்கி விட்டது.

—

காட்டிக் கொடுத்தது யாரென்று அண்ணனுக்குத் தெரியும். எல்லோருக்குமே தெரியும். பாத்துக்கறேன் அண்ணன் பல்லை நறநறத்தார். பங்காளின்னு பாசம் வெக்க விடமாட்டேங்கறானுகளே என்று அவ்வப்போது துயரத்துடன் முணுமுணுத்துக் கொண்டார்.

அண்ணன் தன்னையும் குல்பட்டையும் கோவை சிறைக்கு மாற்றும்படி போலீஸ் மூலம் குற்றவியல் நடுவரிடம் கேட்டுக் கொண்டார். கோவை சிறை கட்டுப்பாடுகளுக்குப் பெயர் பெற்றது. ஆனால் அங்கே அண்ணனுக்கு செல்வாக்கு உண்டு. தெரிந்தவர்கள் நிறையப் பேர்கள் இருந்தனர். கூடவே அண்ணனின் பெட்டான ஜேம்ஸ்பாண்ட் என்ற பூனையும், குல்பட் உயிரையே வைத்திருந்த சிம்ரன் என்ற பெருசாளியும் அங்கே இருந்தனர். தனது பெட்டை நினைத்ததும் அண்ணனுக்கு கண்கள் கசிந்தன.

கோவை சிறை வாயிலில் வேனை நிறுத்தி அண்ணன் தனது செல்போன் உள்ளிட்ட பொருட்களை, கண்ணீரும் கம்பலையுமாகத் தொடர்ந்து வந்து கொண்டிருந்த அடியாட்களிடம் ஒப்படைந்தார்.

“வீட்ல என்ன சொன்னாங்க?” அண்ணன் கவலையுடன் கேட்டார்.

“வரட்டும் பாத்துக்கறேன்னாங்க...”

அண்ணனிடமிருந்து டொக் என்ற சத்தம் வந்தது.

‘உங்க மாமனார் ரொம்ப தொல்லைங்கண்ணா. அப்புடி என்ன அவசரம்? ஏன் போன் எடுக்க மாட்டேங்கறார்? நாங்களும் திருப்பதிக்கு வர்றோம்னு... ரொம்ப கொடைஞ்சுட்டார்...”

‘மேட்டர் ஒண்ணும் தெரியலை இல்ல?”

“இல்லீங்கண்ணா”

ஜெயிலர் அண்ணனைக் கண்டதும் புதுமாப்பிள்ளையைக் கண்ட மாமனார் போலப் பரவசமடைந்து உள்ளபூர்வமாக வரவேற்றார்.

“டிச்சு ராஜேஷை குவாரண்டைன் பிளாக்ல போடு” என்றார்.

அதிகாரி மரியாதையாகத்தான் சொன்னார். அண்ணனுக்கு மரியாதை செய்து தனி அறை உள்ள பிளாக்குக்குத்தான் அனுப்பினார் என்றாலும் அண்ணன் அவர் மேல் கடுங்கோபம் கொண்டார். அண்ணனுக்குத் தன்னை இந்தப் பெயர் கொண்டு அழைப்பது பிடிக்கவே பிடிக்காது.

பலகாலம் முன்பு அவரைப் பிடிப்பதற்காக அமைக்கப்பட்ட தனிப்படை போலீஸ் ஒரு பாதாள சாக்கடை ஓரம் அவரைச் சுற்றி வளைத்தது. அண்ணன் வீச்சருவாளைக் காட்டி அத்தனை போலீஸ்காரர்களையும் மிரட்டி விட்டு அவ்வளவு பெரிய பாதாள சாக்கடையை அலாக்காகத் தாண்டிக் குதித்துத் தப்பிச் சென்றார். அந்த நிகழ்வை (சம்பவம் என்பதற்கு இங்கே வேறு பொருள் உண்டு என்பதால் நிகழ்வு என்கிறேன்) வியப்பால் விரிந்த கண்களுடன் பார்த்துக் கொண்டிருந்த போலீசார் அண்ணனுக்கு டிச்சு ராஜேஷ் என்ற பெயரைக் கொடுத்திருந்தனர்.

பெயர் என்னவோ பெருமையாகக் கொடுத்ததுதான் என்றாலும் அந்தப் பெயரைக் கேட்கும்போதெல்லாம் அண்ணனுக்கு முடை நாற்றமடிக்கும் சாக்கடை நினைவுக்கு வந்து உடனே குளிக்க வேண்டி வந்து விடும் அதுதான் அண்ணன் கடுப்புக்குக் காரணம். அவர் அறைக்கு வந்து நீட்டிப் படுத்ததும் கோபம் கொஞ்சம் குறைந்தது. மற்ற பிளாக்குகளில் அடைபட்டவர்கள் காலையில் குளிரில் நடுங்க ரோல்காலுக்கு நிற்க வேண்டும். குவாரண்டைன் பிளாக்கில் செல்வாக்கானவர்களை அடைப்பதால் அவர்கள் கால் ஆட்டி உயிருடன் இருக்கிறோம் என்று காட்டினால் போதும்.

அண்ணன் கட்டிலில் படுத்து காலாட்டிப் பார்த்து புன்னகை புரிந்தார். ஜெயிலில் தான் மோதிரம் போட்டதையும், தரையில் ஓட்டை போடும் எலி, பெருச்சாளி போன்ற உயிரினங்களை வளர்க்க தடை இருந்த போதும் தான் குல்பட்டின் பெருச்சாளியை

அறைக்குள் கொண்டு வந்ததையும் நினைத்தபோது அவருக்குப் புளகாங்கிதம் ஏற்பட்டது. மனைவி தொந்தரவு இல்லாமல் ஒருநாள் இன்பமாகக் கழித்து விட்டு அந்த காலைக் குளிரை அனுபவித்து விட்டு நாளை வீட்டுக்குப் போய் கெஞ்சிக் கொள்ளலாம் என்று நினைத்துக் கொண்டார்.

அப்போதுதான் குல்பட் வந்தான்.

"அண்ணே ஏற்பாடு பண்ணிட்டங்கண்ணா" அவரது காதருகே கிசுகிசுத்தான்.

"என்ன ஏற்பாடு?" சர்வாங்கமும் அதிர அண்ணன் கேட்டார்.

"சம்பவம் அடிக்கச் சொல்லிட்டேன். நாம் வெளிய வரும்போது பங்காளி இருக்க மாட்டான்"

"அய்யோ" அண்ணன் அலறினார். "அவனப் போட்டுட்டா நா எப்படிடா வெளிய போறது? எம்பொண்டாட்டிக்கு என்ன பதில்டா சொல்றது?"

அவர் கோபத்தைக் கண்டு விக்கித்து நின்ற குல்பட்டை உலுக்கினார். "யார் கிட்டடா சொன்ன? உடனே நிறுத்தச் சொல்லு"

"பயனெட் பாலுன்னே. ஸ்டேஷன்லையே சொல்லிட்டேன். இங்க செல் இல்ல"

"பயனெட் பாலுவா! அய்யோ போச்சே போச்சே" அண்ணன் புயலாக வெளியே பாய்ந்தார்.

அவர் முதலில் போன இடம் மணி கோஷ்டி. மணியே அவரைத் தேடி எதிரே வந்து கொண்டிருந்தான். வாய்நிறையப் பல்லாக அவரைக் கட்டித் தழுவிக் கொண்டான். "சம்பவமாண்ணே?, தெரியவே இல்லையே. பட்டயக் கௌப்பறீங்கண்ணா. நீங்க இல்லாம ஜெயிலே போரடிக்குது"

"அய்யோ மணி சம்பவத்தத் தடுக்கணும். ஒரு செல் குடு"

"செல்லா இல்லியேன்ணே. கோயமுத்தூர்ல கஷ்டம்னே. நீங்க வெளிய போனப்புறம் கெட்டுப் போச்சுண்ணே"

"இல்லப்பா. உயிர் போற விவகாரம். யாராச்சும் செல் வெச்சுருப்பாங்க. வா தேடிப் பாக்கலாம்"

அடுத்த அரை மணிநேரம் அலைந்தும் யாரிடமும் செல் இல்லை. அண்ணன் தவித்துக் கொண்டிருந்தார். அவருக்கு பிரஷர் ஏறிக் கொண்டிருந்தது. கண்கள் வெளியே வந்துவிடும் போலப் பிதுங்கிக் கொண்டிருந்தன. குல்பட் சரியான ஆளிடம்தான் வேலையைக் கொடுத்திருக்கிறான். பயனெட் பாலு ஒரு வேலையை எடுத்து விட்டால் முடிக்காமல் விடமாட்டான். எமன் பங்காளியை நெருங்கிக் கொண்டே இருக்கிறான்.

பங்காளி எக்கேடோ கெட்டுப் போகட்டும். ஆனால் போலீஸ் முதலில் தன்னைத்தானே பிடிக்கும். அந்த பத்திரகாளிக்கு இதெல்லாம் தெரிந்தால் தனது கதி என்ன ஆவது? அவளுக்குக் கொஞ்சம்கூட பயம் வராது என்பதில் அண்ணனுக்கு சந்தேகமில்லை. ஆனால் தன் கதி அதோகதி ஆகிவிடும் என்பதிலும் சந்தேகமில்லை.

அண்ணன் சகலமும் நொறுங்கிப் போய், தொய்ந்த துணி போல திட்டில் உட்கார்ந்து கொண்டார். மணி ஏதோ சொல்லத் தயங்குவது போலிருந்தது.

"அண்ணே நீங்க சரின்னா கன் மெட்டல் சசியப் பாக்கலாமா? அவருகிட்ட கட்டாயம் இருக்கும்"

கன்மெட்டல் சசி!. அண்ணனின் பரமவிரோதி.

அண்ணனைக் கூறுபோடுவதாக சசியும், சசியை ஊறுகாய் போடுவதாக அண்ணனும் சபதம் செய்திருந்தனர். இந்த இரண்டு கோஷ்டிகளுக்கும் இடையிலான சண்டை பலவேறு தளங்களில் நடந்து வந்தது. ஒரு கட்டத்தில் உள்ளூர் அமைச்சரே பஞ்சாயத்து செய்ய முயன்றும்கூட தோல்வியடைந்துவிட்டது. அந்தப் பெயரைக் கேட்டதுமே அண்ணனின் மேனி சிலிர்த்தது. அடுத்த விநாடி சகலத்துக்கும் துணிந்தவராக சசி இருந்த பிளாக்கை நோக்கி நடக்கத் தொடங்கினார்.

அண்ணனைக் கண்டதும், சிக்கன் சமைத்துக் கொண்டும், உடற்பயிற்சி செய்துகொண்டும், புறாவைக் கொஞ்சிக் கொண்டும் இருந்த சசியின் ஆட்கள் பாய்ந்து வந்து வழியை

மறைத்து நின்றனர். அடியாட்கள் தங்கள் உயிரைத் துச்சமாகவும், சசியின் உயிரை மலைபோலவும் மதிப்பதை அவர்களின் முகங்களில் உறைந்திருந்த தியாக எக்ஸ்பிரஷன் மூலம் அறிய முடிந்தது. சசி அவர்களை விலக்கிக்கொண்டு முன்னால் வந்தார். சிறையில் அவரது ஆட்கள் இரண்டு சிமெண்ட் ஸ்லாப்புகளைக் கொண்டு பெஞ்ச் பிரஸ் உருவாக்கியிருந்தனர். அதைத் தொடர்ந்து உடற்பயிற்சிக்குப் பயன்படுத்தியதில் எல்லோரும் அகன்ற தோட்களும், அதற்குப் பொருந்தாத குட்டித் தலையும், சரிந்த தொந்தியுமாக நிறுத்தி வைத்த செவ்வகப் பலகைகள் வடிவத்தில் இருந்தனர்.

"சசி" என்றார் அண்ணன்... தனது துயர நிலையும், தங்களுக்கிடையே முன்பிருந்த ஆத்மார்த்தமான நட்பும் நினைவுக்கு வந்து அவர் குரல் தழுதழுத்திருந்தது.

சசி தாவி வந்து அண்ணனைக் கட்டிக் தழுவிக் கொண்டார். வட கொரியா அதிபரும் தென் கொரியா அதிபரும் கை குலுக்கிக் கொள்வதைப் போன ஒரு உணர்வு சிறை முழுவதும் விரிந்து பரவியது.

அண்ணனின் நிலை அறிந்ததும் எங்கிருந்தோ ஒரு செல் வந்து சேர்ந்தது.

ஆனால் பயனெட் பாலுவின் செல் சுவிட்ச் ஆப் ஆகியிருந்தது! பயனெட் பாலு தனது இலக்கை நோக்கிச் செல்லும்போது செல்லை ஆஃப் செய்துவிடுவான். அவன் ஒரு முடிவு எடுத்தால் எடுத்ததுதான். அந்த ஆண்டவனே வந்தாலும் நிறுத்த முடியாது.

அண்ணன் பதை பதைத்துப் போய் மீண்டும் மீண்டும் அந்த எண்களை அழுத்தினார். அண்ணனின் தவிப்பைக் கண்ட சசியும் செல்லை வாங்கி அதே எண்ணை அழுத்திப் பார்த்தார். சுவிட்ச் ஆஃப் ஆஃப் தான். அண்ணன் தனக்குத் தெரிந்தவர்கள் எல்லோருக்கும் போன் செய்து எப்படியாவது பயனெட் பாலுவைத் தடுத்து நிறுத்தும்படி கேட்டுக் கொண்டார். சசியும் பீல்டில் உள்ள செல்வாக்கான சிலரிடம் சொல்லி பாலுவைத் தொடர்புகொள்ளச் சொல்லிவிட்டு அண்ணனின் முதுகை ஆதுரமாகத் தடவிக் கொடுத்தார்.

“பயப்படாதீங்க நம்ம ஆளுக எப்படியும் பாலுவைப் புடிச்சு சம்பவத்தை நிறுத்திருவாங்க”

யுகயுகமாக நகர்ந்த சில நிமிடங்களுக்குப் பிறகு தொடர்ச்சியாக போன் கால்கள் வரத் தொடங்கின. எல்லோரிடமிருந்தும் ஒரே பதில். பாலுவைத் தொடர்புகொள்ள முடியவில்லை. அவன் இருக்கும் இடம் யாருக்கும் தெரியவில்லை. எல்லோருமே சொல்லிவைத்தது போல ஒரே பதிலையே சொன்னார்கள். பாலு முடிவு செய்தால் நிறுத்த முடியாதே... பாலுவைக் காணவில்லை என்றால் அநேகமாக சம்பவம் அடிக்கப் போயிருக்கலாம். அண்ணனையே சிறைக்கு அனுப்பியவனை அவன் ஒருபோதும் மன்னிக்க மாட்டான். பங்காளியின் வாழ்க்கையில் இன்னும் சில மணிநேரங்களே மிச்சமிருந்தன.

“கொஞ்சம் யோசிச்சு செஞ்சிருக்காலமில்ல. பயனெட் பாலுகிட்ட கொடுத்துட்டு இடைல நிறுத்தணும்னா எப்படி” சசி வருத்தத்துடன் அண்ணனிடம் கூறினார்.

அண்ணன் ஒரு முடிவுடன் சற்று தூரம் சென்று அந்த எண்ணுக்குப் போன் செய்தார்.

“பங்காளி அண்ணன் பேசறேன்”

மறுமுனையில் சற்றே ஆச்சரியம் கலந்த அமைதி நிலவியது.

“சொல்லுங்க” மரணத்தின் வாயிலில் நின்றுகொண்டிருந்த பங்காளி அபாயம் அறியாமல் கேட்டான்.

“ஒரு பிரச்சினை” அண்ணன் குல்பட்டின் செயலை விளக்கினார். “நீங்க ஒரு ரெண்டு நாளைக்கு எங்காவது ஓடிடுங்க பங்காளி. அர்ஜெண்ட்”

பங்காளி வெடித்து சீறி எழுந்தான். “யாரப் பாத்துடா சொல்ற ###★★★★XXX நாயே. ஆண்ட பரம்பர டா. ரத்தத்துக்கு பயக்காதுடா. எவவந்தாலும் வரட்டும் கூறு போட்டுர்றேன். டேய் என்னக் கொல்ல ஏற்பாடு செஞ்சுட்டு எனக்கே போன் போட்டு சொல்லறையா... உன்ன விடமாட்டண்டா. உஞ்சாவு எங்கைலதான்”

அவனை பயனெட் பாலு கையிலேயே விட்டுவிடலாமா என்று ஒருநிமிடம் அண்ணனுக்குத் தோன்றியது. ஆனால் வீட்டிலிருக்கும் அந்த கொடூர ஜீவன் நினைவு வந்ததும்... தன் இயல்புக்கு மாறாக கெஞ்சத் தொடங்கி விட்டார். "பங்காளி டேஞ்சர் சொன்னாக் கேளுங்க ஓடிடுங்க"

"டே உன்ன விடமாட்டண்டா" மறுமுனையில் பங்காளி பெருங் குரலெடுத்து அலறினான். இந்த முறையில் பேச்சு வார்த்தை ஐந்து நிமிடம் நீடித்தது.

அண்ணன் தளர்ந்து போய் திரும்பினார். அவரை கைத்தாங்கலாக பிடித்துச்சென்று குவாரண்டைன் பிளாக்கில் விட்டுவிட்டு வரும்படி சசி இருவரை அனுப்பிவைத்தார். புதுப்பிக்கப்பட்ட நட்பின் அடையாளமான அந்த செல்லை அவரிடமே கொடுத்து இரவில் முயலும்படி கூறினார்.

குல்பட் அண்ணனின் கோபத்துக்குப் பயந்து எங்கோ ஒளிந்து கொண்டிருந்தான். திருப்பதிக்குப் போனவனுக்கு போன் செய்தபோது "தான் லட்டுடன் வந்து கொண்டிருப்பதாகவும் அண்ணியிடமிருந்து தன்னைக் காப்பாற்றும் படியும் கதறித் துடித்தான்.

அண்ணனின் வாழ்க்கையிலேயே கொடூரமான இரவு அது. பயனெட் பாலு தனது இரையை நோக்கி நிதானமாக முன்னேறிக் கொண்டிருந்தான். மனைவி என்ற அந்த சேலை கட்டிய சுழல் காற்று தன்னைச் சின்னாபின்னமாக்க சிறையை நோக்கி ராட்சச வேகத்துடன் வந்துகொண்டிருந்தது. இடையிடையே ஜேம்ஸ் பாண்ட் வந்து "மியாவ் என்ன விட்டுட்டுப் போன இல்லியா அதுக்கு தண்டனைதான் இது. மியாவ்" என்றது.

தனது வாழ்க்கை இந்த செல்லில்தான். இதில் சாமியாராகி அமைதியாக வாழ்ந்து விடுவது என்று அண்ண்ன் ஒரு கட்டத்தில் முடிவு செய்தார். வன்முறையில்லா வாழ்வு. ஆனால் அதற்கு முன் இத்தனை பிரச்சினைக்கும் காரணமான குல்பட்டை மட்டும் ஒரு சம்பவம் செய்துவிடுவது என்று விதிவிலக்கு ஏற்படுத்திக் கொண்டார். இரவு முழுவதும் பாலு செல் சுவிட்ச் ஆஃப்.

அண்ணன் திரும்பத் திரும்ப பங்காளிக்குப் போன் செய்து ஓடிவிடும்படி மன்றாடினார், பங்காளியும் சளைக்காமல் இரவு

முழுவதும் அண்ணனைப் புதுபுது கெட்ட வார்த்தைகளைக் கொண்டு திட்டிக் கொண்டிருந்தான். அவனது வீர பரம்பரையில் பதினேழு பேர்களின் மொத்த வாழ்க்கையும் அண்ணனுக்கு விடியற் காலை நான்கு மணிக்கு மனப்பாடமாகிவிட்டது.

மறுநாள் மதிய வாக்கில் பங்காளியின் செல் சுவிட்ச் ஆஃப் ஆகிவிட்டது. அண்ணனின் மனம் இருண்டுவிட்டது. சம்பவம் முடிந்துவிட்டது. வீட்டுக்கு நேராகச் சென்று மனைவியிடம் அனைத்தையும் உருக்கமாகச் சொல்லி மன்னிப்புக் கேட்டு விடுவது. பின்பு பூசை நடந்து முடிவதற்கும் போலீஸ் வருவதற்கும் சரியாக இருக்கும். எலும்பு ஏதும் உடையாமல் தப்பித்துக் கொண்டால் அதிர்ஷ்டம் என்று நினைத்துக் கொண்டார்.

மாலை அண்ணனுக்கும் குல்பட்டுக்கும் ஜாமீன் உத்தரவு வந்து விட்டது. குல்பட்டை எந்த இடத்தில் போட்டுத் தள்ளுவது என்று ஆழ்ந்து சிந்திக்கத் தொடங்கினார்.

ஜேம்ஸ்பாண்டுடனும், சிம்ரனுடனும், சசி வகையறாக் களுடனும் விடை பெற்றுக்கொண்டு கையெழுத்து இத்யாதிகளை நிறைவு செய்துவிட்டு ஜெயில் வாயிலைக் கடந்து புளிய மரங்கள் இருபுறமும் நிற்கும் நீண்ட சாலையில் மெய்ன் கேட்டை நோக்கி நடக்கத் தொடங்கினார். குல்பட் அவருக்குப் பின்னால் ஒளிந்து ஒளிந்து வந்து கொண்டிருந்தான்.

பொன்மாலைப் பொழுதும் புளியமரங்களும் பறக்கத் தொடங்கியிருந்த வௌவால்களும் அவர் மனதில் இருண்மையை விதைத்தன. இன்னும் பனிரெண்டு மணிநேரம்தான். திரும்ப வந்து விடுகிறேன்...

அண்ணன் மெய்ன் கேட்டைத் தாண்டிக் காலை வைத்த அந்தக் கணம்... ஒரு உருவம் வீலென்று பெருங்குரலெடுத்து அலறியபடி பாய்ந்தோடி வந்து அவர் காலில் விழுந்தது.

“பங்காளி...” அந்த உருவம் அவரைக் கெட்டியாகப் பிடித்துக் கொண்டு தொங்கியது. எப்போதும் முறுக்கேறி கத்தி போல நிற்கும் மீசை தொங்கிக் கொண்டிருந்தது. அதிலிருந்து கண்ணீர்த் துளிகள் அருவிபோலப் பொழிந்து கொண்டிருந்தன.

திடுக்கிட்டுப் போன அண்ணனுக்கு அது பங்காளி என்பதும் அவன் உயிருடன்தான் இருக்கிறான் என்பதும் பிடிபட சற்று நேரம் பிடித்தது.

“பங்காளி... எனக்கு உயிர்ப்பிச்ச குடு பங்காளி” பங்காளி அவர் காலைக் கட்டிக்கொண்டு தரையில் உருண்டு புரண்டான்.

“என்னக் கொன்னுடாத பங்காளி. நா வாழணும் பங்காளி... நா பாவம் பங்காளி, எம் பரம்பரையே பாவம் பங்காளி. யாருக்கும் ஒரு கேடும் பண்ணதில்ல” அழுது அழுது கண்ணீரில் நனைந்திருந்த முகத்தில் மண் படிந்து பங்காளி உயிருடன் இருக்கும் போதே பிசாசு போலத்தானிருந்தான்.

“மன்னிச்சுரு பங்காளி மன்னிச்சுரு. கம்ளெய்ண்ட்டைக் கூட வாபஸ் வாங்கிட்டேன். என்னைக் காப்பாத்து பங்காளி” பங்காளி கதறிக் கதறி நெஞ்சு வெடித்து செத்துப் போய்விடுவானோ என்று கூட அண்ணனுக்குத் தோன்றியது.

அண்ணன் அவனை நிதானமாகத் தட்டி எழுப்பி கருணையுடன் உற்றுப் பார்த்தார்.

பின்பு சொன்னார். “காப்பாத்திடலாம் பங்காளி. ஆனா கொஞ்சம் செலவாகுமே?”

ௐ ௐ ௐ

கனவு

"ஒரு கனவு" என்றாள் என் மனைவி.

காலை நேரங்களில் நாங்கள் கொஞ்சம் பேசிக் கொள்வதே உணவருந்தும்போதுதான். அதற்கு முன் எங்கள் அதிதிக் குட்டியைக் கெஞ்சி, கொஞ்சி எழுப்பி வேடிக்கை கதை பேசி, சீருடை அணிவித்து, அவளோடு நாங்களும் கிளம்பி பள்ளிக்குப் போக வேண்டும்.

அதிதி இன்னும் ஸ்கூலுக்குப் பழகவில்லை. எனவே நான் பைக் ஓட்ட மனைவி அவளை வைத்துக் கொண்டு பின்னால் உட்கார்ந்து வேடிக்கை காட்டி ஒரு மூடில் வைத்திருப்பாள். மகள் அழுது கொண்டு வகுப்புக்குப் போனால் எங்களிருவருக்கும் அன்றைய நாள் முழுவதும் உளைச்சலாகிவிடும்.

அன்று மகள் கிண்டர்கார்டன் வாயிலிலேயே இன்னொரு குட்டித் தோழியைப் பார்த்து விட்டாள். இருவரும் கைகோர்த்துக்கொண்டு உல்லாசமாக நடைபோட்டார்கள். வகுப்பறை வாயிலில் நின்று இருவரும் சிரிப்புடன் கையாட்டினார்கள். மகிழ்ச்சி பொங்க நாங்கள் இருவரும் உற்சாகமாக பதிலுக்குக் கையாட்டினோம். ஒரு அழகான நாள் தொடங்குவதற்கான அறிகுறி இது. பின்பு அங்கே எங்களைப் போல ஆசுவாசமாக நின்ற மற்ற பெற்றோருடன் ஒரு அவசரஅரட்டை அடித்து விட்டு வீட்டுக்கு வந்து சேர ஒன்பது மணியாகிவிட்டது.

லாக்கைத் திறந்து உள்ளே கால் வைத்ததும் உரசிக்கொண்டு நின்றவளின் கன்னங்களும், இதழ்களும் கிளர்ச்சியூட்ட இடையில் கை வைத்து இழுத்தேன். அவள் புருஸ் லீ, ஜெட் லீ போல என் மார்பில் இரண்டு குத்து விட்டாள்.

"மேனேஜர் பிசாசு கொன்னுடும். ஒழுங்கா லஞ்ச் பேக் பண்ணி வை" மிரட்டிவிட்டு அறையில் மறைந்தாள். சமைப்பது அவள். இந்த பேக்கிங், பாத்திரம் கழுவுவது என்பதெல்லாம் என் வேலை. எனக்கு அவசரமில்லை. எழுத்தாளன். எழுதிக் கொண்டிருக்கும் கட்டுரையை அனுப்ப இன்னும் ஒரு நாள் அவகாசம் இருந்தது. ஒரு மொழிபெயர்ப்பு வேலையும் செய்து கொண்டிருக்கிறேன். இவர்களை அனுப்பிவிட்டால் காலை நேர அமைதியில் நிம்மதியாக உட்கார்ந்து எழுதலாம்.

நான் அவளுக்கு மதிய உணவை கேரியரில் போட்டு, பாட்டிலைக் கழுவி தண்ணீர் ஊற்றி, காலையுணவுக்கான பிளேட் போன்ற வஸ்துக்களை டேபிளில் தயாராக வைத்து முடிப்பதற்கும் அவள் குளித்து முடித்து வருவதற்கும் சரியாகவிருந்தது. ஈரம் சொட்டிக் கொண்டிருந்த கூந்தல் காய்வதற்காக பெடஸ்டல் ஃபேனை தன்னை நோக்கித் திருப்பி வைத்து விட்டு அமர்ந்தாள். ஓ இன்று வெள்ளிக்கிழமை. கரும்பச்சை நிற சில்க் காட்டன் புடவையில் இருந்தாள். மல்லிகை மணம் கும்மென்று அறை முழுவதும் பரவியது.

"ஆஹா ஃப்ரைடே பியூட்டி" என்றேன்.

காலை நேரங்களில் பேச்சு பெரும்பாலும் அன்றைய வேலைகள் குறித்தும், பள்ளியில் அந்தச் சில நிமிடங்களில் நடந்தவை குறித்தும், இது போல பாராட்டுரைகளாகவும் இருக்கும்.

அப்போதுதான் அவள் சொன்னாள், "ஒரு கனவு". என் பாராட்டைக் கண்டு கொள்ளவில்லை. குண்டாகிவிட்டேன், பிளவுஸ் டைட்டாக இருக்கிறது போன்ற வழக்கமான மறைமுக ஏற்புகள் இல்லை. கண்கள் என் முகத்தில் எதையோ ஆழ்ந்து தேடிக் கொண்டிருந்தன.

கனவு மாதிரியான சாவகாசமான விஷயங்களை பேசுவதற்கு இது ஏற்ற நேரம் இல்லையே... ஒருவேளை ஏதாவது கெட்ட கனவு வந்து சங்கடப் படுத்திவிட்டதோ... நான்

கேள்விக்குறியுடன் அவளைப் பார்த்தேன். திருமணமான இந்த ஐந்து வருடங்களில் அவள் முகபாவங்கள் எனக்கு அத்துப்படி. என் கண்களைப் பார்க்கத் தவிர்த்தால் ஏதோ கோபம். விழிகள் விரிய என்னை நேராகப் பார்த்தால் ஏதோ ஆச்சரியமூட்டக் கூடியது நடந்திருக்கிறது என்று புரிந்து கொள்ளலாம். தவிர என்னைக் கிண்டல் செய்யவும், மிரட்டவும் தனித்தனி பாவங்கள் உண்டு...

இந்த முகத்தோற்றம் முற்றிலும் புதிதாகவிருந்தது. கண்கள் அகலத் திறந்திருந்தாலும் கனவு இன்னும் கலையாமலிருப்பது போலிருந்தது அவள் முகம். கனவின் கோர்வை கலைந்து விடாமலிருக்கப் போராடுவது போல, முழுமையாக நினைவுபடுத்திக்கொள்ள கடுமையாக முயல்வது போல புருவங்கள் உயர்ந்திருந்திருந்தன.

"என்ன கனவு? நீ நேரா ஜி எம் ஆயிட்டியா?"

"ஆயிட்டாலும்..." மனைவி ஒரு கணம் நிதானித்துச் சொன்னாள். "நான் சொல்றதை பேசாம கேளு"

இனிக் கதையில் நான் என்பது நான் அல்ல. அது அவளை அதாவது என் மனைவியைக் குறிக்கும்.

—

"நானும் தங்கச்சி ஷர்மிளாவும் ஏதோ தியேட்டர்ல படம் பாத்துட்டிருக்கோம். ஷர்மிளா காலேஜ் நோட்ல என்னமோ எழுதிட்டே படம் பாத்துட்டிருக்கா. என்ன படம்? என்ன தியேட்டர் எதுவும் புரியல. அவ்வளவு பெரிய தியேட்டர்ல படம் பாத்துட்டே எழுத முடியுமா, அப்படி எழுதித் தீர வேண்டியது என்னன்னும் புரியல"

"திடீர்னு ஒருநிமிஷம் எல்லாம் பிளாங்கா ஆயிருச்சு. திரும்பிப் பாத்தா ஷர்மிளாவைக் காணோம். எங்க போனா என்ன ஆச்சு எதுவுமே புரியல. எனக்கு எம் மேலயே கோபம் கோபமா வருது. நான் என்னமோ பண்ணப் போய் ஷர்மிளா காணாமப் போயிட்டான்னு தோணுது. ஒரு செகண்ட்ல என்னதான் ஆச்சுன்னு குழம்பிட்டிருக்கும் போது படம் முடிஞ்சிருச்சு.

எல்லாரும் கௌம்பிப் போறாங்க. நானும் முண்டியடிச்சுட்டு அவங்களைத் தாண்டிப் போகப் பாக்கறேன், முன்னாடி போய் வாசல்ல நின்னுட்டா ஷர்மிளா வெளிய வரும்போது புடிச்சிடலாம்னு நினைக்கறேன்.

"ஹாய்னு யாரோ கூப்பிடறாங்க. பாத்தா என் காலேஜ் மேட் சித்ராவும் ஸ்கூல் மேட்ஸ் மூணு பேரும் நிக்கறாங்க. காலேஜ் மேட் சித்ராவுக்கும் இந்த ஸ்கூல்ல கூடப் படிச்ச பொண்ணுகளுக்கும் என்ன சம்பந்தம்? எப்படி எல்லாரும் ஒண்ணா தியேட்டர்ல இருக்காங்க... ஷர்மிளா வேற இங்க இருந்தா...

"எங்க ஷர்மிளாவைப் பாத்தியா?" சித்ரா கிட்ட கேக்கறேன்.

"அவ அப்பவே போயிட்டாளே?" ங்கறா அவ.

நான் பதறிப்போய் வெளியே ஓடி வர்றேன். மைதானம் மாதிரி கார் பார்க்கிங்ல ஒண்ணு ரெண்டு கார்தான் இருக்கு. தியேட்டர்க்குள்ள இருந்த மாதிரியே வெளிலயும் இருட்டு. ஆனா இந்த இருட்டு வித்தியாசமா இருக்கு. எல்லாத்தையும் பார்க்க முடியுது. சம்மர்ல சில சமயம் சன்செட் ஆனப்பறமும் ஒரு வெளிச்சம் இருக்குமே அது போல... ஆனா எனக்குச் சரியா தெரியல...

கார் பார்க்கிங்ல சின்னச் சின்ன கூட்டம். நான் அங்க இங்க ஓடி ஷர்மிளாவைத் தேடறேன். எதிர்ல அத்தை வர்றாங்க. அவங்க இடுப்புல அதிதிக் குட்டி. அவங்க என்னைப் பாக்கல. சினிமாக்குப் போறாங்க போலிருக்கு. எனக்கு என்ன செய்யறதுன்னே புரியல. எப்படி அதிதியும், அத்தையும் மட்டும் தனியா சினிமாக்கு வந்திருக்காங்க? அதிதி தியேட்டர் இருட்டுல உக்காந்து சினிமாவெல்லாம் பாக்க மாட்டாளேன்னு நினைக்கிறேன். அத்தையைக் கூப்பிட்டா என்னையும் சினிமாக்குக் கூப்பிடுவாங்க. ஷர்மிளாவைக் காணோம்னு சொன்னா அவங்களும் சினிமா பாக்க மாட்டாங்க.

நான் எங்கியோ ஒளிஞ்சிக்கறேன். சரியான பசி வயித்தைக் கிள்ளுது. ஷர்மிளாவுக்குப் போன் பண்ணலாம்னு பாத்தா செல்லுல சார்ஜ் இல்ல. அங்க நின்னுட்டிருந்த ஒருத்தன் கிட்ட போன் கேக்கறேன்.

“ஒரு நிமிஷம்தான் பேசணும்” ந்னு சொல்றான்.

சரின்னு டயல் பண்ணினா ஷர்மிளா எடுத்து சிரி சிரின்னு சிரிக்கறா. எனக்கு வந்துச்சே கோபம். அவள நல்லாத் திட்டிட்டு அந்த ஆள்கிட்ட பாத்துக்கங்க ஒரு நிமிஷம்தான் ஆச்சுன்னு சொல்லி செல்லைக் கொடுத்திட்டு திரும்பவும் தியேட்டருக்கு வர்றேன்.

அத்தையும் அதிதியும் முன்னாடி போயிட்டிருக்காங்க. அவங்க கூட அத்தையோட ஃபிரண்ட் பாப்பம்மாவும் இருக்கறாங்க. இருட்டு இருட்டு இருட்டு எல்லாப்பக்கமும் விசித்திரமான ஒரு இருட்டு. லைட்டையெல்லாம் காணோம். தியேட்டருக்கு உள்ளயும் வெளியவும் ஒரே மாதிரி இருக்கு. எப்பத்தான் விடியும்னு எனக்கு ஒரே பதட்டமா இருக்கு. வேர்த்து வேர்த்து வழியுது. ஷர்மிளாதான் வீட்ல பத்திரமா இருக்காளே இன்னும் ஏன் பதட்டமா இருக்கோம், ஏன் அலையறோம்னு நெனைக்கறேன். ஒண்ணுமே புரியல.

தியேட்டர்ல மாடிக்குப் போற வழில புதர்மண்டிக் கெடக்கு. ஒத்தையடிப் பாதை போலவும் தோணுது. அதுல ஏறிப் போனா பால்கனிக்குப் போயிடலாம்னு கால் வெக்கறேன். நெறய கரப்பான் பூச்சி ஓடுது. ஒரு பாம்பு கூட இருக்கு.

அப்புறம் காரிடார்ல போயிட்டு இருக்கேன். காரிடார் சுத்தமா நீளமா இருக்கு. பாப்பம்மா எதிர்ல வர்றாங்க. அவங்க கைல அந்தப் பாம்பு. அதோட தலைக்குக் கீழ புடிச்சிருக்காங்க. கீழ தொங்கற உடம்பு நெளியுது. தலையும் அதோட உடம்போட அடிப்பகுதி வெள்ளையும் பார்க்க அருவருப்பா இருக்கு. செவப்புக் கோடு கோடா நரம்பு. எனக்கு சிலிர்க்குது.

“நல்ல பாம்பும்மா, கடிச்சா வலிக்கவே வலிக்காது” ந்னு பாப்பம்மா கேஷுவலா சொல்றாங்க.

திடீர்னு பாம்ப நீட்றாங்க, அது என்னக் கொத்திடுச்சு. எனக்குக் கை எரியுது. வீங்கின மாதிரி தெரியுது. அய்யோன்னு கத்த நெனைக்கறேன். முடியல. தொண்டை அடைச்சுருச்சு.

கண்ணு மண்ணு தெரியாம ஓடறேன். எப்படியோ ஒரு ரயில்வே டிராக்குகிட்ட போய்ட்டேன். என்ன செய்யறதுன்னு புரியல.

பாம்பு வேற கடிச்சிருக்கு. டிராக்ல ஏறங்கி நடக்க பயமா இருக்கு. எந்த எடம்ன்னு தெரியல நடந்துட்டே இருக்கேன். பேக்ல நெறைய பணம் இருக்கு. அத்தை கொடுத்தாங்க போலிருக்கு. செலவு பண்ணத்தானே பணம், ஏன் பசியோட இருக்கணும்னு யோசிக்கறேன். தனியா சப்பிட்டா யாராவது ஏதாச்சும் கேட்டுடப் போறாங்கன்னும் பயமா இருக்கு. நடந்து நடந்து போயிட்டே இருக்கேன். நெறைய சாக்கடைக் குழி...

என்ன ஆச்சுன்னு தெரியல. திரும்பவும் சினிமா தியேட்டர்ல இருக்கேன். அத்தை, அதிதி... ரெண்டு பேரும் பப்ஸ் சாப்டுட்டிருக்காங்க.

அவ்வளதான்...

—

அது கனவுதான் என்றாலும் எனக்கு அவளைப் பார்க்க பாவமாகவிருந்தது. என்னவிதமான அலைக்கழிப்பை கனவில் உணர்ந்திருக்கிறாள். என்ன காரணம்?... யார் காரணம்...?

“கனவுல ரயில்வே டிராக் வந்தா என்ன அர்த்தம்?” என்னவாக இருக்கும் என்ற ஊகம் கட்டாயம் அவளுக்கு இருக்கக்கூடும். ஆனால் ஏன் எதற்கு என்று பேச விரும்புகிறாள் போலும்.

“தெரிலையே, ஒருவேளை விட்டு விடுதலையாகி கொண்டாட்டமா இருக்க எஸ்கேப் ஆக பிளான் பண்றயோ?” எனக்கும் ரயில்வே டிராக் கொஞ்சம் சங்கடத்தைத் தான் கொடுத்தது. அதை வேடிக்கையாகக் கடக்க முடிவு செய்தேன். ஏற்கெனவே கனவால் குழம்பிப் போயிருப்பவளை மேலும் குழப்ப விருப்பமில்லை.

“ஊர விட்டு, பொண்டாட்டி புள்ளய விட்டு ஓடப் போற நெனப்பு உனக்குத்தான் வரும். நீ எப்ப என்ன செய்வேன்னு நான் வயித்துல நெருப்பக் கட்டிட்டிருக்கேங்க்கறது எனக்குத்தானே தெரியும்” அவள் அழுத்தமாக ஒவ்வொரு சொல்லையும் உச்சரித்துப் பேசினாள். அவ்வளவு திட்டவட்டமாக அவள் அதை மறுத்தது எனக்கு நிம்மதியளித்தது. ஒருவேளை அவள் மனதில் எங்கோ மூலையில் அடியாழத்தில் அப்படியொரு நினைவு படிந்து கிடந்தால் அதைத் தூண்டித் துழாவிக் கிளறிவிட விருப்பமில்லை எனக்கு.

ஏதாவது சினிமாவைப் பற்றிப் பேசி கவனத்தைத் திருப்பலாமா என்று யோசித்தேன். ஆனால் அவள் முகம் இன்னும் தீவிரமடைந்தது. வழக்கமாக சீரியஸ்ஸான பேச்சுக்கள், சங்கடமான பேச்சுக்கள் வரும்போது நழுவிவிடுவது அவள் வழக்கம். இன்று அவள் உரையாட விரும்புவது தெரிந்தது. அந்த முகம்... அதில் குழப்பமோ பயமோ இல்லை. தனக்கு முக்கியமான எதற்கோ விடைதேடும் தீவிரமே தென்பட்டது.

“இந்தக் கனவுல ஒரு ஆச்சரியமான விஷயம் என்னன்னா நீ ஒரு இடத்துல கூட வரல. உன்னைப் பத்தின நெனப்பே வரல”

“சட்டில இருந்தாத்தானே அகப்பைல வரும் அன்பே”

“கிண்டல் பண்ணாதே” அவள் குரல் உயர்ந்தது. “ஏன் நீ கனவுல வரல?” அவள் கேட்டது அவள் கனவில் வராதது ஏதோ என் தவறு என்று கருதுவது போலிருந்தது.

“அதிதி வரா, அத்தை வராங்க, ஷர்மிளா வரா ஆனா நீ மட்டும் வர்ல ஏன்?”

ஆமாம் எனக்கு மட்டும் இவள் கனவில் ஏன் இடமில்லை?

“நான் கனவில வரல சரி, அத்தையும், அதிதியும் ஷர்மிளாவும் நேர்ல பாத்துக்கறாங்களா?”

“இல்ல. இல்லவே இல்ல. எல்லாமே தனித்தனி துண்டா இருந்துச்சு. ஆனா அவங்க நெனைப்பு அதாவது பிரஸன்ஸ் இருந்துச்சு. நீ ஒருத்தன இருக்கற நெனைப்பே கனவுல இல்ல. நீ இருக்கற அடையாளமே இல்ல” அவள் அதிலேயே நின்றாள்.

“இல்ல இந்தக் கனவுல நான் வரவே முடியாது. அது சாத்தியமே இல்ல” என்றேன்.

“ஏன்?”

“ஷர்மிளா, உன்னோட பிரண்ட்ஸ் எல்லோரும் உன்னோட பழைய உலகம். அதிதி, அத்தை, பாப்பம்மா மூணு பேரும் உனக்கு கல்யாணம் ஆன பிறகு உருவான புது உலகம். இந்த இரண்டுக்கும் இடைல உனக்குப் புரிஞ்சுக்க முடியாத இடைவெளி இருக்கு. அதைத்தான் நீ தேடற. அந்த இருட்டு நீ தொலைச்சுட்டு தேடறதத்தான் காட்டுது... நீ பிறந்து வளர்ந்த

பழைய உலகம் உன்னை சம்பந்தமில்லாத ஆட்கள் நடுவுல விட்டுட்டு காணாமல் போச்சு. உன்னோட தவிப்பைப் புரிஞ்சுகிறதுக்காக சிரிக்குது"

"சம்பந்தமில்லாத ஆட்களா?"

"அப்ப உனக்குக் கல்யாணம் ஆனப்ப அவ்வளவா தெரியாத ஆளுக தானே நாங்க எல்லாம்?"

"அது இன்னுமா..." அவள் பதில் சொல்லத் தொடங்கி பாதியில் நிறுத்திவிட்டாள். கணவன் வீட்டு அன்னியத் தன்மை நீண்ட காலம் மாறாது என்று என்னுடைய உளவியல் ஆலோசகர் நண்பர்கள் சொல்லக் கேட்டு இருக்கிறேன்.

கனவை இழையிழையாகப் பிரித்தேன். பிரிக்கப் பிரிக்க அதில் இறங்கிக் கொண்டே இருந்தேன். இந்தக் கனவு பல திரைகள் கொண்டு மூடப்பட்ட மண்டபம் போல எனக்குத் தோன்றத் தொடங்கியிருந்தது. ஒவ்வொரு திரையாக விலக்குவதில் ஒரு விசித்திர ஆர்வம் தோன்றியிருந்தது. ஒரு துப்பறியும் கதையின் மர்மங்களை உணர்ந்து கொள்ளும் ஆவல். இல்லை. மர்மங்கள் எனக்குத் தெரிந்து விட்டன. அதை சொற்களில் பதிக்கும் தீவிரம் என்னை ஆக்கிரமித்துக் கொண்டது. கடக்க முடியாத இடைவெளி இருக்கிறதென்று அதற்குக் காரணமானவனே சொல்ல வேண்டியிருந்தது எனக்கு ஒரு குரூர திருப்தியைக் கொடுத்திருந்தது. நீ ஏன் வரவில்லை என்று கேட்டாள் அல்லவா? தெரிந்து கொள். இடைவெளியைக் கடந்து வராதது நீ தான். இதைச் சொல்லத்தான் போகிறேன். ஆனால் இடைவெளியை அவள் எதற்குக் கடந்து வர வேண்டும்? தெரியவில்லை. நான் சொல்லத் தொடங்கினேன்.

"இரண்டு உலகங்களுக்கும் இடையே உள்ள பாலம் நான்தான். இடைவெளிக்குக் காரணமும் நான்தான். நான் கனவில் இருந்தால் உனக்கு பழைய வாழ்க்கை ஏக்கம் இருப்பதை வெளியே சொல்லத் தயக்கம் வரும் இல்லையா? எது உனக்குப் பிடித்திருக்கிறதென்ற குழப்பம் உனக்கு வரக்கூடாது இல்லையா? கணவன் இருக்கும் போது பழைய வாழ்க்கையை தேடுவது நல்ல மனைவியின் இயல்பு அல்ல என்று சொல்லித் தரப்பட்டுள்ளது இல்லையா? அதான் உன் சப் கான்ஷியஸ் என்னை அவாய்ட் பண்ணியிருக்கு"

“அப்ப நான் அத்தையும் அதிதியையும் விட்டு விலகி நிக்கறனா?”

பழைய வாழ்க்கையின் ஏக்கம் குறித்து நான் சொன்னதை அவள் மறுக்கவேயில்லை என்பது என்னைச் சுருக்கென்று குத்தியது. குத்தும் போது குத்து வாங்கவும் தயாராக இருக்கவேண்டும். ஆனால் சிக்கல் என்னவெனில் தான் குத்துவது அவளுக்குத் தெரியவில்லை. அவள் எளிமையாக நேர்மையாக பாசாங்கின்றிப் பேசிக் கொண்டிருந்தாள். நான் தான் அலைக்கழிந்து கொண்டிருந்தேன். கணவன் நல்லவனாக, புரிதல் உள்ளவனாக இருந்தாலும் அவள் ஏன் பழைய வாழ்க்கையை மறக்க வேண்டும்? அதைத் தேடுவதைத் தவிர்க்க வேண்டும்?

“நீ அத்தையும் அதிதியையும் விட்டு விலகவே இல்லை. நீ நெனைச்ச போதெல்லாம் தியேட்டருக்குள்ள போற வர்றே. அதைப் பத்தி உனக்குப் பயமில்ல. தியேட்டர் தான் நம்ம வீடு. இது எங்கயும் போகாதுங்கறது உனக்குத் தெரியும். அதான் நீ ஷர்மிளாவை மட்டும் தேடற. உங்க அப்பா அம்மாவும் இதே போல பாலம் தான். உன்னோட புது வாழ்க்கைக்கு அவங்களும் காரணம். அதான் அவங்களும் கனவில் இல்ல”

அவள் பெருமூச்சு விட்டாள். நான் காத்திருந்தேன்.

“ரயில்வே டிராக் புரியுது. ஏதோ ஒருவகையான விடுதலை உணர்வுக்கான ஏக்கம். ஆனா பாம்பு...” அவள் குரல் மெல்லியதாகவிருந்தது.

முதல் பாவம். வலிக்காமல் கடிக்கும் பாம்பு. இந்தப் பாம்புக் கடி தப்பிச்சு போற ஆசையை விலக்கி வைக்குது. ரயில்வே டிராக்கை விட்டு விலக்கி வைக்குது. இன்னொரு குழந்தை வேண்டான்னு சில சமயம் சொல்ற. சில சமயம் கட்டாயம் இன்னொன்னு வேணுன்னு சொல்ற... அதுதானா?”

என்னால் எப்படி இப்படி கோர்வையாக ஒரு கனவுக்கு விளக்கம் சொல்ல முடிகிறது! ஒருவேளை என் உள்ளுணர்வில் நான் உணர்ந்த் விஷயங்கள் தான் இவள் கனவில் வந்ததோ... இவள் உணர்ந்ததை நானும் உணர்ந்திருக்கிறேனோ?

இந்த இடைவெளிக்கு நான் காரணமல்ல. நான் அவளை எதையும் விட்டுக்கொடுக்க தூண்டவில்லை. வற்புறுத்தவில்லை.

திருமணம் என்பது இருபாலரும் சிலவற்றை இழந்து சிலவற்றைப் பெறுவது. அது உலக வழக்கம். இது அவளிடம் பலமுறை கேட்கப்பட்டு விருப்பம் தெரிவித்த பின்பே நடந்த திருமணம். நான் அவளது தோழனாக இருந்து இருக்கிறேன். அவளைப் பாதுகாத்துப் பராமரிப்பவனாக, உளவியல் ஆதிக்கம் செய்பவனாக ஒருபோதும் இருந்ததில்லை. அதனால்தான் திரும்பத் திரும்ப தியேட்டருக்கு வருகிறாள். தியேட்டரில் இருந்துதான் அவள் பழைய வாழ்க்கையைப் பார்க்கிறாள். ரயிலேறிப் போகவில்லை.

ஆனால் அந்தக் குழிகள்... தண்டவாளம்... விலகாத இருட்டு... இந்த இழப்புணர்வும் பிடுங்கி வேறிடத்தில் நடப்பட்டதன் வலியும் எத்தனை ஆண்டுகளானாலும் மனதில் உறைந்தே கிடக்குமோ? அவளிடம் ஒரு நிமிடம் தான் தங்கையிடம் பேச வேண்டும் என்று நிபந்தனை விதிக்கும் முகம் தெரியாத மனிதன் நான் தானோ? எனக்கு சுரீரென்றது. நான் அவளிடம் ஒருபோதும் எந்த நிபந்தனையும் விதித்ததில்லை. எந்த அதிகாரமும் செலுத்தியதில்லை. ஆனால் சாதகமாகவிருக்கும் குடும்பம் என்ற அமைப்பு எல்லா நிபந்தனைகளையும், கட்டுப்பாடுகளையும் அவள் மேல் திணிக்கிறதோ?

நான் அவசரமாகச் சொன்னேன் "இது ஒரு ஊகம் தான். உன்னை எனக்குப் புரிந்த அளவில் உத்தேசமாகச் சொன்னது. சரியா இருக்கணும்னு அவசியமில்லை"

என் குரலில் இருந்த பதட்டம் அவளுக்கு வியப்பளித்தது போலிருந்தது. ஆச்சரியத்துடன் என்னையே பார்த்துக் கொண்டிருந்தவள் பின்பு நிதானமாகச் சொன்னாள்.

"இல்லை நூறு சதம் நீ சொன்னது சரிதான்"

॥ ॥ ॥

ஊழ்

கீழ் வீட்டிலிருந்து வீலென்ற அலறல் பயங்கரமாக எழுந்தது. பலகை போன்ற ஏதோவொன்று ஒன்று சுழன்று வெளியே விழுந்து டமடமவென்று சத்தம் எழுப்பியது. ஏதோ அலமாரி சரிந்து பாத்திரங்கள் உருண்டோடின. அடுத்த கணம் பலர் கூச்சலிடுவதும், திபு திபுவென்று ஓடுவதும் கேட்டது.

நானும் மனைவியும் பதறியடித்துக் கொண்டு ஓடினோம்.

அமுதாவைப் பக்கத்து வீட்டுப் பெண்கள் கட்டிப் பிடித்துத் தடுத்துக் கொண்டிருந்தார்கள். எதிரே ரமேஷ் திக்பிரமை பிடித்து நின்றிருந்தான். அமுதாவின் முகத்தில் அப்படியொரு ரௌத்திரகரமான கோபம். அவள் உடல் தன்னிச்சையாக ஆடிக்கொண்டிருந்தது. உதடுகள் துடித்துக் கொண்டிருந்தன. கைகள் நடுங்கிக் கொண்டிருப்பதும் தெரிந்தது.

அடுத்த கணம் அமுதா தன்னைப் பிடித்திருந்த பெண்களை மூர்க்கமாக உதறிக்கொண்டு ரமேஷ் மீது பாய்ந்தாள்.

"இந்த நிமிஷம் உன்னைக் கொல்றண்டா" ஏதோ விலங்கின் ஊளை போல அவள் அலறல் கேட்டது. ரமேஷின் கழுத்தை நெறிக்க முயன்றாள். தன்னால் அது முடியாது என்று அவளுக்குத் தோன்றிவிட்டது போலிருக்கிறது. கையில் வைத்திருந்த கிளிப்பைப்

போன்ற ஏதோ ஒன்றைக் கொண்டு கண்மண் தெரியாமல் அவன் மார்பு, முகம் என்று கிழிக்கத் தொடங்கினாள்.

பெண்களால் அவளைக் கட்டுப்படுத்த முடியவில்லை. ரமேஷ் அவளைப் பிடித்துத் தள்ளினான். அமுதா தன்னைப் பிடித்துக் கொண்டிருந்த பெண்களையும் இழுத்துக் கொண்டு விழுந்தாள். கைக்குக் கிடைத்த கனமான சிறிய குக்கரை எடுத்து தன் மண்டையில் சடாரென்று அடித்தாள்.

குடத்தில் நீர் தளும்பி வழிவதுபோல அடர் சிவப்பு ரத்தம் அவள் காதோரமும், மூக்கின் மீதும் ஒழுகியது. ஒரு கணம் திகைத்து நின்ற என் மனைவியும், சரளாவும் மீண்டும் அடித்துக் கொள்ளாமல் தடுக்கும் வண்ணம் அவள் கைகளைப் பிடித்துக் கொண்டு ஏறக்குறைய தொங்கினார்கள். நானும் பக்கத்து வீட்டுக் காரரும் ரமேஷை வெளியே இழுத்துக்கொண்டு வந்தோம்.

“அந்த சனியன் செத்துறப் போகுதுங்க. டாக்டர் கிட்ட கூட்டிட்டுப் போங்கண்ணா” ரமேஷ் கசந்து வழிந்த குரலில் முணுமுணுத்தான்.

“வெளிய போடா நாயே. இனி திரும்பி வந்தே உன்னைக் கொன்னுட்டுதான் வேற வேல” தாலி வெளியே வந்து விழுந்தது. “தூக்கிட்டு போடா”

இது வழக்கம்தான். ஆனால் இன்றைய சூழலில்... ரமேஷை அனுப்பிவிட்டு திரும்பியவன் திகைத்துப் போனேன்.

ஹாலின் ஒரு மூலையில் போடப்பட்டிருந்த கட்டிலில் சாய்ந்து படுத்திருந்த அமுதாவின் அப்பா சிதம்பரம் உணர்ச்சியற்ற முகத்துடன் அவளையே பார்த்துக் கொண்டிருந்தார். எலும்பும் தோலும்தான் அவருடலில் மிஞ்சியிருந்தன. நெஞ்சு சிறு கூடாக வற்றிப் போயிருக்க இடுப்பு ஒடுங்கி எலும்பு அகன்று விகாரமாகத் தெரிந்தது. விலா எலும்புகள் வரிவரியாக துருத்தித் தெரிந்தன. தோல் என்பது உடலின் மேல் போர்த்தப்பட்டிருந்த துணி போல மாறியிருந்தது. திட்டுத் திட்டாக வெள்ளைத் தாடி வளர்ந்து முகத்தை இன்னும் மெலிதாகக் காட்டியது. குடல் புற்றுநோய் அவரை முக்கால்வாசி அரித்து விட்டது. மருத்துவமனையில் வீட்டுக்குக் கொண்டுபோகச் சொல்லி விட்டார்கள்.

அவரும் வேண்டுமென்றே எல்லா உணவையும், மருந்துகளையும் மறுத்து வருவதாகக் கேள்விப்பட்டிருந்தேன்.

என்ன பார்வை இது? ஆனால் அவரால் வேறு என்ன செய்ய முடியும்?

—

தன் தலையில் இருந்து வழிந்து கொண்டிருந்த ரத்தத்தை துடைத்துக் கொண்டிருந்த சரளாவை அமுதா மெல்ல அப்பால் அகற்றினாள்.

"அப்புறம் பாத்துக்கலாக்கா" எழுந்து ஒரு பெரிய மரப் பெட்டியை இழுந்துத் திறந்தாள். அதிலிருந்து வெள்ளி முலாம் பூசிய குழலூதும் கிருஷ்ணன் சிலை ஒன்றை எடுத்து பூஜை செல்ஃப்பில் வைத்து எதையோ தேடினாள். மூங்கில் கூடையிலிருந்து பூக்களை எடுத்து கிருஷ்ணனின் காலடியில் கொட்டினாள். சிலவற்றை எடுத்து விக்ரகத்தின் கையிடுக்குகளில் செருகினாள். இதெல்லாம் செய்துகொண்டிருந்த நேரத்தில் இதழ்கள் ஏதோ பிரார்த்தனை சொற்களை முணுமுணுத்துக் கொண்டிருந்தன.

"இவளுக்கென்ன பைத்தியமா?" யாரோ கிசுகிசுத்தார்கள். சண்டை முடிந்த அடுத்த கணம் உறவினர்கள் சூழ்ந்து நிற்க, வேடிக்கை பார்க்க வந்தவர்கள் குவிந்திருக்க, குழந்தைகள் பயத்தில் படபடத்துக் கொண்டிருக்க, முகத்தில் ரத்தம் வழிந்து கொண்டிருக்க யாராவது இப்படி திடுதிப்பென்று பூஜையில் உட்காருவார்களா?

அமுதாவின் தலைக் காயத்தில் கர்ச்சீப்பை வைத்து அழுத்திக் கொண்டிருந்த சரளாவின் முகத்தில் பயம் அப்பட்டமாகத் தெரிந்தது. யாராவது உதவிக்கு வாருங்களேன் என்று அவள் கண்கள் கெஞ்சின. காயத்தை அழுத்திப் பிடித்திருந்த துணியை எடுக்கவும் அவளுக்குத் தயக்கமாக இருந்தது.

"நல்லெண்ணெய் எங்கே?" ஓங்காரமாக வந்தது அமுதாவின் குரல். யாரோ எண்ணெய் வாங்கிவர ஓடினார்கள். அமுதா சாம்பிராணி ஊதுபத்தியை ஏற்றினாள். விக்ரகத்துக்கு தீபாராதனை காட்டத் தொடங்கினாள். அறை புகையால் நிறைந்தது.

ஏற்கெனவே அரையிருள் மூடியிருந்த அறை இன்னும் மங்கலானது. சிதம்பரம் அய்யா இன்னும் அவளையே பார்த்துக் கொண்டிருந்தார். யாரோ ஒரு பெண் புகை மூட்டத்துக்கு நடுவே அவரை அணுகுவது தெரிந்தது.

அந்தக் குடும்பத்தில் பத்து பேர். அமுதா, அவளது இரட்டைக் குழந்தைகள், ரமேஷ்,,. அமுதாவின் அக்கா தங்கம். அவளது கணவன் வில்சன், அவர்களது இரண்டு குழந்தைகள், சிதம்பரம் அய்யா, அம்மா. மூன்று பெட்ரூம் கொண்ட பெரிய வீடுதான். இருந்தாலும் எப்போதும் திருவிழா கூட்டமாக இருப்பது போலவே தோன்றும். போதாக்குறைக்கு யாராவது சொந்தக்காரர்கள் வேறு இருந்துகொண்டே இருப்பார்கள். பக்கத்தில் ஒரு அறையை வாடகைக்கு எடுத்துக்கொண்டு எப்படியோ சமாளித்துக் கொண்டிருந்தார்கள்.

‘எத்தனை பூசைகள் செய்திருப்பாள் இந்தப் பெண். அந்த கடவுள் ஏதாவது செய்திருக்கக் கூடாதா? ஏன் இவள் இப்படியிருக்கிறாள்? என்ன வேண்டும் இவளுக்கு? தன் இரண்டு வயதுக் குழந்தைகள் யார் மடியில் இருக்கின்றன? இந்த சண்டையைப் பார்த்து பயந்திருக்குமா என்ற எண்ணமே இவளுக்கு வராதா?’

ஏதேதோ எண்ணங்களில் மூழ்கியபடி முன்னால் நிறுத்தப் பட்டிருந்த டுவீலர்களுக்கு நடுவே மேலும் கீழும் நடக்கத் தொடங்கினேன்.

“உள்ள நிக்கவே முடியல.” என் மனைவி வெளியே வந்தாள்.

“புகையா?” என்றேன் நான்.

“அதுமட்டுமில்ல. ஒரு மொக்க வாடை. தரையெல்லாம் அழுக்கு. எல்லா இடத்திலும் துணிக சுருட்டி சுருட்டி கெடக்கு”.

—

அமுதா மெல்லிய குரலில் பாடத் தொடங்கினாள்.

> ரூபம் மதுரம்
> திலகம் மதுரம்
> மதுரா திபதே
> அகிலம் மதுரம்
> கீதம் மதுரம்

சத்குரு ஜக்கி வாசுதேவ் கிருஷ்ணனைப் பற்றிப் பாடிய பாடல். மந்திர உச்சாடனம். பாடப்பாட அவள் மனதில் ஒலித்த சத்குருவின் குரலோடு தன் குரலும் இழைவதை உணர்ந்தாள். வண்ணமயமானவன், அழகன், சர்வவல்லமை வாய்ந்தவன்... துயர் தீர்ப்பவன்.

மனம் முழுக்க ஒன்றி இறைவனை வேண்ட வேண்டும். உடலும் மனமும் பிரார்த்தனையில் ஒன்றியிருக்க வேண்டும் என்று சத்குரு சொல்வார். மணியோசை குழப்பம் தரும் எண்ணங்களை சிதறச் செய்கிறது. மனதை நிர்மலமாக்குகிறது. இந்த மகிழ்ச்சியற்ற வீடு மனதிலிருந்து மறைந்து ஈஷாவின் அரையிருளும், அமைதியும் நிறைந்த தியான மண்டபம் நினைவில் நிறைந்தது. அந்த பிரம்மாண்டமான அரங்குகளும், சத்குருவின் முகமும் எப்போதும் தரும் பாதுகாப்புணர்ச்சியை உணர முயன்றாள்.

தனக்கு ஏன் இவ்வளவு கோபம் வருகிறது. இன்று காலையில் கூட ரமேஷை முத்தமிட்டுவிட்டுத்தானே எழுந்து வந்தாள். வெண்பொங்கலும், சுண்டலும் சமைத்து எடுத்துக்கொண்டு விக்னேஷ்வரர் கோவிலுக்குக் கொண்டுசென்று அங்கே அமர்ந்திருக்கும் பிச்சைக்காரர்களுக்கு பரிமாறிய போதும், திரும்பி வரும்போதும் தன் முகத்தில் மலர்ந்திருந்த புன்னகை அவளுக்கு நினைவுக்கு வந்தது.

எங்கே பிரச்சினை வந்தது? ஏன் வந்தது?

கொலு வைப்பதற்காக பலகைகளை கழுவ ரமேஷின் உதவி கேட்டாள். அப்பா இப்படியிருக்கும் போது எதற்கு கொலு என்றான் அவன்... அடுத்த வாக்கியம் அவளுக்கு நினைவில்லை. பலகையை எடுத்து வீசினாள். ஏன் அவன் தன்னைப் புரிந்துகொள்ளக்கூடாது... ஏன் கொஞ்சம் பொறுமையாக இருக்கக்கூடாது... ஏன் தன்னை வதைக்கிறான்... கொலுவே அப்பாவுக்காகத்தானே... இந்தக் குடும்பத்துக்காகத்தானே...

அந்த முகம் நினைவில் தோன்றியது. அமுதா அதை விரட்டும் நோக்கில் தீவிரமாக மணியாட்டத் தொடங்கினாள். ஆனால் அது வந்தால் வந்ததுதான். கண்ணீர் முகத்தில் படிந்துபோய், ஆடைகள் குலைந்து, உணர்வுகள் மரத்து விரட்டப்படும் முகம்... நீண்ட முடி தரையில் படிய வாசலில் படுத்துக்கொள்கிறாள்

அவள். யாரோ விரட்டுகிறார்கள்... தலைமுடியைப் பற்றி இழுத்துச் செல்கிறார்கள்.

அமுதா தன்னை நினைத்துக் கொண்டாள். முகத்தில் ரத்தம் வழிய, மனமெல்லாம் ரணமான நிலையில் இறைவன் முன்னால் அமர்ந்திருக்கும் தன்னை அவள் பார்த்தால்... இந்தக் குருதி அவள் கண்ணில் பட்டால்... வேதனைப்பட்டது அவள் என்றாலும் நரகத்தை மனதில் சுமந்து கொண்டிருப்பது தான் அல்லவா?

தான் தனித்திருப்பதாக அவளுக்குத் தோன்றியது. சுற்றிலுமிருப்பவர்கள் தன்னைப் பைத்தியம் என்று நினைக்கிறார்கள். கணவன் போய்விட்டான். அப்பாவுக்கு எப்படியிருக்கும்? விரட்டப்பட்ட அவளை நினைத்துக் கொள்கிறாரா? எப்படி அவள் நினைவு வராமலிருக்க முடியும்? சுற்றிலுமிருப்பவர்கள் எல்லோரும் அந்தப் பாவம் என்று நினைத்துக் கொள்கிறார்கள்.

மனதில் எங்கோ ஒரு மூலையில் தோன்றியிருந்த வலி மனம் முழுவதும் பரவியது. நெஞ்சில் ஏதோ அடைத்துக் கொண்டது. கண்கள் நிறைந்து கண்ணீர் வழிந்து கொண்டேயிருந்தது. அந்தப் பெருஞ்சுமையில் மனம் ஒன்றிப்போய் அமுதா கரைந்து கொண்டிருந்தாள்.

—

சிதம்பரத்தின் ராஜன் மெஸ் அந்தப் பகுதியில் பிரபலமானது. உள்ளே சாப்பிடுபவர்களும், பார்சல் வாங்க வருபவர்களுமாக கூட்டம் குவிந்து கிடக்கும். சுவையும் மோசமில்லை. எங்களுக்கு அவரது மெஸ் புரோட்டாவும், சைவ குருமாவும் மிகவும் பிடிக்கும். அய்யா அதைத் தெரிந்துகொண்டு நான் பார்சல் வாங்கும் போது அத்தனை கூட்டத்திலும் இன்னொரு பாக்கெட் சைவ குருமா வைத்துக் கொடுப்பார்.

அய்யாவின் முகத்தில் எப்போதும் ஒரு சின்னச் சிரிப்பு இருக்கும். பக்கத்தில் ஒரு கவிஞர் அறை இருந்தது. எண்ணற்ற இளைஞர்கள் அங்கே வருவார்கள். சிலபோது இங்கே சாப்பிடுவார்கள். சின்னச் சின்ன தந்திரங்கள் செய்வார்கள். கணக்கில் குழப்புவார்கள்.

பணத்தை மறந்து விட்டோம் என்பார்கள். அய்யா சிரித்துக் கொள்வார். "பரவால நாளைக்குக் கொடுங்க" என்று அலட்டிக் கொள்ளாமல் சொல்லிவிடுவார்.

சிதம்பரம் தெரிந்தேதான் விட்டுக் கொடுக்கிறார் என்ற எண்ணம் எனக்கு எப்போதும் இருக்கும். அவர் புத்திசாலி. அவரது பார்வை மிகக் கூர்மையானது.

ஒருநாள் மெஸ்ஸுக்கு எதிரே சென்று கொண்டிருந்த பஸ்ஸில் இருந்து ஒருவன் கீழே குதித்து விட்டான். பின்னாலிருந்து பஸ்ஸை முந்த முயன்ற ஒரு பைக்காரன் குதித்தவன் மீது இடிக்காமல் தவிர்க்க பைக்கை பிளாட்பாரத்தில் மோதி களேபரம் ஆகிவிட்டது.

எல்லோரும் பஸ்ஸில் இருந்து குதித்தவனைத் திட்டினோம். அய்யா சொன்னார் "பைக்காரன் ஏன் பஸ்ஸுக்கு இந்தப் புறம் ஓவர் டேக் செய்யறான்? டிரைவர் சீட் இருக்கற பக்கம்தானே ஓவர் டேக் எடுக்கணும்?"

புத்திசாலியான அய்யா, மென்மையானவரான, விட்டுக் கொடுப்பவரான அய்யா எப்படி அந்தக் காரியத்தை செய்தார்?

சிதம்பரம் அய்யா அதைப்பற்றி ஒருபோதும் பேசியதில்லை. யாருக்கும் முழுமையாக என்ன நடந்தது என்று தெரியாது. அல்லது தெரிந்தவர்கள் யாரும் அதை முழுமையாகச் சொன்னதில்லை. துண்டு துண்டாக ஏதோ காதில் விழும். சிலது நம்பும்படி இருக்கும், சிலதை நம்ப முடியாது.

—

சிதம்பரத்துக்கு இரண்டு பெண்கள். ஒரு மகன். ஆச்சி ஒரே பையன் என்பார். அப்போதெல்லாம் சிதம்பரம் ரெண்டு பொண்ணுக. ஒரே பையன்னு சொல்லு என்று திருத்துவார். சொன்னாலும் சொல்லாவிட்டாலும் பணம் கொட்டிக் கொண்டிருந்த மெஸ் அவனுக்கே உரியது. இளவரசன் அவன். மற்றவர்கள் எல்லோரும் அவனுக்கு அப்புறம்தான். அய்யாவும் ஆச்சியும்தான் கடை வேலைகள் அனைத்தையும் செய்வார்கள். ஆனால் தொழில் அவன் பெயரில்தான் நடக்கும்.

மகன் மெஸ்ஸுக்கு வந்தால் அய்யா மெல்ல நழுவி சமையலறையைக் கவனிக்கவோ, அடுப்பில் இன்னொரு சவுக்குக் கட்டையை வைக்கவோ, உணவு மேசைகளைப் பார்க்கவோ சென்றுவிடுவார். கடையில் அவன் இருந்தால் அவன்தான் கல்லாவில் உட்காரவேண்டும் என்பது அதன் பொருள். அவனும் பெருமிதமாக அதை ஏற்றுக்கொள்வான்.

அவனும் அய்யாவைப் போலவே நல்ல கருப்பு. ஆனால் அவரை விட உயரம். ஒடிசலான உறுதியான உடற்கட்டு. மீசை அவ்வளவு அடர்த்தி இல்லை என்றாலும் அதை முறுக்கி விட்டிருப்பான். அடிக்கடி சபாரி சூட் போடுவான். ஒரு போலீஸ்காரன் போன்ற தோற்றம். நடை உடை பாவனைகள் எல்லாவற்றிலும் ஒரு பந்தா இருக்கும். பைக்கை சரக்கென்று வீட்டு வாசல்வரை கொண்டு வந்து வாயிலை மறித்து நிறுத்திவிட்டு இறங்கி வீட்டுக்குள் போவான். கடை சிப்பந்திகள் யாராவது வந்துதான் அதை எடுத்து ஓரமாக நிறுத்தி வைப்பார்கள்.

அய்யா குடும்பம் பக்கத்து தெருவில் குடியுருந்தபோது அவன் ஒரு பெண்ணைக் கூட்டிக்கொண்டு வந்து விட்டான் என்றார்கள். அங்கு அந்தப் பெண்ணை எல்லோரும் கொடுமைப்படுத்தினார்களாம்.

என்னென்னவோ கதைகள்.

அந்தப் பெண் பாலியல் தொழிலாளி என்று ஒரு கதை. வீட்டுக்கு வந்த நண்பன் ஒருவன் இந்த உண்மையை சொல்லிவிட்டான் என்பார்கள்.

அந்தப் பெண் வேறு சாதி என்று ஒரு கதை.

அந்தப் பெண்ணை ஒரு காரில் கூட்டிக்கொண்டு போய் எங்கோ வெளியூர் பஸ் ஸ்டாண்டில் தள்ளிவிட்டு விட்டு வந்து விட்டார்கள் என்று ஒரு கதை. இன்னொரு கதை... அதை அப்புறம் சொல்கிறேன். எப்படியோ பையனையும், பெண்ணையும் பிரித்து வீட்டார்கள்.

ராஜேந்திரனின் பந்தா, பாவனைகள் மாறவில்லை. ஆனால் பேச்சு குறைந்து விட்டது. பான்பராக்கைக் கன்னத்தில் அதக்கிக் கொண்டு வாயே பேசாமல் கல்லாவில் உட்கார்ந்திருப்பான். பாட்டு கேட்பது, சினிமா பார்ப்பது என்பது போன்ற பொழுதுபோக்கு எதுவும் இல்லை.

அவனுக்குக் கன்னத்தில் புற்றுநோய் வந்துவிட்டது. கன்னம் முழுவதும் அரித்து கண் விழிக்கோளம் தெரியத் தொடங்கியது. முகத்தை எப்போதும் ஒரு துண்டால் மூடிக்கொண்டே இருப்பான். வீட்டோடு முடங்கிவிட்டான்.

சிதம்பரம் குடும்பத்தினர் எங்கெங்கோ ஆஸ்பத்திரிகள், சோதிடர்கள், நாட்டு மருத்துவர்கள் என்று அலையாக அலைந்து பார்த்தார்கள்.

அப்போதுதான் எங்கள் வீட்டுக்குக் குடி வந்தார்கள். வீட்டில் ஒருவனுக்கு இந்த நிலை இருக்கிறது என்பது அப்போது எங்களுக்குத் தெரியாது. தெரிந்திருந்தால் வீடு கொடுத்திருப்போமோ என்னவோ?

சப்போட்டா மரத்தை ஒட்டியிருந்த அறையில் தான் அவன் இருந்தான். சிலநாட்கள் நான் வெளியூர் போய்விட்டு இரண்டு மூன்று மணிக்குத் திரும்பும்போது அவன் அறையில் விளக்கு எரிந்து கொண்டிருக்கும். அவன் தலையை கைகளால் தாங்கியபடி உட்கார்ந்திருப்பான்.

அந்தக் காட்சி இன்னதென்று சொல்லமுடியாத வேதனையைத் தரும். வெறுமையும், விரக்தியும் தனிமையும்... 'ஏன் தம்பி தூங்கலையா' என்று கேட்க வேண்டுமென்று தோன்றும். ஏதோ தடுத்தது. ஆட்களை விலக்கும் அவன் இயல்பா? நோயா? அந்த முகத்தைப் பார்க்க நேரிடும் என்ற பயமா தெரியவில்லை. நான் ஒருபோதும் அவனுடன் பேசியதில்லை. அவனும் டூவீலர் வரும் ஓசையோ, கதவைத் திறக்கும் ஓசையோ கேட்டு நிமிர்ந்து பார்த்ததில்லை.

"காலைல, நைட் நேரங்கள்ல யாரோ வெளிவாசல் கேட்கிட்ட நின்னுட்டு இருக்கற மாதிரி தெரியும். மாடில இருந்து நான் எறங்கற சத்தம் கேட்டதும் ஒரு நிழல் மாதிரி, கனவு மாதிரி ஆள் வீட்டுக்குள்ள போயிடும். நாம எதையாவது பாத்தோமா இல்லையான்னே தெரியாது" என்பாள் என் மனைவி.

நிழலாக மாறிவிட்டான் அவன். சீக்கிரம் இறந்தும் போனான்.

—

“தண்ணி மட்டும்தான் குடிக்கறார். வேற ஒண்ணும் இல்ல.” என்று அய்யாவின் மூத்த மருமகன் சென்ற வாரம் என்னிடம் சொன்னார்.

“ஆஸ்பத்திரி கொண்டு போகலாம் இல்ல? ஏன் இங்கியே வெச்சுட்டு நீங்களும் கஷ்டப்பட்டு அவரையும் சிரமப்படுத்தறீங்க” சொல்லக் கூடாதுதான் ஆனால் சொல்லிவிட்டேன். நம்முடைய விருப்பம் ஒன்றுதான். துயரத்தை நேராகப் பார்க்கும் துயரத்திலிருந்து நமக்கு விடுதலை வேண்டும்.

“என்ன சார் பண்றது? ஆஸ்பத்திரில எடுத்துக்க மாட்டேங்கறாங்க. இவரும் எனக்கு டிரீட்மெண்ட் வேண்டாங்கறாரு. வேணுன்னே சாப்பாட்ட நிறுத்திட்டாரு. எப்பாச்சும் கொஞ்சம் கஞ்சி கேப்பார். அவ்வளவுதான்.”

உள்ளே ஹாலில் வற்றி உலர்ந்து கிடக்கும் உருவம் அய்யா தானா?

எனக்கு வடக்கிருந்து உயிர் விடும் சமண முனிவர்கள் நினைவு வந்தது. ஏன் வாழும் விருப்பத்தை இழந்து விட்டார்? மகன் இல்லையே தவிர நிறைவான வாழ்க்கைதான். மகள்கள், பேரன், பேத்திகள் என்று குடும்பமாக கண்முன்னே வசதியாக வாழ்கிறார்கள். ஏன்...

“உள்ள வாங்க. அவரோட கொஞ்சம் பேசுங்க” என்றார் அவர்.

உள்ளே நுழைந்தேன். சோபாவில் துணிகள் குவிந்து கிடந்தன. மூலைகளிலும் பொம்மைகளும், துணிகளும் கிடந்தன. தரையெல்லாம் திட்டுத் திட்டாக வரைபடம் போல அழுக்கு படிந்து கிடந்தது. அய்யா படுத்திருந்த கட்டிலின் கீழ் பெட் பான் இருந்தது. ஏதோ வாடை. குழந்தைகள் இருக்கும் வீடு இப்படியா இருப்பது? ஓடிவிட வேண்டுமென்று தோன்றிய விருப்பத்தை அடக்கிக்கொண்டு அய்யாவின் கட்டிலில் ஒரு ஓரத்தில் உட்கார்ந்தேன். அய்யா சுவரைப் பார்த்துப் படுத்திருந்தார். நான் உட்கார்ந்திருப்பது அவருக்குத் தெரிகிறதா? அவரது கரத்தைத் தொட்டேன்.

ஏதோ முணுமுணுப்பது கேட்டது.

“அவன் குடுத்தது” என் காதில் விழுந்தது சரிதானா என்ற

குழப்பத்துடன் அவரையே பார்த்துக் கொண்டிருந்தேன். அய்யா பின்பு ஒன்றும் பேசவில்லை.

யார் அந்த அவன்? மகனா? இவர் வழிபாடுகளும், படையல்களும் செய்து கொண்டே இருந்த அந்த ஆண்டவனா?

அதற்கு மேல் தாங்க முடியாமல் வெளியே வந்துவிட்டேன்.

"ஏன் இவரைத் தனி ரூமுக்கு மாத்திடலாமில்ல?" என்றேன். மரணத்தை எதிர்நோக்கி இருப்பவர்களை தனிமையில் விடுவது நல்லதாகவும் இருக்கலாம், இன்னும் மோசமான வெறுமையில் தள்ளுவதாகவும் இருக்கலாம். தெரியவில்லை. நம்மைப் பொறுத்தவரை கண்முன் இறந்து கொண்டிருப்பவர்கள் இல்லாமலிருப்பது ஆசுவாசத்தை தருகிறது. ஆனால் முதிய நோயாளிகள் எல்லோருக்கும் நடுவில் இருப்பதையே விரும்புகின்றனர்.

போமோ கார்டியேவ் நாவலில் கார்க்கி சொல்வார். "பிச்சைக்காரர்களையும் உடல்குறைபாடு உடையவர்களையும் விடுதியில் வைத்து விட்டால் நகரம் சுத்தமாக, நாம் மட்டுமே இருப்பது போலிருக்கும்" ஒருவேளை இந்த உணர்வுதான் போலும்?

—

"சரளா நேத்து அய்யாவுக்கு குளிச்சு விட்டுச்சாம். அவர் கையெடுத்து கும்பிட்டாராம். சரளா அழுதுருச்சாம்"

சரளா பக்கத்து தெருவில் குடியிருக்கும் அய்யாவின் அக்காள் மருமகள்.

"ஏன் சரளா வந்து குளிப்பாட்ட வேண்டும்? அய்யாவுக்கே ரெண்டு பொண்ணுக உண்டே?"

"தங்கம் ஒரு ரெண்டுங்கெட்டான். இதெல்லாம் யோசிச்சு செய்யத் தெரியாது. அமுதா காலைல எந்திருச்சு சமைச்சு பாக்கெட்ல போட்டு கோவில் கோவிலா கொண்டு போயிடுவா. சமைச்ச பாத்திரங்களை அப்படி அப்படியே போட்டு வெச்சிருப்பா. அதைக் கழுவறதுக்கே தங்கத்துக்கு நேரம் சரியா இருக்கும்."

"அப்பா இப்படியிருக்கும் போது கோவில்ல போய்..."

"ஆமாம் குளிச்சு நல்ல டிரஸ் போட்டுட்டு கோவில் போயிருவா. வீட்டுக்கு வந்ததும் சாம்பிராணி போட்டு பூஜை பூஜையா செஞ்சுட்டே இருப்பா"

—

முதல் முதலில் தன்னை எப்போது தேள் கொட்டியது?

அமுதா சிதம்பரம் குடும்பத்துக்குக் கிடைத்த அழகான பொம்மை. கடைக்குட்டி. அவள் பிறந்த பிறகுதான் அதிர்ஷ்டம் வரத் தொடங்கியது என்பார்கள். தான் எல்லோர் கைகளிலும் மடியிலும் தவழும் பொம்மையாக இருப்பதில் அமுதாவுக்கும் மகிழ்ச்சிதான்.

அமுதாவுக்கு நினைவு தெரியத் தொடங்கிய காலங்கள் குடும்பத்தில் இன்பம் குடிகொண்டிருந்த காலங்கள். அப்பா அம்மாவின் முகங்கள் எப்போதும் புன்முறுவலால் மலர்ந்திருக்கும். கேட்டது எல்லாம் கிடைக்கும். தினம் ஒரு இனிப்பு, புதிய உடை. அம்மாவின் கழுத்தை விதவிதமான நகைகள் அலங்கரித்தன.

அன்று வழக்கம்போல அமுதா எழுந்து வந்தபோது அம்மா யாருடனோ பேசிக் கொண்டிருந்தார். அமுதா அம்மா அருகே வந்து நெருக்கியடித்துக் கொண்டு உட்கார்ந்தாள். வழக்கமாக இப்படி உட்கார்ந்தால் அம்மா செல்லமாக விலக்கித் தள்ளுவார். 'தள்ளி உட்காருடி. பூனைக்குட்டி மாதிரி'

அன்று அம்மா முகம்...

"அப்பத்தா அதான் உங்க பாட்டி மஞ்சள் பூசிக் குளிச்சுட்டு பட்டுப் பொடவை கட்டுச்சாம். குலதெய்வம் கோவிலுக்கு போய் அரளிவிதையை அரைச்சுக் குடிச்சுட்டு ஒரு பொதர்ல போய் உக்காந்துருச்சாம்"

அப்பத்தா... அப்பா இரவோடு இரவாக ஊருக்குப் போய் விட்டாராம். கடையை ஒரு ஒழுங்கு செய்துவிட்டு போக அம்மா தங்கி இருக்கிறார். ஊர் அப்பாவைத் திட்டித் தீர்க்கிறது. அப்பா அனுப்பிய பணம் போதவில்லையோ வேறு ஏதாவது

பிரச்சினையோ தெரியவில்லை. அவர்கள் ஊரில் அரைப்பட்டினி கிடந்தாகச் சொன்னார்கள். யாரோ ஒரு மூடன் இங்கே வந்து பார்த்து விட்டு மகன் கோயமுத்தூரில் பங்களாவில் இருக்கான், இனி இங்க வரமாட்டான் என்றதும் அப்பத்தா இந்த முடிவு எடுத்துவிட்டார்.

அன்றிலிருந்து மஞ்சள் பூசி தலைக்குக் குளித்து முடியை விரித்துப் போட்டிருக்கும் பெண்களைக் கண்டால் அமுதாவுக்குத் தலையோடு காலாக அதிரும். அம்மா அந்தக் கோலத்தில் இருப்பதைப் பார்க்கும் போதெல்லாம் சாகப் போகிறாளோ என்ற பீதி அலையலையாக எழுந்து அந்த முகத்தையே பார்க்க முடியாமல் செய்துவிடும். அமுதா வெளியே ஓடிவிடுவாள். அவ்வப்போது மனது தாங்காமல் வந்து அம்மா நன்றாக இருக்கிறாளா என்று பார்த்துக் கொள்வாள்.

பழைய வீட்டில் ஒரு உள்ளறை உண்டு. அங்கேதான் பெண்கள் உடைமாற்றுவார்கள். ஜன்னல் இல்லாமல் பகலிலேயே அரையிருட்டாகத்தான் இருக்கும். அங்கேதான் இடுப்புயர கண்ணாடி இருந்தது. அமுதா ஒரு ஸ்டூலை போட்டு அதன் மீது நின்று அந்த கண்ணாடியில் தன் முழு உயரத்தையும் பார்ப்பாள். கண்ணாடி மற்ற பொருட்களைப் போல ஜடமல்ல. அது பிரதிபலிக்கும், உரையாடும், ஆலோசனை சொல்லும், அவளுக்காக அமைதியாகக் காத்திருக்கும். அவளுக்கும் கண்ணாடிக்குமான ரகசியங்கள் உண்டு. இன்னும் கொஞ்சம் பூசினாற்போல ஆகிவிட்டால் நீதான் அழகி என்று அது அவளிடம் ஒருநாள் கிசுகிசுக்கும். இன்னொருநாள் உன் மூக்கு மட்டும் இன்னும் கொஞ்சம் நீளமாக இருந்திருந்தால் உன் முகம் அத்தனை லட்சணமாக இருந்திருக்கும், அதை இழுத்து விடு என்று யோசனை சொல்லும்.

அந்தப் பழக்கம் எப்போது தொடங்கியது என்று தெரியவில்லை. ஒருநாள் வீட்டில் யாருமில்லாத பொழுது, அவளுக்கும் கண்ணாடிக்குமான ரகசிய நேரத்தில் அரையிருளில் அதன் முன் தலையை விரித்துப் போட்டுக்கொண்டு நின்று தன் முகம் சாகும் நேரத்தில் எப்படியிருக்கும் என்று ஊகிக்க முயற்சி செய்தாள். மரணத்தை பல்வேறு முகபாவங்களுடன் பாவனை செய்து பார்த்ததில் துயரம் பெரும்பாரமாக மனதை அழுத்தத் தொடங்கியது. சிரித்தும் கொக்காணி காட்டியும் மனநிலையை

மாற்ற முயன்றும்கூட கண்ணாடி துயரத்திலிருந்து வெளிவர மறுத்தது.

பின்பு ஒவ்வொரு முறை கண்ணாடி முன்னால் போகும் போதும் அதை மட்டும் செய்துவிடக்கூடாது என்ற உறுதியுடன்தான் செல்வாள். ஆனால் அது அவளிடம் அதைக் கோரும். நகர்ந்தாலும் திரும்பத் திரும்ப இழுக்கும். இது நல்லாருக்கு என்று குரூரத்துடன் கிசுகிசுக்கும். அவள் ஒருகட்டத்தில் அதில் லயித்துப்போய் விதவிதமான பாவனைகளோடு மரணத்தைக் கற்பனை செய்து பார்க்கும் அந்த நேரங்களுக்கு ஏங்கத் தொடங்கினாள். சிரித்து விளையாடி துள்ளிக் குதித்து கொண்டாட்டமாக இருந்தாலும் கூட உள்ளறையில் ஒளிந்துவிட்டால் போதும் அந்தக் கண்ணாடி இழுக்கும். ஒரு கணம் தலைமுடி அவிழ்ந்து தொங்கும் தன் முகம் தெரியும். சாவு எப்படியிருக்கும்? முகத்தில் துயரம் தெரியுமா? சிரித்துக்கொண்டே சாக முடியுமா? பாட்டி எப்படி செத்திருப்பாள்? சாகும்போது அம்மா முகம் எப்படியிருக்கும்? பக்கத்து வீட்டு அக்கா முகம் எப்படியிருக்கும்?

பள்ளியில் உட்கார்ந்திருக்கும்போது, நின்றுகொண்டிருக்கும் போது நடந்து கொண்டிருக்கும்போது, தூங்கும்போது மரணம் உறைந்திருக்கும் முகங்கள் நினைவுக்கு வரத் தொடங்கியதும் அமுதா பயந்துபோய் தனிமையையே தவிர்க்கத் தொடங்கினாள்.

சாமி கும்புடு சாமி கும்புடு என்று வீட்டில் சொல்வார்கள். உடம்பு சரியில்லையா? கவலையா? டீச்சர் மீது பயமா? எதுவாக இருந்தாலும் சாமி கும்புடு என்பார்கள்.

கண்ணாடியில் தெரியும் தன் முகம், அப்பத்தா முகம், அம்மா முகம், தெரிந்த பெண்களின் முகங்கள்... இதிலிருந்து விடுபட சாமி முகத்தை கண்களுக்கு நடுவே கொண்டுவந்து நிறுத்துவதுதான் ஒரே வழியாகத் தோன்றியது. யோகா, தியானம் எல்லாம் கற்றுக்கொண்ட பிறகு புருவங்களுக்கு நடுவில் கடவுள் உருவத்தைக்கொண்டு வந்து நிறுத்தும் வழக்கத்தை தான் அறியாப் பருவத்திலேயே கண்டுகொண்டது அவளுக்கு ஆச்சரியமளித்தது.

அமுதா இரண்டாகப் பிரிந்தது அந்த இருளோடிய அறையில்தான். கும்மாளமும் கொண்டாட்டமுமாக இருக்கும் செல்லப்பிள்ளை

அமுதா, துயரமே உருவாக மரணத்தின் சாயலை ஒவ்வொரு முகத்திலும் தேடும் அமுதா... மரணம் ஒரு இருளோடிய அறை என்று அவள் மனதில் அழுத்தமாகப் பதிந்துவிட்டது.

அமுதா பத்தாவது படித்தபோது அண்ணன் ஒரு பெண்ணை அழைத்துக்கொண்டு வந்துவிட்டான். அத்தனை அழகு அவள். பொன்னிறம். ஒரு பூ மலர்ந்தது போன்ற முகம். மருண்டு விழித்துக் கொண்டிருந்த அந்தப் பெரிய விழிகள் அவளைப் பார்த்ததும் மெல்லச் சிரித்தன. இடுப்புவரை நீண்டிருந்த கூந்தலையும், மருதாணியால் சிவந்திருந்த நீண்ட மென்விரல்களையும் தொட்டுப் பார்க்கவேண்டும் போலிருந்தது அமுதாவுக்கு.

'அழகு அண்ணி' அமுதா மனதுக்குள் சொல்லிக் கொண்டாள்.

அண்ணன் பெருமையாகப் புது மனைவியை உள்ளே தள்ளினான். என்ன இது ஆவேசமாக முன்னால் வந்த அம்மாவைப் பார்த்து ஒரு முறைப்பு. அண்ணனைப் பார்த்தால் எல்லோருக்கும் ஒரு பயம். அவனும் அப்படித்தான் நடந்துகொள்வான். அண்ணன் அம்மாவை நேரடியாக மிரட்டிவிட்டான்.

"நல்லாப் பாத்துக்கணும். ஏதாச்சும் ரகளை பண்ண நடக்கறதே வேற"

சிதம்பரம் வழக்கம் போல சிரித்துக்கொண்டே சொல்லி விட்டார். "கூட்டிட்டு வந்துட்டான். இனியென்ன செய்யறது"

அம்மா அப்போதைக்குப் பேசவில்லை. எல்லோரும் கடைக்குப் போனபிறகு தொடங்கியது அட்டூழியம். மருமகளை அடியோடு புறக்கணித்தார். அவளை சமையலறையில் விட மறுத்தார். வாய்ப்புக் கிடைத்த போதெல்லாம் திட்டித் தீர்த்தார். பளீரென்று அறைந்தார். அந்தப் பெண் மூலையில் சுருண்டு கிடப்பாள். அமுதாவுக்கு மனமெல்லாம் பதறும். அம்மாவா இப்படி... அண்ணியை அணைத்துக்கொள்ள வேண்டும் போலத் தோன்றும். ஆனாலும் ஏதோ பயம். அவளைக் கண்டால் ஓடிவிடுவாள்.

அண்ணி எல்லாவற்றையும் சகித்துக் கொண்டாள். ஒரு வார்த்தை பேசவில்லை.

ஒரு நாள் அண்ணனின் நண்பர் சுரேஷ் வீட்டுக்கு வந்தான். அண்ணனை தனியாக அழைத்துச்சென்று ஏதோ பேசினான்.

அண்ணன் ஒரு வார்த்தை பேசாமல் அறைக்குச் சென்றான். அமுதா அவன் முகத்தில் அத்தனை கோபத்தைப் பார்த்ததே இல்லை. கொதித்துக் கொண்டிருக்கும் உலையைப் போலிருந்தது அந்த முகம். உள்ளிருந்து வீலென்ற அலறல் கேட்டது. அண்ணிதான். அண்ணன் அவள் கூந்தலைப் பிடித்து தரதரவென்று இழுத்து வந்தான். ஓடிவந்த தங்கமும், அம்மாவும் அண்ணனுடன் சேர்ந்து அண்ணியை வெளியே தள்ளி விட்டார்கள்.

"போடி" அண்ணன் உறுமினான்.

அண்ணி எழுந்து வீட்டுக்குள் வர முயன்றாள். அண்ணன் மூர்க்கமாக அவளை அறைந்தான். "அய்யோ இந்த அடிக்கு அண்ணி செத்துடுவாளே" அமுதா உடலெல்லாம் பதறினாள். அவளை வெளியே விட்டு எல்லோரும் கதவைச் சாத்திக் கொண்டார்கள்.

கடை ஆட்கள் வந்து அவளை எங்கோ இழுத்துப் போனார்கள்.

அது ஒரு சாம்பல் பூத்த நவம்பர் மாலை. மழை பெய்து முடித்திருந்தது.

அதே போன்றதொரு சாம்பல் பூத்த முன்னிரவுப் பொழுதில் அமுதா நடந்துகொண்டே இருந்தாள். இரவு கவியவும் இல்லை. விடியவும் இல்லை. இலைகள் அதிகமில்லாமல் குச்சிக் குச்சியாகக் நிற்கும் மரங்களடர்ந்திருக்கும் பாதை அது. விரட்டப்பட்டவள் அவள் அல்ல. இப்போது ரத்தம் வழிய பூசை செய்பவள் தான் அல்ல.

அடுத்த வந்த நாட்கள், வாரங்கள், மாதங்களில் அமுதா நடந்து கொண்டே இருக்கிறாள். திடீரென்று பூக்கள் பூக்கும். அற்புதமான ஏதோ மணம் மனதை வருடித் தரும். பிடித்தமான பாடல்கள் ஒலிக்கும். ஆனால் சாம்பல் பூத்த பாதை எங்கிருந்தோ வந்து ஒட்டிக்கொள்ளும்.

அமுதா அந்த வீட்டில் கைவிடப்பட்டிருந்தாள். தான் இரக்கம் கேட்டு கதறப் போவதில்லை. தப்பி வெளியேற போராடப் போவதில்லை. கம்பீரமாக வரப்போவதை ஏற்றுக்கொள்ளப்

இரா. முருகவேள்

போகிறாள். அமுதா அந்தப் பாழடைந்த வீட்டில் ஒரு நிழல் போல நடந்தாள். ஒரு இருளோடிய பாதை எங்கோ சென்றது. அதில் இறங்கி நடக்கத் தொடங்கினாள். மெல்ல மெல்ல இருள் விலகி சாம்பல் பூத்தது...

அம்மா, அப்பா, தங்கம் எல்லோரும் துயரத்தில் துடிதுடிக்கிறார்கள். தங்களால்தான் இது நடந்தது என்று பதறுகிறார்கள். திரும்ப வா என்று கண்ணீருடன் அழைக்கிறார்கள். அமுதா நடந்து கொண்டே இருக்கிறாள்...

சே காலங்காத்தால என்ன இது அமுதா இந்த நினைப்பை உதறித் தள்ளினாள். இது வேண்டாம்.

மலையடிவாரத்தில் ஒரு அழகான வீடு... வீட்டின் மாடி அறை இல்லை இல்லை வெளியே புல்வெளில் இருக்கும் சிமெண்ட் பெஞ்ச்... துர்க்காவும் சஞ்சயும் அதில் அமர்ந்திருக்கிறார்கள். துர்க்காவின் கையில் மணம் கமழும் காஃபி கோப்பை. புல்வெளி பனித்துளிகளால் நனைந்திருக்கிறது. தொலைவில் தெரியும் காட்டில் காலைப்பனி ஒளிந்திருக்கிறது... இதமான காலைப்பனியுடன் அழகானதொரு பொன் விடியலுக்கு வானம் தயாரிப்புகள் செய்து கொண்டிருந்தது.

துர்க்கா தன்னைப் போல இல்லை. நல்ல சிவப்பு. தன்னைப் போல ஒல்லி இல்லை. வாளிப்பு. சுருட்டை முடி. நித்யா மேனன் போல... சிரிப்பும் அவளைப் போலவே இருக்கிறது. சஞ்சய் நல்ல உயரம். துர்க்கா அளவுக்கு இல்லையென்றாலும் நல்ல நிறம். கூரான மூக்கு... அவன் குரலிலும் சிரிப்பிலும் அப்படியொரு மென்மை இருக்கும். அந்த நீண்ட கண்களில் ஒரு குறும்பு எப்போதும் ஒளிந்திருக்கும்.

துர்க்கா வேறு யாருமில்லை. தான்தான். ஆனால் இந்தக் கற்பனையில் சிலபோது காதல், முத்தம் எல்லாம் வருவதால் அமுதா விலகி நின்று துர்க்காவாகிவிட்டாள்... துர்க்கா அமுதாவுக்குப் பிடித்த பெயர். ஆனால் அது அவ்வப்போது மாறும். சிலபோது மிகவும் ஸ்டைலாக எல்விரா, த்யாஷிகா என்றாவதுண்டு. அதேபோல துர்க்காவின் உருவமும் மனநிலைக்குத் தகுந்தபடி மாறும். சிலபோது சிவப்பாக பூசினாற்போல பப்ளியாக, சிலபோது மாநிறமாக, உயரமாக,

கோவில் சிலை போன்ற அழகுடன்... நாணப் புன்னகையுடன்...
சில போது அறிவின் தீட்சண்யத்துடன்...

"ஏய் எந்திரிடி. எட்டுமணிக்குப் போகணுன்னு சொன்னேல்ல? மொகத்தைக் கழுவு"

தான் தூங்கவில்லை என்பது அம்மாவுக்குத் தெரியாது. கட்டிலின் ஓரத்தில் கல்லூரி ஃபேர்வெல் பார்ட்டிக்கான புது டிசைனர் சேலை... பிளவுஸ்... எல்லாம் வைக்கப்பட்டிருந்தன.

அடுத்த கணம் அமுதா துள்ளி எழுந்தாள். அம்மாவுக்கு ஒரு முத்தம் கொடுத்துவிட்டு குளியலறை நோக்கிப் பாய்ந்தோடினாள்.

—

சிதம்பரம் குடும்பத்திலேயே எங்களுக்கு அமுதாவைத்தான் மிகவும் பிடிக்கும். தங்கம் ஒரு ரெண்டுங்கெட்டான். உட்கார்ந்து பேசமுடியாது. அந்த அம்மாள் ஒரு தந்திரமான ஆள். அதனால் எங்களுக்கு பிரச்சினை இல்லையென்றாலும் வேறு சிக்கல்கள் வந்தன.

அந்த அம்மாள் தண்ணீர் பிடித்துப் பிடித்து குடங்களிலும் டிரம்களிலும் நிரப்பிக் கொண்டே இருப்பாள். எப்படியும் சிறுவாணித் தண்ணீர் ஒருநாள் விட்டு ஒருநாள் வந்துவிடும். போர்வெல் நீரும் இருந்தது. பிறகு எதற்கு இத்தனை நீர்?

"தண்ணியில்லாமத்தான் பாப்பா நாங்க ஊரை விட்டு வந்தோம்" என் மனைவியை பாப்பா என்பார் அந்த அம்மா.

"இங்க வந்து படாத பாடுபட்டோம். பழைய மார்க்கெட்டுக்கு போய் வேஸ்ட்டாகற காய்கறிய வாங்கிட்டு வருவோம். ரெண்டு மூணுகடை வெச்சு நஷ்டம் ஆச்சு. ராஜன் மெஸ் வெச்சபொறவு தான் பணம் காசு"

ஸோ ஒண்ணும் ஒண்ணும் ரெண்டு. தண்ணீர் இல்லாமல் ஊரை விட்டு வந்ததால் தண்ணீர் மேல் அதீத பற்று.

அதுமட்டுமில்லை. பணம் வந்ததும் அய்யா கொஞ்சம் அப்படியிப்படி இருந்தாராம். கீப் எல்லாம் உண்டாம். இன்செக்யூரிட்டி. தன்னிடம் அதிகாரம் பணம் நிறைந்திருக்கிறது

201 இரா. முருகவேள்

என்பதை இந்தக் குடங்கள் நிறைந்திருப்பதை வைத்து தீர்மானிக்கிறாள் போலும்.

எங்கள் வீட்டில் எப்போதாவது கரண்ட் இல்லாமல்போய் விட்டால் பியூரிஃபயரில் தண்ணீர் இருக்காது. அப்போது அம்மாவிடம் தண்ணீர் கேட்போம். அந்த அம்மாள் “முக்குது முக்குது அப்புடி முக்குது” என்பாள் என் மனைவி.

அப்படி ஒரு நாள் கடையில் வாட்டர் கேன் வாங்கிவிடலாம் என்று நினைத்துக் கொண்டிருந்தபோது அமுதா ஒரு குடம் தண்ணீருடன் வந்தாள். கரண்ட் இல்லேன்னு பாத்தேன். அதான்... அமுதாவை அவள் சிரிப்பை எல்லோருக்கும் பிடிக்கும்.

கழுத்தில் ருத்ராட்ச மாலை போட்டுக்கொண்டு முகத்துக்கு பிளீச்சிங் செய்துகொண்டு இருக்கும் விசித்திரமான ஜந்து அவள். அமுதாவும் ரமேஷும் காதல் செய்யத் தொடங்கியதிலிருந்தே எங்களுக்குத் தெரியும். செல்லுக்கு வலிக்காமல் அமுதா சப்போட்டா மரத்தருகே நின்று பேசிக்கொண்டே இருப்பாள்.

யாராவது பார்த்துவிட்டால் முகத்தில் ஒரு நாணம் பரவும். வீட்டுக்குள் ஓடி விடுவாள். பின்பு மீண்டும் கிசுகிசுப்பு கேட்கத் தொடங்கிவிடும்.

அமுதா பி.எஸ்.சி உளவியல் படித்தவள். வீட்டில் ஒரு மூலையில் பிராய்டின் இண்டர்பிரடெஷன் ஆஃப் டிரீம்ஸ், ஜங்கின் தியரி ஆஃப் கலெக்டிவ் அன்கான்ஷியஸ், பனானின் பிளாக் ஸ்கின், வொய்ட் மாஸ்க்ஸ்... போன்ற நூல்கள் கிடந்தன. அவை படிப்பவை போல இல்லாமல் சிதிலமாகி நனைந்து குப்பை போலக் கிடந்தன. எல்லாமே ஆங்கில நூல்கள். அமுதாதான் படித்து இருக்க வேண்டும். வேறு யாரும் படித்திருக்க வாய்ப்பே இல்லை. ஆனால் புத்தகம் படிப்பவர்கள் இப்படியா போட்டு வைத்திருப்பார்கள்? ஓரிரு நாட்கள் நான் அந்த நூல்களைப் பற்றிப் பேச்சு எடுத்தபோது அமுதா ஒழுங்காக பதில் சொல்லாமல் நழுவிவிட்டாள்.

—

“யோகாவைப் பற்றி நீங்கள் பேசும் போது யோகாதான் என் பாதை என்று தோன்றுகிறது. தந்த்ராவைப் பற்றி நீங்கள் பேசும்

போது அதுதான் சரி, அதுதான் என்பாதை என்று தோன்றுகிறது. அப்படியானால் என் பாதை எது பகவானே"

"நான் யோகாவைப் பற்றிப் பேசும்போது அது சரி என்றும் தந்த்ராவைப் பற்றிப் பேசும்போது அதுதான் உனது பாதையென்றும் தோன்றினால் உன் பாதை நானே. நானே உனது பாதை"

அமுதாவுக்கு ஓஷோவின் புத்திசாலித்தானம் சரிவரவில்லை. இது அறிவைத் தேடுபவர்கள், புதிதாக கற்றுக்கொண்டு அசத்த நினைப்பவர்களுக்கானது. அமுதா தேடியது அது அல்ல. யோகாவா தந்த்ராவா என்பது அவளுக்குப் பிரச்சினையில்லை. பாலுணர்வு பற்றி துணிச்சலான பேச்சுக்கள் அவளுக்குக் கிளர்ச்சியூட்டவில்லை.

இரவும் பகலும் அவளைத் தொடர்ந்து வந்துகொண்டிருந்த சாம்பல் பூத்த பாதையிலிருந்து விடுதலை கொடுக்க ஓஷோவால் முடியாது என்று அவளுக்குத் தோன்றியது. ஓஷோ ஒருவேளை அந்தப் பாதையை ரசித்து அனுபவிக்கச் சொன்னாலும் சொல்வார். தன்னை மஷோஷிஸ்ட் என்று கூடச் சொல்வார்.

எல்லையற்று நீண்டு செல்லும் சாம்பல் பூத்த வெளியில் ஒரு பூ மலரச் செய்ய யாரால் முடியும்? தன்னைத் தொடர்ந்து வந்து கொண்டிருக்கும் மரணம் கவிந்த முகங்களிலிருந்து யார் விடுதலை கொடுக்க முடியும்?

—

அமுதாவுக்கு ஜக்கி வாசுதேவ் உரையை ஒரு பூஜையில் தோழி ஒருத்தி அறிமுகப்படுத்தி வைத்தாள்.

ஜக்கி அந்தக் கணம் அவளைக் கவர்ந்து விட்டார்.

நான் தத்துவஞானி அல்ல என்றார். வேதங்கள், உபநிஷத்து களிலிருந்து சில பயிற்சிகள், முறைகளை உருவாக்கி கற்றுக்கொடுக்கிறேன். புரியாத சொற்கள், சிக்கலான விளக்கங்கள் என்னிடம் இல்லை, வாழ்ந்து பார்க்காத வாழ்க்கையை விளக்குவது என் வேலை அல்ல என்றார். அமெரிக்க ஆங்கிலத்தில், சற்றே மூக்கில் பேசுவது போன்ற உச்சரிப்புடன் நிதானமாக, அழுத்தமாக மெல்லிய குரலில் பேசினார்.

அருள் நிறைந்த கண்களால் அவளைப் பார்த்தார். இல்லை அவை அன்பை மட்டும் பொழியவில்லை. உத்தரவிடவும் செய்தன. அவரது தலைப்பாகை அவருக்கு உத்தரவிடும் அதிகாரத்தை அளிப்பது போலிருந்தது. அது முடி, கிரீடம் என்றார் ஒரு பக்தர். ஆமாம். அவர் ஒரு மன்னர். தலைவர். வழிநடத்துபவர். அந்த பிரம்மாண்டமான மண்டபங்கள், கட்டுப்பாடுகள், பின்னால் தெரிந்த மரகதப் பச்சை காடு... இது ஒரு கோட்டை. அதன் உரிமையாளர் அவர். அனைத்து பிரச்சினைகளையும் தீர்த்து வைக்கும் வல்லமை வாய்ந்தவர். தான் தாயின் மடியைவிட இங்கே பாதுகாப்பாக இருப்பது போல அவளுக்குத் தோன்றியது.

அந்த ஆண்டு மகா சிவராத்திரியன்று அமுதா தன் தோழிகளுடன் ஈஷா போயிருந்தாள். வழியெல்லாம் மக்கள் வெள்ளம். கூட்டம் கூட்டமாக மக்கள் இருசக்கர வாகங்களிலும், கார்களிலும், வேன்களிலும் மலைகளை நோக்கிச் சென்று கொண்டேயிருந்தனர். எந்த நம்பிக்கையில் இத்தனை பேர் அங்கே போகிறார்கள்... அமுதா வியப்புடன் பார்த்துக் கொண்டே இருந்தாள். இவர்களுக்கெல்லாம் அங்கே என்ன கிடைக்கிறது? தனக்கு என்ன கிடைக்கும்?

ஆதியோகி சிலை இருக்கும் இடத்துக்கு அருகே வந்ததும் அமுதா சர்வாங்கமும் அதிர்ந்தாள். மேடை முழுவதும் நீல வண்ணத்தில் அலங்கரிக்கப்பட்டிருந்தது. விளக்குகளும் நீல ஒளியைப் பரப்பிக் கொண்டிருந்தன. லட்சக்கணக்கான மக்கள் நிறைந்திருந்த மைதானத்திலிருந்த ராட்சச விளக்குகளும் சற்றே நீலம் கலந்த ஒளியைப் பரப்பி இருளை விலக்காமல் அதனோடு இரண்டறக் கலந்திருந்தன.

அமுதா அந்த நீல வெள்ளத்தில் மதிமயங்கிப் போனாள். இருண்ட மலைகளின் பின்னணியில் தெரிந்த அந்த அமானுஷ்யமான நீலவண்ண மேடை கற்பனைக்கெட்டாத வசீகரத்துடன் அவளைக் கவர்ந்து இழுத்தது. கருநீல ஆடையணிந்திருந்த ஒரு அழகான இளம் பெண் தரையில் அமர்ந்திருந்தாள். அவள் கூந்தல் அவிழ்ந்து தொங்குவதுபோல சிகையலங்காரம் செய்யப்பட்டிருந்தது. அவள் கண்கள் கிறங்கியிருப்பதுபோல மூடியிருந்தன.

இந்த முகம்... அமுதா நகர முடியாமல் பிரம்மை பிடித்து நின்றாள். இங்கே என்ன நடக்கிறது? தன்னை இங்கே கொண்டு வந்தது எது? இந்த இரவு தன்னை மாற்றப்போகிறது. இந்த நீல ஒளி தன்னை மூச்சுத் திணறச் செய்து கொன்றுவிடும் அல்லது தன்னுள் உறைந்து கிடக்கும் குருதியை உருகியோடச் செய்து தன்னை விடுவிக்கும். எது எப்படியிருந்தாலும் இந்த இரவு வழக்கமானதாக இருக்கப்போவதில்லை.

"ராகினி ஷங்கர் புகழ்பெற்ற வயலினிஸ்ட்" என்று யாரோ முணுமுணுத்தார்கள். மேடையில் அமர்ந்திருக்கும் அந்த அழகான பெண் ராகினி ஷங்கராக இருக்க வேண்டும்.

நாதவிந்துக்களாதி நமோநம
வேதமந்த்ரா ஸ்வரூபா நமோநமோ

சந்தீப் நாராயனின் குரல் மயக்கும் வசீகரத்துடன் உருகிக் கரைந்தது. உடன் ராகினி ஷங்கரும் இணைந்து இழைந்தார். அமுதாவுக்கு அது என்ன மொழி என்று புரியவில்லை. அது அவசியமும் இல்லை. அவளால் அசைய முடியவில்லை. கூட்டம் மந்திரத்தால் கட்டுப்பட்டது போல மௌனத்தில் ஆழ்ந்திருந்தது. சந்தீப் நாராயண் மூச்சிழுக்க கொடுக்கும் இடைவெளியில் காற்று உய்யென்று மைதானமெங்கும் சுழன்றடித்தது.

அமுதாவுக்குத் தான் தூங்குகிறோமோ என்ற சந்தேகம் வந்தது. பாட்டை விட்டுவிட்டு ஏதோ யோசிக்கிறோமே என்று பதறி திரும்பவும் பாடலுக்குள் புக முயன்றாள்.

சந்தீப் நாராயண் மேடையிலிருந்து விலகினார். அமுதாவுக்குத் தான் எங்கேயிருக்கிறோமென்று புரியவில்லை. உடன் வந்தவர்கள் எங்கே என்பதும் தெரியவில்லை. நல்ல வேளை செல் இருக்கிறது என்று சமாதானப்படுத்திக் கொள்ள முயன்றாள்.

அலையையலையலை அது ஓடுதே
சுகம்தனையது தேடுதே
உயிரினுறவு அது அறிந்திடாமலே...
ஏலேலோ ஐலேசா

மேடையிலிருந்து துள்ளி வந்தது பாடல். அமுதா திடுக்கிட்டு தன்னுணர்வுக்கு வந்தாள். கூட்டம் ஹே என்ற இரைச்சலுடன்

ஆடத் தொடங்கியது. அவளுக்கு முன்னால் நின்று கொண்டிருந்த இளஞ்சிவப்பு சுடிதார் அணிந்திருந்த பெண் மென்மையாகச் சுழன்றாடத் தொடங்கினாள். அவள் கண்கள் அமுதாவைப் பார்த்துச் சிரித்துக் கொண்டிருந்தன. அமுதா தானும் காற்றில் தன்னிச்சையாக அலையும் இலைபோல பாட்டுக்கு ஏற்ப ஆடிக் கொண்டிருப்பதை உணர்ந்தாள். சற்றே கூசி தன்னைக் கட்டுப்படுத்திக்கொள்ள முயன்றவள் கூட்டங்கூட்டமாக ஆட்கள் ஆடிக் கொண்டிருப்பதைக் கண்டு தன்னைக் கட்டியிருந்த மாயக் கயிறுகளுக்கு விடுதலையளித்தாள்.

திரும்பிய பக்கமெல்லாம் முகங்கள் முகங்கள்... இரவு மலையிலிருந்து வீசியடித்துக் கொண்டிருந்த கூதல் காற்று... மேடையிலிருந்து வந்த துள்ளல் இசை லட்சக்கணக்கானவர்களை பாட வைத்தது, ஆட வைத்தது, அழ வைத்தது... அரையிருளில் அமுதா அந்தப் பிரம்மாண்டமான மைதானத்தில் இலக்கின்றி அலைந்தாள். எல்லா முகங்களும் இரவுநேர விளக்குகளின் ஒளியால் பாதி இருளும் பாதி ஒளியுமாகத் தெரிந்தன.

எல்லாவற்றையும் வெட்ட வெளிச்சமாக்காமல் பாதி திறந்தும் பாதி மூடியும் வைத்திருக்கும் இந்த மாய இருள்... முற்றிலும் வேறுபட்ட ஒரு உலகம். இங்கே மூடிக் கிடந்த மனக்கதவுகள் திறந்து கொள்கின்றன. பெருத்த வலியுடன் அழுத்தி அடக்கிவைத்திருந்த உணர்வுகள் பொங்கி இசையாக, நடனமாக, சிரிப்பாக, துயரமாக வழிந்து வெளியேறின. மனம் லேசாகி உடல் காற்றில் மிதக்கும் பஞ்சு போலாகியது...

சந்ரசூடா சிவ ஷங்கர பார்வதி... வேறு தளத்தில் வேறு உணர்வுகளை ஏற்படுத்திய அடுத்த பாடல்...

அங்கே தான் ரமேஷைப் பார்த்தாள். அவனை முன்பே அலுவலகத்தில் பார்த்திருக்கிறாள். அவன் தன்னைப் பார்த்து முறுவலித்துக் கொண்டிருப்பதை கண்டு நாணி கூட்டத்தில் கலந்து காணாமல் போய்விட முயன்றாள்.

“காஃபி?” அவன் காற்றின் இரைச்சலுக்கு மேலே குரலை உயர்த்தி அவளிடம் கேட்டான். தான் எந்த அளவுக்கு களைப்படைந் திருக்கிறோமென்பது அப்போதுதான் அவளுக்குப் புரிந்தது.

“ம்” என்று தலையசைத்தாள்.

“ஒரே ஒரு கண்டிஷன். நான் தமன்னா ஃபேன். தமன்னா மேடைக்கு வந்தால் பக்கத்து ஸ்கிரீன் கிட்ட ஓடிடுவேன்”

“காஃபிக்கு கூப்டுட்டு பாதில ஓடினா கொன்னுடுவேன்” அமுதா சிரித்தபடி மிரட்டினாள்.

தன்னைப் போலவே அவனும் ஜக்கியிடம் எதையோ தேடி வந்திருக்கிறான் என்று நினைத்துக் கொண்டிருந்தவளுக்கு அவன் தமன்னாவின் விசிறி என்பது ஏனோ மகிழ்ச்சியை அளித்தது. கேலியும் கிண்டலுமான இளைஞன் அவன். துன்பங்கள் சங்கடங்கள் இல்லாத வாழ்க்கை அவனுடையது. அந்த எளிமை அவளுக்குப் பிடித்திருந்தது. சந்தோஷமாக இருப்பது, துயரமாக இருப்பது அவ்வளவுதான் வாழ்க்கை.

“கொல கொலையா முந்திரிக்கா
நரியும் நரியும் ஓடிவா...”

மேடையின் ஒரு பெண் தாளமிட்டபடி பாடினாள். ஜக்கி நீள ராம்ப் போன்ற மேடையில் தோன்றி சுழன்றாடிய படியே நடந்தார். கூட்டம் பல சிறு குழுக்களாகப் பிரிந்து கும்மி போல சுற்றிச் சுற்றி ஆடத் தொடங்கியது.

‘கதார்சிஸ். அடக்கி வைத்த உணர்வுகள் வெளியேற வாய்ப்பளித்து நிம்மதியளிக்கும் உத்தி. காலங்காலமாக மதங்கள் பேயோட்டுவது என்ற பெயரில் செய்து வருவது. ஜக்கி தெரிந்தேதான் செய்கிறார் என்று தோன்றுகிறது’ என்று அவளருகே முகத்தைக் கொண்டு வந்து பாடலின் இரைச்சலுக்கு மேல் குரலை உயர்த்திக் கூவினான்.

“ஸோ வாட்?” என்று இரைந்தாள் அமுதா. “எனக்குப் பிடிச்சிருக்கு. ஐயாம் ஹேப்பி” பிறகு அவனை நெருங்கி கிசுகிசுத்தாள். “எனக்கு இந்த ப்ளூ கலர் ரொம்ப பிடிச்சிருக்கு. இதப் பாத்ததும் கிரே கலர் மேல இருந்த பயம் போயிருச்சு”

“ரொம்ப நம்பாதீங்க. இது லைட் எஃபெக்ட்ஸ், மியூசிக், இருட்டு எல்லாத்தையும் வெச்சு ஒரு சின்ன ரிலாக்ஷேஷன் கொடுக்கறார் சாமியார். வடிவேலு காமெடி மாதிரி” ரமேஷ் பாதி சீரியஸ்ஸாகவும் பாதி வேடிக்கையாகவும் சொன்னான்.

“பரவால்ல எனக்கு அது போதும்”

“இப்படி நெனைக்கறவங்கதான் சாமியார் டார்கெட்”

“நான் முழுமனதோட டார்கெட்டாக இருக்க ஒப்புக் கொள்கிறேன்” என்றாள் அமுதா ஆங்கிலத்தில்.

“மறுபடியும் வந்துரும்” ரமேஷின் குரலில் நிஜமான கவலை தெரிந்தது.

“மறுபடியும் சிவராத்திரி வரும்ல”

—

அமுதாவின் பூஜைகள் விலையுயர்ந்தவை. கிலோ கணக்கில் தாமரை, மல்லிகை, செவ்வந்தி என்று பலவிதமான பூக்கள், மாலைகள் பழங்கள், இனிப்புகள், நைவேத்தியங்கள், இன்னும் என்னென்னமோ சடங்குகள்... ஈஷா குருபூஜா செட் ஒன்றை வாங்கி வைத்திருந்தாள்.

தியானம் என்பது ஒருவர் தனியாகச் செய்வது. அதற்கு அவர் மட்டுமே பொருப்பு. பூஜை என்பது சடங்கு. அதில் எல்லோரும் முழுமையாகப் பங்குகொள்ள முடியும். பூஜை சரியாகச் செய்யப்பட்டால் அது உற்சாகமான, அருமையான கருவியாக இருந்து எல்லோருக்கும் மகிழ்ச்சி அளிக்கும் என்றார் ஜக்கி. ஆயுத பூஜை, குரு பூஜை, கிருஹப் பிரவேசம் போன்ற பலவிதமான பூஜைகளை ஜக்கி விளக்கினார்.

பூஜைகள் பற்றி யஜுர் வேதத்தில் குறிப்பிடப்பட்டுள்ளது. பல்வேறு விதமான பூஜைகளை செய்யும் முறைகளைப் பற்றியும் விளக்கப்பபட்டுள்ளது. ஈஷா பல பூஜா ஆல்பங்களை வெளியிட்டுள்ளது. பண்டிட் ராஜேந்திர கிமோதியின் மேற்பார்வையில் தயாரிக்கப்பட்டவை இந்த சிடிக்கள். வேத முறைப்படி, வேத பாடங்களிலிருந்து, சரியான உச்சரிப்புடன் தயாரிக்கப்பட்டவை.

ஈஷா யந்த்ரா வாங்கவேண்டும் என்பது அவளது விருப்பம். ஆனால் அதன் விலை ஏழரை லட்சம். எனவே ஸர்ப்ப மோதிரம் வாங்கி அணிந்து கொண்டிருதாள்.

அடுத்து என்ன நடக்குமென்று தெரியாத நிச்சயமின்மை உலகம் முழுவதும் விரவிக் கிடக்கிறது. என் வசம் எதுவுமில்லை.

வாய்விட்டு ஒரு சிறு பிராத்தனை செய்த கணத்தில் என்னுள் ஒரு மாற்றம் நிகழ்கிறது. இறுக்கம் தளர்கிறது. நம்பிக்கை பிறக்கிறது. அவநம்பிக்கை அகல்கிறது.

பூஜை என்பது நாம் தூக்கிக் கொண்டிருக்கும் சுமையை கொஞ்சம் இறக்கி வைத்துவிட்டு திரும்பவும் தூக்கினால் அது கனம் குறைவாக இருப்பது போலத் தோன்றுமல்லவா அது போன்றதுதான்.

ஜக்கியின் பெரிய விழிகள் அமுதாவை நோக்கித் திரும்பி ஆழ்ந்து நோக்கின. நான் சொல்வது புரிகிறதா என்று கேட்டன. அமுதா பரவசத்துடன் தலையசைத்தாள். சத்குரு, நான் தேடிக் கொண்டிருந்தது இதைத்தான் என்றாள்.

அய்யாவின் எழுபதாம் கல்யாணத்தை விமரிசையாக நடத்தினாள் அமுதா. வகை வகையான பதார்த்தங்களுடன் அட்டகாசமான டின்னர். கோவையில் முக்கியமான ஈவெண்ட் மேனேஜ்மெண்ட் டீம். தவிர அய்யர்.

வெளியே வரும் போது ஒரு தாம்பாளத்தில் மூன்று முழம் பூ, சேலை, தேங்காய், பழம், வளையல் செட், மஞ்சள், குங்குமம்... என்று நிறைத்து என் மனைவியிடம் கொடுத்தாள்.

"என்ன அமுதா இது சேலை எல்லாம்..."

"இருக்கட்டுங்க்கா"

பக்கத்தில் இன்னும் ஐம்பது அறுபது சேலை பாக்கெட்டுகள் கிடந்தன. எல்லாமே ஈஷா பேஷன் ஃபார் பீஸ் வகை கைத்தறி சேலைகள். ஆயிரம் ஆண்டுகளாக நெய்யப்பட்டு வந்த அதே முறையில் உருவாக்கப்பட்ட சேலைகள். சுற்றுச் சூழலுக்கு ஏற்றவை, குறைவான கார்பனை வெளியிட்டு தயாரிக்கப்பட்டவை என்று ஈஷா விளம்பரப்படுத்தியிருந்தது.

"ரெண்டு லட்ச ரூபாய் செலவு பண்ணியிருக்கா. ஆனா விசேஷத்துல அந்த அய்யாவால உட்காரவே முடியல"

—

அமுதா அறைக்கதவைத் தாழிட்டாள். கட்டிலில் குப்புறப் படுத்துக் கொண்டாள். கண்ணீர் வழியத் தொடங்கியது. யாராவது வந்தால் தூக்கமின்மையால் வந்த கண்ணீர் என்று சொல்லிக் கொள்ளலாம் என்று நினைத்துக் கொண்டாள். கண்ணீர் வழிந்து தலையணையை நனைத்தது. அவளையறியாமல் முதுகு குலுங்கியது. விம்மல் வெடித்து வந்தது.

அவ்வளவு அழகாக இனிமையாக எழுபதாம் கல்யாணத்தை நடத்தி முடித்த பின்பு யாராவது அழுவார்களா?

'என்னை யாருக்கும் புரியல. நான் ஆடம்பரக்காரி என்று நினைக்கிறாங்க... வெட்டி பந்தா பண்ணுவதா என் வேலை? நா அப்படிப்பட்டவளா?'

அமுதா எழுந்து நடக்கத் தொடங்கினாள். இந்த நிகழ்வுக்காக பிளீச்சிங் செய்திருந்த முகம் வாடி விகாரமாகத் தெரிந்தது. கண்ணீர் வாடை வயிற்றைப் பிரட்டியது.

'அப்பா நாட்களை எண்ணிக் கொண்டிருக்கிறார் என்பது எனக்குத் தெரியாதா? இந்த பணத்தை அனாதை ஆசிரமத்துக்குக் கொடுத்தால் சந்தோஷப்படுவார்கள் என்பது தெரியாதா?'

அவள் ஜன்னல் கம்பிகளைப் பிடித்துக்கொண்டு சப்போட்டா மரத்தைப் பார்த்தபடி நின்றாள். யாரும் வராத புறக்கணிக்கப்பட்ட அறை இது. அண்ணன் சித்திரவதைப்பட்டு உயிர் விட்ட அறை இது.

'அப்பா என்றால் இந்த விழா நினைவுக்கு வரவேண்டும். தேடித் தேடி நிறம் உயரம் அழகு பார்த்து பொருத்தமாக எடுத்த சேலை நினைவுக்கு வரவேண்டும், விழா நாட்களில் உச்சாணி விலையில் இருந்த பூக்கள் அள்ளிக் கொடுக்கப்பட்டது நினைவுக்கு வரவேண்டும்'

அமுதா திரும்பவும் அறைக்குள் நடந்தாள். அந்த முகங்கள் நினைவுக்கு வரக்கூடாது. அவற்றை அழித்து ஒழித்துவிட அல்லவா இத்தனை போராட்டம்.

அண்ணியை இழுத்துச் சென்ற தடியர்கள் என்ன செய்திருப்பார்கள்? தான் கேள்விப்படுவது உண்மையாக இருக்குமா?

தேள் கொட்டத் தொடங்கியது. சாம்பல் பூத்த பாதை நீண்டு வளர்ந்தது.

அமுதா கதவைத் திறந்து கொண்டுவந்தாள்.

அப்பா ஒருக்களித்து படுத்துக் கொண்டிருந்தார். அம்மா சோபாவில் தூங்கிக் கொண்டிருந்தாள். குழந்தைகள் ஆடிக் கொண்டிருந்தன. தங்கம் யாருடனோ அரட்டை அடித்துக் கொண்டிருந்தாள்.

அமுதா மளமளவென்று பூஜை சாமான்களை எடுத்து வைத்து தீபாராதனை காட்டத் தொடங்கினாள். அறை முழுவதும் சாம்பிராணி ஊதிபத்தி புகை பரவியது.

"பத்து நாளா இப்படித்தான் நேரங்காலம் இல்லாம பூசை பண்ணிட்டே இருக்கா".

"நோயாளி மனுசங்களை வெச்சுட்டு இப்படியா…"

வெளியிலிருந்து அமுதாவுக்குக் கேட்கும்படியே குரல்கள் பேசின. அவள் அவற்றை ஒதுக்கித் தள்ளினாள். அப்பாவுக்குத் தெரியும். அவருக்கு இது வேண்டியிருக்கும். இந்த இனிமையான மணியோசை அவர் மனதில் குடிகொண்டிருக்கும் இருளை ஓட்டிவிடும். தீபம் உள்ளத்தை மலரச் செய்யும்.

சடங்குகள் சடங்குகள் சடங்குகள்...

பூஜையின் துல்லியமான விதிகள் ஒழுங்குகள் கடைப்பிடிக்கப்படும் போது நெற்றியில் வியர்வை துளிர்க்கிறது. திருப்தி தரும் வியர்வை அது. திட்ட வட்டமான ஒழுங்கு ஒரு நிறைவைத் தரும். ஒவ்வொன்றையும் அதன் பாரம்பரிய ஒழுங்கில் செய்யவேண்டும் என்பார் சத்குரு.

—

அமுதா பேயாட்டம் ஆடியதற்கு மறுநாள் நான் கீழே போகிறேன் ரமேஷ் ஏதோ சாக்கில் மண்ணை நிரப்பிக் கொண்டு இருக்கிறான். அமுதா வீட்டினுள் இயல்பாக நடமாடிக் கொண்டிருப்பது தெரிந்தது. ரமேஷ் நேற்று வாங்கிய திட்டு, அடிக்குப் பிறகு மூன்று மாதத்துக்கு இந்தப் பக்கமே வரமாட்டான் என்று நினைத்திருந்தோம்.

“இவ்வளவு ஈசியா சமாதானம் ஆயிடறீங்க இல்ல! அப்புறம் ஏன் அந்த சண்டை போடறீங்க?”

“நான் எங்கண்ணா சண்டை போடறேன்?” ரமேஷின் குரல் பரிதாபமாக வந்தது.

பேச்சுக்குரல் கேட்டு ஜானகி எட்டிப் பார்த்தாள். “வேற யாராவதாக இருந்தால் இந்தப் பக்கமே எட்டிப் பாக்க மாட்டாங்க” ஜானகி அமுதாவுக்குப் பரம விரோதி. மனிதர்கள் மட்டும் இன்னும் கொஞ்சம் இங்கிதம் கொண்டவர்களாக இருந்து விட்டால்...

“ஏதாச்சும் செடி வைக்கப் போறீங்களா?” நான் பேச்சை மாற்றினேன்.

“இல்லண்ணா கொலுவுக்கு தானியம் விதைக்க...”

“கொலு வைக்கப் போறீங்களா? இந்த ரூம்லயா?” கொஞ்சமாவது அறிவிருக்கா என்று தொண்டை வரை வந்த சொற்களை அடக்கிக் கொண்டேன். இந்த வீட்டிலேயே பத்து பேர். சொந்தக்கார பாட்டிகள் வேறு இருவர். அதில் ஒரு பாட்டி முன்வாயிலை சுத்தம் செய்கிறேன் என்று வளர்ந்திருந்த புல்லையெல்லாம் கொத்திக் கிளறிக் கொண்டிருந்தது. ஒரு மூலையில் சுருண்டு கிடக்கும் அய்யா. கொரோனாவுக்கு பிறகு ஈசி சேரின் பிரிக்க முடியாத அங்கமாகிவிட்ட அம்மா... இதில் கொலு... பூஜை... அதையும் இந்த அமுதா சும்மா செய்யமாட்டாள். விஸ்தாரமான சாஸ்திர சம்பிரதாயங்களுடன்தான் செய்வாள்...

ரமேஷ் பதில் சொல்லவில்லை. அவன் சொல்ல என்ன இருக்கிறது.

நானும் மனைவியும் நகர்ந்தோம். ஜானகி பின்னாலேயே வந்தாள்.

“இந்தத் தம்பி நல்ல தம்பி. அப்புறாணி. கஷ்டப்படற ஃபேமிலி. அமுதா நெறையா உதவி செஞ்சிருக்கா. அதான் சகிச்சுக்குது” என்றாள் ஜானகி.

“நல்ல பொண்ணு” நான் ஜானகிக்குக் கேட்காமல் முணுமுணுத்துக் கொண்டேன்.

“கொலு ஹால்ல்ல பாதியை அடைச்சுடுமே... நோயாளி மனுசனுக்கு எத்தனை கஷ்டமா இருக்கும். அப்புறம் இப்பத்தான் ரெண்டு லட்சம் செலவு பண்ணி எழுபதாம் கல்யாணம் பண்ணினாங்க... இந்த வருசம் மட்டும் இந்த செலவை யாருக்காச்சும் இல்லாதவங்களுக்கு பண்ணிடலாமே...”

“இல்லாதவங்களுக்கு கொடுக்கறததான் அமுதா வேற விதமா செய்யறா. இதெல்லாம் தெரிஞ்சவங்களுக்கு கொடுக்கறது. நல்ல பேர் வாங்க போலிருக்கு. கொடுத்துக் கொடுத்து பாவத்தை எல்லாம் கரைக்க முடியும்ன்னா இந்நேரம் துளி கரை கூட இல்லாம காணாமப் போயிருக்கணுமே”

அய்யாவும் அம்மாவும் கோவில் கோவிலாகப் போய்க் கொண்டே இருப்பார்கள். நல்ல நாட்களில் அனாதை ஆசிரமங்களுக்கு உணவு ஏற்பாடு செய்வார்கள். கடைக்கு வரும் பிச்சைக்காரர்களுக்கு சாலையோரம் இலை போட்டு உணவு பரிமாறுவார்கள்... இன்னுமா அந்தப் பாவம் உட்கார்ந்து கொண்டிருக்கிறது. அதுவும் உயிரையே வைத்திருந்த மகன் இறந்த பிறகு... அது ஆண்டவன் கொடுத்த தண்டனை என்றால் போதாதா?

பாவம் என்று ஒன்று இல்லை. இருந்தால் அதைப் போக்கும் வழியும் இல்லாமலிருக்காது. இது குற்ற உணர்ச்சி. தீர்ந்து விட்டதாக, பரிகாரம் செய்யப்பட்டு விட்டதாக நினைத்துக் கொள்ளும் வரை தொடர்ந்து கொண்டுதான் இருக்கும் போலும்.

போதுமானது அனுபவித்து விட்டோம். எங்களை விட்டுவிடுங்கள் என்கிறாளா அமுதா? ஆண்டவனை, பக்கத்து வீட்டுக்காரர்களை, கடைக்கு வரும் பிச்சைக்காரர்களை, ஜானகியை... அய்யாவும் அம்மாவும் கேட்பது இதுதானா? நடக்கிற காரியமா இது?

நின்று கொல்வதாக அல்லவா கடவுள் இங்கே உருவகப் படுத்தப் பட்டிருக்கிறது. மன்னிக்குமா சாமி?. மன்னிப்பைக் கோரும் ஒவ்வொரு கணமும் அந்த நினைவுகளை அல்லவா பிரார்த்தனை மீளக் கொண்டு வருகிறது...

செய்தது சரி என்று நம்புபவர்கள், அதை ஒரு பொருட்டாக எடுத்துக் கொள்ளாமல் மழைகாலத்தில் பயணம் செய்யும்போது சாலையைக் கடக்கும் தவளைகள் நசுங்கிச் சாவது இயல்புதான் என்று கருதுபவர்கள் வதைபடுவதில்லை.

இந்தப் பூசைகள், பிரார்த்தனைகள் ஒருபோதும் பலனளிக்கப் போவதில்லை. எங்காவது ஓடி மறைந்து போயிருக்கவேண்டும்... இவர்கள் மேலும் மேலும் தப்பியோட வேண்டிய இடத்திலேயே புதைந்து கொண்டிருக்கிறார்கள்.

வதைத்துக் கொண்டிருக்கும் ஊரோடும், நிலத்தோடும் இறுகப் பிணைத்துக் கொள்கிறார்கள். ஒவ்வொரு பயணமும் சந்திக்கும் ஒவ்வொரு முகமும் அந்த முகத்தை அல்லவா நினைவுக்கு கொண்டுவரும்? சுற்றுப்புறம் விரட்டப்பட்ட மருமகளை எப்படி மறக்கும்?

ஒருவேளை நன்றாக வாழ்ந்திருந்தால் இதெல்லாம் மறந்து போயிருக்கும். தற்செயலாக அந்தப் பையனுக்கு வந்த கேன்சர், அமுதாவின் பக்தி எல்லாமே நினைவுகளை அல்லவா மீட்டெடுத்துவிட்டன.

—

அமுதாவின் கற்பனைகளில் இருந்த சஞ்சய்க்கு முற்றிலும் மாறாகவிருந்தான் ரமேஷ். சஞ்சய் ஆழமானவன். நிதானமானவன். தன் மீது அழுத்தமான ஆளுமை செலுத்தக் கூடியவன்.

ஆனால் ரமேஷ் ஈசி கோயிங். எதையும் எளிதாக எடுத்துக் கொண்டான். சிரித்தான். கோபமே வராது. துறுதுறுப்பு. ஓரிடத்தில் உட்கார முடியாது. அமுதா பலவந்தமாக இழுத்துப் போய் சன்னிதியில் நிறுத்தினால் மட்டும் கொஞ்சம் நிற்பான்.

அமுதாவுக்கு ரமேஷ் மீது காதல் வந்ததும் வீட்டில் ரணகளம் நடந்தது. அப்போது புற்றுநோயின் ஆரம்ப கட்டதிலிருந்த அண்ணன் விரல் நீட்டி எச்சரித்தான். “நடப்பதே வேறு” என்று அவன் கண்கள் மிரட்டின.

அய்யாவும் அம்மாவும் அந்தப் பேச்சே எடுக்கக்கூடாது என்று சொல்லிவிட்டார்கள்.

அண்ணனின் மரணம் எல்லாவற்றையும் மாற்றிவிட்டது.

திருமணம் நடந்து ஒரு இரண்டு அறை வீட்டில் குடியிருந்த நாட்கள்தான் அமுதாவின் வாழ்க்கையின் மிக ஆனந்தமான நாட்கள். அவள் கழுத்தில் ஒரு ருத்திராட்ச மாலையும், வேறு

ஒரு மாலையும் அணிந்திருந்தாள். அவற்றைத் திருமணமானதும் கழற்ற மறந்து விட்டாள். பகல் முழுக்க ரமேஷுடன் ஒட்டிக்கொண்டு பிணைந்து கொண்டிருக்கும் அமுதாவுக்கு இரவுகளில் வலித்தது. உடல் இறுகிக் கொண்டது. அவனை அனுமதிக்க மறுத்தது.

“கொஞ்ச நாள் ஆனா சரியாயிடும்ன்னு பிரண்ட்ஸ் சொல்றாங்க. எனக்கு பிரச்சினையில்லை” அவளை இழுத்து அணைத்தபடி சிரித்துக்கொண்டே சொன்னான் ரமேஷ்.

அமுதாதான் பிடிவாதமாக டாக்டரிடம் செல்லவேண்டுமென்று முரண்டு பிடித்துச் சென்றாள்..

டாக்டர் கிரீம் கொடுத்தார். “எஞ்சாய் பண்ணு. பயம், கூச்சம் எல்லாம் எதற்கு!” என்று அறிவுரை சொன்னார். கிளம்பும் நேரத்தில் டாக்டர் அவளை அழைத்தார்.

“அந்த நேரத்திலும் கழுத்தில் இந்த மாலையெல்லாம் இருக்குமா?”

“ஆமாம் டாக்டர்”

“அப்ப கழட்டிரும்மா. காலைல போட்டுக்க”

டாக்டரின் ஆலோசனை பலித்தது. கொண்டாட்டமாக நகர்ந்தன நாட்கள். அவளுக்குத் தனது ஒடிசலான கருத்த தேகத்தின் மீது வருத்தம் தோன்றியது அந்த நாட்களில்தான். இரவு பகலாக எதையாவது பூசிக்கொளவாள். முடிந்தவரை நன்றாக உண்ண முயன்றாள். அந்த நாட்களில் தன் முகம் பூரித்து எழில் பெற்று விட்டதாகத் தோன்றியது.

ஒவ்வொரு சனிக்கிழமையும் ரமேஷ் ஏதாவது ரிசார்ட்டில் அறை பதிவு செய்துவிட்டு வருவான். இரவுகள் பாட்டு, கேம்ப் ஃபையர், நிகழ்வுகள் என்று கழியும்.

சத்குரு, பூசைகள், ஆண்டவன் எல்லாவற்றையும் மறந்திருந்த நாட்கள் அவை.

“இங்கே திரும்ப வந்திருக்கக்கூடாது. அம்மா சொன்னதைக் கேட்டிருக்கக்கூடாது. தான் செய்த மிகப்பெரிய தவறு திரும்பவும் இந்த வீட்டுக்கு வந்ததுதான். அம்மா ஏன் அப்படிச் செய்தாள்?”

அம்மா ஒருநாள் ஆவேசமாக வந்தாள். "இந்த வீட்லயாடி இருக்க?

நீயே சமையல் பண்றயா? நீயே தொவக்கறையா..."

அமுதா சிரித்துக் கொண்டே 'எல்லாம் நல்லாருக்கும்மா' என்று சொன்னது அவள் காதிலேயே விழவில்லை.

கிளம்பு கிளம்பு என்று இருவரையும் இந்த வீட்டுக்கு அழைத்துக் கொண்டு வந்து விட்டாள். அய்யா ஒரு கார் வாங்கி ரமேஷிடம் சாவியைக் கொடுத்தார்.

—

அமுதா திருமணம் செய்துகொண்டு தனிக்குடித்தனம் போனதும் ஆச்சிக்கு வீடு இருண்டு போனது. தங்கத்திடம் எதையும் பேசவே முடியாது. அவள் பாட்டுக்கு துவைத்துக் கொண்டு, பாத்திரம் கழுவிக்கொண்டு பொழுதைப் போக்குவாள். இரவானதும் அருகில் அவளுக்கும் அவள் கணவனுக்கும் ஒரு அறை இருந்தது அங்கே போய்விடுவாள். குழந்தைகள் ஆச்சியுடன் தூங்கிவிடும். அய்யா வீட்டுக்கு வருவதற்கு பனிரெண்டு மணியாகும்.

ஒவ்வொரு மூலையும் ஆச்சியை பயமுறுத்தியது.

"என்னை ஏம்மா இப்படிப் பண்ணின? இதே மாதிரி என்னையும் நிம்மதியா விட்டிருக்கலாமில்லையா" ராஜன் ஒவ்வொரு இருட்டு மூலையிலும் உட்கார்ந்து கேட்டான்.

"என்னையும் கூப்டுக்கோ ராசா" ஆச்சி கதறி அழுதிருக்கிறாள்.

"நான் எங்கம்மா உன்னைக் கூப்டுக்கறது. நானே இங்கதானே இருக்கேன்"

ராஜன் கம்பீரமானவன். அவன் அழுது துன்புற்று யாரும் பார்த்தது இல்லை. ஆனால் சிலபோது ஆச்சியிடம் அவன் பலவீனம் வந்துவிடும். அவன் கோபத்துக்கு எல்லோரும் நடுங்குவார்கள். ஆனால் அதன் பின்னால் ஒரு பலவீனம் இருப்பது ஆச்சிக்கு மட்டும் தெரியும். அவனிடம் ஆச்சிக்கு பயம் இருந்திருந்தால் அவளிடம் அப்படி நடந்திருப்பாளா?

“அவள் கேடுகெட்டவ. குடும்பத்தில கால் வைக்க தகுதி இல்லாதவ. என் மகனை அழிச்சிட்டா”

கேடுகெட்டவள் ஒழுக்கம் கெட்டவள், மானம் அற்றவள், சாதி கெட்டவள் அவளது சாபமா தங்களை இப்படி வாட்டி வதைக்கிறது? மகன் புற்று நோய் அணுவணுவாகக் கொன்று கொண்டிருந்த நேரத்தில் கைகளால் தலையைத் தாங்கியபடி உட்கார்ந்திருப்பான்.

ஒருநாள் ஆச்சியை அழைத்தான்.

“அம்மா”

“என்னடா” ஆச்சி அவனை மடியில் போட்டுக்கொள்ள தவித்தாள். கன்னத்தை கர்ச்சீப்பால் மறைத்திருந்தான்.

“எனக்கு ஏதாச்சும் குடுத்து கொன்னுடும்மா”

ஆச்சி கதறி அழுதாளே தவிர அதிர்ச்சியடையவில்லை. நோயின் கொடுமையால் அவன் சித்திரவதை அனுபவித்த நாட்களில் ஆச்சியே அதை நினைத்ததுண்டு. எதையாவது செய்து தன் உயிரைக் கொடுத்து அங்கங்களைக் கொடுத்து ரத்தத்தைக் கொடுத்து உறுப்புகளைக் கொடுத்து அவனைக் காக்க முடியாதா? முடியாது என்றால் அவன் நிம்மதியாக இவ்வுலகை விட்டு நீங்கவாவது வழி செய்யவேண்டும் என்று பதைத்தது ஆச்சியின் அதீத பாசம். இந்த சிதைந்துபோன முகத்தோடு அவன் இன்னும் எத்தனை காலம் வாழ முடியும்?

மகன் அதிக நாட்கள் வாழ்ந்திருக்கவில்லை.

பின்பு அமுதாவின் காதலை மனம் நிறைய வாழ்த்தி திருமணம் செய்து வைத்தாள் ஆச்சி.

ஆனால் அமுதா கணவனுடன் சென்றதும் அவளுக்கு வீடு நரகமாகிவிட்டது. இந்த கணம் பைத்தியம் பிடித்துவிடுமென்று தோன்றியது. அமுதா வீட்டுக்குச் சென்றவள் அங்கிருந்த வசதிக் குறைவைக் காரணம் காட்டி அவளையும், ரமேஷையும் இங்கே இழுத்து வந்து விட்டாள். அவளுக்கு ரமேஷை பிடிக்கும். கடை கண்ணிகளுக்கு ரமேஷுடன் செல்வது பிடிக்கும். அவன் கிண்டல் பேச்சுக்கள் பிடிக்கும். இவர்கள் வந்ததும் வீடு நிறைந்துவிட்டது.

இரவுகள் கலகலப்பாகிவிட்டன. அமுதாவின் இரட்டைக் குழந்தைகளும் வந்ததும் யாருக்கும் நிற்க நேரம் இல்லாமல் போய்விட்டது.

எப்போதாவது இரவுகளில் ஆச்சி மூன்று நான்கு மணிக்கு பாத்ரூம் போக எழும்போது சாலையில் நிற்பான் மகன். அவளைக் கண்டதும் நடந்து தொலைவில் தெரியும் இருளில் கரைந்து மறைந்து விடுவான்.

அமுதா திரும்பவும் தியானலிங்கம் போனாள். மீண்டும் கழுத்தில் மாலைகள் நிறைந்தன. அமுதா எதனுள்ளோ நழுவிக் கொண்டிருக்கிறாள். ஆச்சிக்குப் புரிந்தது. தன்னைக் காப்பாற்றிக் கொள்ள அவளைப் பலிகொடுத்து விட்டோமோ?

எல்லாம் சரியாகிவிடும். எல்லோரும் சூழ இருக்கட்டும். தன்னைச்சுற்றி குழந்தைகளின் குதூகலம் அழுகை சிரிப்பு கூச்சல் இருக்கட்டும். தான் துயருறவில்லை. தன்னையும் தன் குடும்பத்தையும் கடவுள் நல்ல நிலையில் வைத்திருக்கிறார். இதை அய்யாவும் உணரட்டும்.

ஆச்சி என் உயிர் இருக்கும் வரை குடும்பம் பிரியக்கூடாது என்று சொல்லிவிட்டாள்.

—

“துங்கு அமுதா. எல்லாம் சரியாயிடும்” ரமேஷ் அவள் முதுகின் மேல் சாய்ந்து கொண்டு காதில் கிசுகிசுத்தாள்.

“என்ன சரியாயிடும்?”

“இல்ல ஒண்ணும் இல்ல. டயர்டா இருக்க இல்ல… சரியாயிடும்” ரமேஷ் மிரண்டு பின்வாங்கினான்.

“என்னமோ சரியாயிடும்னு சொன்னியே என்ன சரியா இல்லை? எப்படி சரியாகும்?” அமுதாவின் குரலில் ஒரு நிதானமான அழுத்தம். பட்டுப்புடவை, கழுத்தில் மடிந்து கிடந்த ஆரம், பிய்ந்து தொங்கிய மல்லிகை சரம், பிளீச்சிங் செய்த முகத்தில் கண்ணீர் தாரைகள், கலைந்த கண்மை… அவளைப் பார்க்கவே ரமேஷுக்கு கூசியது. இந்தக் கணத்தில் வெடித்துச் சிதறப் போகிறாள் என்று உள்ளுணர்வு சொன்னது. எழுந்து வெளியே போய்விடலாமா என்று யோசித்தான்.

“ரமேஷ்” அமுதா ஆதுரமான, துயரம் ததும்பும் குரலில் அழைத்தாள். “நான் இன்னைக்கு சண்டைபோட மாட்டேன். என்னைப் பத்தி என்ன நெனைக்கறேன்னு சொல்லு. ஆறுதல் வேண்டாம். எனக்கு தெரியணும். உன்னைத் தவிர வேற யார்கிட்ட கேட்பேன். சொல்லு”

“மொட்டை மாடி போகலாமா?” ரமேஷுக்கு அவளது நிதானத்தை எவ்வளவு தூரம் நம்புவது என்று தெரியவில்லை.

“வேண்டாம். ரோட்ல நடக்கலாம். ஒரு நிமிஷம் வெளிய இரு. டிரஸ் மாத்திட்டு வந்துடறேன்”

தொண்டாமுத்தூர் செல்லும் சாலையில் ஏறக்குறைய போக்குவரத்து நின்று போயிருந்தது. இருபுறமும் இருந்த குளங்களின் கரைகளில் ஸ்மார்ட் சிட்டி வேலை நடந்து கொண்டிருந்தது. குளத்துக்கு அப்பாலிருந்த மரங்கள் இருளில் மூழ்கியிருந்தன. குளக்கரையில் போடப்பட்டிருந்த கான்கிரீட் நடைபாதையின் இருபுறமும் செழித்து வளர்ந்திருந்த புல் அலங்கார விளக்குகளின் ஒளியில் இன்னும் அடர் பச்சையாகத் தெரிந்தது.

குளங்களுக்கு மேற்கேயிருந்து காற்று வீசியடித்துக் கொண்டிருந்தது. நீர் சிற்றலைகளாக சளப்பென்று கரையின்மீது மோதும் ஓசை அவ்வப்போது கேட்டது. அந்த ஓசையும், தொலைவில் தெரிந்த வீடுகளில் தெரிந்த வெளிச்சமும், வீசியடித்த காற்றும், ஒளியை அடர் பச்சையாக எதிரொளித்த புற்களும் கவிந்திருந்த பேரமைதியை இன்னும் அதிகப்படுத்துவது போலிருந்தது.

அமுதா பேசவேண்டும் என்றுதான் அவனை இங்கே அழைத்து வந்திருந்தாள். ஆனால் இப்போது ரமேஷோடு கை கோர்த்துக் கொண்டு நடக்கும்போது எதையாவது பேசி இந்த இதமான மனநிலையைக் குலைத்துக்கொள்ள வேண்டாம் என்று அவளுக்குத் தோன்றியது. ஏதாவது பேசி அவனுக்கும் பீதியூட்டி விடக் கூடுமோ என்றும் பயந்தாள். தான் மனநிலை பிறழ்ந்தவள் என்று அவன் எண்ணக் கூடுமோ என்ற அச்சம் அவளை விரட்டிக் கொண்டிருந்தது.

“ஈஷா மாதிரி இருக்குல்ல?” ரமேஷே கிசுகிசுப்பான குரலில் தொடங்கினான்.

“ஈஷா மாதிரி... இல்ல அந்த மாதிரி இல்ல. ஈஷான்னா கொண்டாட்டம். கூட்டம். பூஜை, பிரார்த்தனை. இந்த மாதிரி அமைதி இருக்காது”.

“உனக்கு என்ன வேணும்? ஈஷாவா? இந்த அமைதியா? நம்ம வீடா?”

“ஈஷா வேணும்ன்னா மொட்டை அடிச்சு அங்கியே தங்கியிருப்பேனே? ஏன் தங்கல? ஏன் இந்த வீட்டுக்கு திரும்ப வந்தேன்?” அமுதா தனக்குத்தானே கேட்டுக்கொண்டாள். ரமேஷுக்கும் பதில் எதுவும் தோன்றவில்லை. அமுதா சிந்திக்கட்டும் என்று நினைத்தவன் அவள் தோள் மீது கையைப் போட்டு தன்னோடு இறுக்கிக் கொண்டான்.

அவள் அவனைப் பார்த்து முறுவலித்தாள். அம்மாவைக் கட்டிக் கொண்டு இருளை துணிந்து நோக்கும் குழந்தை போல...

“ஈஷா சாமியார் கொஞ்சம் நேரம் கொண்டாட்டம் நடத்தி எல்லாத்தையும் மறக்க வெக்கறார். திரும்பவும் கவலையோ ஸ்டெரெஸ்ஸோ வந்தா எங்கிட்ட வா இல்லாட்டி பூஜை பண்ணுங்கறார். மின்னல் மின்னும்போது ஆஞ்சநேயான்னு சொல்றோமில்லையா... அதுபோல. ஆனா ஐக்கியால மின்னலைத் தடுக்க முடியாது. மின்னலோட வாழச் சொல்லிக் கொடுக்கறார் அவர். அவரால வேறெதுவும் செய்யமுடியாது. எப்படி முடியும்? எங்க அண்ணியை திரும்பக்கொண்டு வந்து இல்லாத அண்ணனோட சேர்க்க முடியுமா? அது எனக்கு இப்பத்தான் புரியுது”.

“ஆனால் அப்போதைக்கு வலியை மறக்க வெக்கிறார் இல்லையா? அது நல்லதுதானே” என்றான் ரமேஷ். அமுதா திரும்பவும் அவனைப் பார்த்துச் சிரித்தாள். “ரமேஷ் நீ ரொம்ப இன்னொசென்ட். இந்த நேரத்துல உன்னை மாதிரி இருக்க நான் என்ன வேணாலும் கொடுக்கத் தயாரா இருக்கேன். ஐ லவ் யூ”

ரமேஷ் அவளை இன்னும் இறுக்கிக்கொண்டு நெற்றியில் முத்தமிட்டான். கன்னத்தைக் கவ்விக்கொள்ள முயன்றவனை மெல்ல விலக்கிவிட்டு “கொஞ்சம் பேசலாம். இன்னைக்கு பேசத் தோணுது” என்றாள்.

“ஜக்கி மட்டும் வலியை மறக்க வெச்சுட்டார்ன்னா நான் அவரை அடியோட வெறுத்துடுவேன்”

“ஓ மை காட் என்ன சொல்ற?”

“திரும்பவும் பயப்படாத. நான் மெண்டல் இல்ல. அதாவது மெண்டல்தான். ஆனா பயப்படற அளவுக்கு இல்ல. எனக்கு வலி பிடிக்குது. வீட்ல நான் கடைசிப் புள்ள. செல்லப் புள்ள. எல்லாத்தையும் கவனிச்சுட்டே இருக்கறது எனக்குப் புடிக்கும். பணத்தோட கவலை தெரியாம இருந்தேன். ஆனா எங்க அப்பத்தாவோட மரணம், அதை அப்பத்தா தேடிக்கொண்ட விதம்… எங்கியோ என்னத்தையோ நொறுக்கிடுச்சு. எல்லா மரணங்களும் சுத்தி இருக்கறவங்களுக்கு குற்ற உணர்ச்சியைக் கொடுக்கும்பாங்க. அமெரிக்கால எல்லாம் ஒரு சாவு நடந்துட்டா நெருங்கிய உறவினர்களுக்கு குற்ற உணர்விலிருந்து வெளிய வர கவுன்சிலிங் கொடுப்பாங்களாம். ஏன் தற்கொலை செய்துக்கற வங்களேகூட உயிரோட இருக்கறவங்களுக்கு குற்ற உணர்வைத் தரத்தான் தற்கொலை செஞ்சுக்கறாங்கன்னு சொல்றாங்க”

“ஜக்கி?” ரமேஷ் சாவிலிருந்து பேச்சை மாற்ற முயன்றான்.

“எங்க அம்மாவும் அப்பாவும் குற்ற உணர்விலிருந்து தப்பிக்க பணத்தையும், புண்ணியத்தையும் தேடி ஓடத் தொடங்கினாங்க. ஆனா அவங்களுக்கு தாங்கள் இதுக்குத்தான் ஓடறோம்ன்னு தெரியல. அது ஒரு கொடுப்பினை. இல்லாட்டி மூச்சுத் திணறிப் போயிருக்கும். நான் ஓடல. அதுக்குள்ள மூழ்கிட்டேன். அப்பத்தா எங்களுக்குக் கொடுக்க நினைச்ச வலியை நான் எடுத்துக்கிட்டேன். அது எனக்குப் புடிச்சது. அப்புறம் அண்ணி. அதுவும் வலிதான். அப்பத்தா குடுத்த வலியை அப்பாவும் அம்மாவும் உணர்ந்திருந்தா அண்ணிய வாழ விட்டிருப்பாங்க. அவங்க தான் ஓடறவங்க இல்லையா? செத்துப்போன அப்பத்தாவுக்காகவும் சேத்து அண்ணிய வதைக்கிறதா நெனைச்சுட்டாங்க. ஆனால் அண்ணன் போனதும் அழுத்தி வெச்ச அத்தனையும் வெளிய வந்துருச்சு. தண்டனை கெடச்சுருச்சுங்கற பயம் வந்திருச்சு. அம்மாவுக்கும் அப்பாவுக்கும் பாவம் பண்ணிட்டோம், நரகம் கிடைக்குங்கற பயம் வேற ஆட்டி வெக்குது. அதானால கோவில் கோவிலா போனாங்க. தர்மம் பண்ணாங்க. ஆனால் இந்தப் பாவத்துக்கு இந்த அளவு புண்ணியம், தர்மம்ன்னு ஒரு

அளவு இருக்கா என்ன? நெறைய பணம் வந்தா, சந்தோஷம் வந்தா பாவத்தை புண்ணியம் ஜெயிச்சுருச்சு. வராட்டி பாவம் ஜெயிச்சுருச்சு. சிம்பிள். ஆனால் பணம் போயிருமோ, வாழ்க்கை போயிருமோங்கற பயம் அடிமனசுல உறைஞ்சு போயிருச்சு அவங்களுக்கு. நான் ஒருபாவமும் பண்ணல. நான் சாமிகிட்ட என்ன கேட்கறது? என்னை மாதிரி ஆளுகளுக்குத்தான் ஜக்கி. வலி தாங்க முடியாமப் போனா போய் நிக்க ஒரு இடம் வேணும் இல்லையா? அதுதான் ஜக்கி"

"அப்ப நீ ஜக்கிய எந்த அளவுக்கு நம்பற?"

'நம்ப முடியாதுன்னு புரிஞ்சுக்கற அளவுக்கு நம்பறேன்' அமுதா வெடித்துச் சிரித்தாள். "நம்பவே முடியாது. நான் பண்ணாத பூஜை இல்லை. பாடாத பாட்டு இல்லை. டான்ஸ்கூட ஆடினேன். ஜக்கி அப்போதைக்கு ஒரு மாத்திரை மாதிரி. அவர் எதை மறக்க வெக்கறாரோ அது திரும்பவும் வந்துரும். திரும்பவும் ஜக்கி. திரும்பவும் மாத்திரை. நாம மறக்க நினைக்கறதையும் மறக்க முடியாது. ஜக்கியையும் மறக்க முடியாது" அமுதா திரும்பவும் சிரித்தாள். ஏறக்குறைய கண்ணீர் வருமளவுக்கு.

"வலிய நான் அனுபவிக்கிறேன். அது எனக்குப் பிடிக்குது. ஆனா எனக்கு மனநோய் வந்திருச்சோன்னு பயம் இருக்கு. அதான் ஜக்கிகிட்ட போறேன். வலிய யாராவது நேசிக்க முடியுமா? முடியும். குற்ற உணர்வு இருந்தா வலி நமக்கு நிம்மதியைக் கொடுக்கும். ஆனால் நினைக்கும் போது வலியில இருந்து வெளிய வந்துடலாம்ங்கற நெனைப்புலதான் வலியை ஏத்துக்கறோம். இது உச்சகட்டத்தை எட்டும்போதுதான் கையை, காலை கிழிச்சுக்கறது எல்லாம் நடக்கும். அது வராம தடுக்கத்தான் ஜக்கி. பாட வெச்சு, ஆட வெச்சு அப்போதைக்கு கொஞ்சம் நிம்மதி குடுத்து அனுப்பிடுவார். சிலபேர் குடில, போதை மாத்திரைல அந்த நிம்மதிய தேடிக்குவாங்க. மத்தபடி என் பிரச்சினை பத்தி ஜக்கிக்கு என்ன தெரியும்?"

"உங்க அண்ணன் இறந்து போயிட்டதாலதான் உங்க அப்பா அம்மாவுக்கு குற்ற உணர்ச்சியா?"

"அது ஒரு காரணம். அவ்வளவுதான். ஆனால் எங்க கிராமத்துல இருந்திருந்தா அண்ணிய கொன்னு பொதச்சுட்டு சாதிய

காப்பாத்திட்டோம்னு கம்பீரமா உலாவிட்டிருந்திருப்பாங்க. இங்க அது முடியல. அதே நேரம் எங்க அப்பத்தா தற்கொலை பண்ணப்ப ஊர்ல இருந்திருந்தா ஊர் ஒரு வழி பண்ணியிருக்கும். இங்க அதைப்பத்தி யாருக்கும் கவல இல்ல. அந்த துணிச்சல்ல தான் அண்ணிய என்னமோ பண்ணிட்டாங்க"

"என்னதான் பண்ணினாங்க?" ரமேஷ் கேட்டான்.

"அது மர்மம் ரமேஷ். அவங்க சொல்லவே மாட்டாங்க. நமக்குத் தெரியப் போறதே இல்ல. அவங்க கிராமத்து நெனப்புல அண்ணிய அந்த மாதிரி பண்ணிட்டாங்க. ஆனா இது கிராமம் இல்ல. இங்க அந்த முறை இல்ல. இந்த சொஸைடி அத ஒத்துக்கல. இங்க கம்பீரமா நடமாட முடியல. எங்கண்ணன் ஏன் பான்பராக் மென்னுட்டே இருந்தான்? அவனுக்கு மண்டைக்குள்ள என்னமோ ஓடிட்டே இருந்துச்சு. என்னமோ வேண்டியிருந்துச்சு. தெனாவட்டா அலட்சியமா இருக்கற மாதிரி காட்டிட்டான். அந்த பந்தா இருந்ததால அவனால குடிகாரனா ஆக முடியல. ஈகோ இடம் கொடுக்கல. பாக்கு அவனுக்கு பொருத்தமா இருந்துச்சு. தாடை அசையறதும் மெல்றதும் அவனை அமைதிப்படுத்தற மாதிரி நெனைச்சுட்டான். வேற பொண்ணுக கிட்ட நெருங்க முடியல. ஒரு ஆளு சாதாரணமா வாயில போடறத விட நாலு அஞ்சு மடங்கு பாக்கு போட்டான். போய்ச் சேர்ந்துட்டான். தொலையட்டும்" அமுதாவின் குரலில் தெரிந்த வன்மத்தைப் பார்த்து ரமேஷ் ஆடிப் போனான்.

"எங்க்கண்ணனை ஒத்தப் பையன்னு கொஞ்சிக் கொஞ்சி அவனால இந்த வலியைத் தாங்கமுடியல. நான் பார்த்த பசங்கள்ளயே எங்கண்ணந்தான் சரியான பேடி. அவனால எங்கம்மா கொடுத்த நெருக்கடிய தாங்கமுடியல. வாய்ப்புக் கெடச்ச ஒடன அண்ணிய கழட்டி விட்டுட்டான். அத எவ்வளவு கொடூரமா பண்ண முடியுமோ அவ்வளவு கொடூரமா பண்ணிட்டான். ஆனால் அதெல்லாம் செய்ய ஏத்தவன் இல்ல அவன். பூஞ்சை. அம்மா மிரட்டலுக்கு பயந்த குழந்தை அவன்".

"அப்புறம்?" ரமேஷ் கவலையுடன் கேட்டான். இது புது அமுதா. வேறு அமுதா. இதுபோல அவள் பேசியதில்லை. தன்னை வெளிப்படுத்திக் கொண்டதில்லை.

“அப்புறம் ஒண்ணும் இல்ல. அப்பா அம்மா இப்படித்தான் இருப்பாங்க. எங்க அண்ணன் செத்தப்பவே அவங்க செத்துட்டாங்க. அந்தக் காலத்துல பொண்ணைத் தூக்கி தீயில போட்டாங்க. பலி கொடுத்தாங்க. விதவிதமா கொன்னாங்க. ஆனா அவங்களும் ஒன்னும் நிம்மதியா வாழல போலத்தானிருக்கு. அப்படி இல்லேன்னா கொல்லப்பட்ட பொண்ணுகள ஏன் சாமியா கும்புடறானுக. ஏன் பொம்பள பிசாசு சிரிக்குது, அழுகுதுன்னு பயந்து நடுங்கறானுக. சித்திரவதை செய்யறவனும் வதைபடுறான்னு ஃபெனான் சொல்றார். ஏதோ கிராமத்துல ஊர் சனத்துக்கு நடுவுல இருந்திருந்தா ஒருவழியா சமாளிச்சு வாழ்ந்திருக்கலாம். இது வேறமாதிரி ஊர். வேறமாதிரி வே ஆஃப் லைஃப். இங்க கொடுமை பண்றவங்ககூட நிக்க ஆள் இல்ல. ஒவ்வொரு பார்வையும் குற்ற உணர்ச்சியைத்தான் கொடுக்கும். சமூகம் ஏன் இவங்களை மன்னிக்கணும்? ஏன் இவங்களுக்கு நிம்மதி தரணும்? அனுபவிக்கட்டும். இவங்களுக்கு விடுதலை கிடையாது”.

“அதெப்படி? ஆனா நீதான் அவங்களுக்கு என்னென்னமோ செய்யறயே?”

“பாவன்னு தான். சகிக்க முடியாமதான். நானும் இந்த உலகத்துல வாழணும் இல்ல”

ரமேஷுக்கு என்ன சொல்வதென்று புரியவில்லை. அவள் சொல்வதும் புரியவில்லை. அமுதா அவனைப் பார்த்து முறுவலித்துக் கொண்டிருந்தாள். அடுத்த நொடி அவள் தன் கழுத்தை நெறித்திருந்தாலும் அவன் ஆச்சரியப்பட்டிருக்கமாட்டான்.

நீண்டநேரம் இருளிலேயே இருந்ததாலோ என்னவோ இரவின் அடர்த்தி குறைந்துவிட்டதுபோலத் தோன்றியது. மேகங்கள் விலகி பிறைநிலாவைச் சுற்றித் தங்க வட்டம் தெரிந்தது. ஏதோ பறவைகள் பறந்து சென்றுகொண்டிருந்தன. அந்தப்பகுதி முழுவதும் மாயத்தோற்றம் கொண்டது. செத்துப்போன ஆத்தா இருளிலிருந்து சிரித்துக்கொண்டு இவர்களை நோக்கி வரக்கூடும் என்று நினைத்த அந்த நேரத்தில் ரமேஷுக்கு உடல் சிலிர்த்தது. அமுதாவுக்கும் அதே போலத் தோன்றுமோ என்ற கவலையில் அவளைப் பார்த்தான். அவள் முகத்திலிருந்த சிரிப்பு மாறவேயில்லை. இவள் ஐக்கியையாவது நம்பினால்

நன்றாக இருக்குமே? அவரையும் நம்பாமல் வேறு என்ன வழி? ஒருவேளை டாக்டரிடம் போக வேண்டியிருக்குமோ?

“ரமேஷ்...!” என்று கிசுகிசுப்பாக அழைத்தாள் அமுதா. “எனக்கு செத்துப்போன அப்பத்தாவும், காணாமப் போன அண்ணியும் வேணுமா வேண்டாமான்னு தெரியல. அதையெல்லாம் மறக்க முடியுமான்னும் தெரியல. ஒண்ணு தெரியுது. டயாபடீசோட, சைனசோட வாழற மாதிரி இந்த வலியோடயையும் நாம் வாழணும். பழகிக்கணும். என்னால அது முடியும். முடியாதப்போ இருக்கவே இருக்கார் ஜக்கி. அவரு இல்லாட்டி வேற யாராவது சாமியார். எங்கப்பன் பணத்தை என்னால விட்டுத் தந்திர முடியுமா? முடியவே முடியாது. எங்கொழந்தைகளுக்கு அதுவும் வேணும். சோ ஜக்கி வேணும். என்னைக் காப்பாத்திக்க எனக்குத் தெரியும். என்னைப் பாத்து பயப்படாத. என்னால சமாளிக்க முடியும்”

—

மறுநாள் அய்யா காலமாகிவிட்டார்.

பதினாறாம் நாளிலிருந்து சண்டைகள் தொடங்கின. தங்கத்தின் கணவன் மெஸ் தனக்கு வேண்டும், நீங்கள் மற்ற சொத்துக்களை எடுத்துக் கொள்ளுங்கள் என்றான். அமுதா முடியவே முடியாது என்று முரட்டுப் பிடிவாதத்துடன் நின்றாள். தங்கத்தின் கணவன் ஒத்துழைக்க மறுக்கவே அமுதா தயங்காமல் கடையில் போய் உட்கார்ந்தாள். யூ டியூப் உணவுச் சேனல்களை அழைத்து விளம்பரம் செய்தாள். கடையின் இண்டீரியரை கவர்ச்சிகரமாக மாற்றியமைத்தாள். புதிய புதிய உணவுவகைகளை சமைக்க ஏற்பாடு செய்தாள். கடையின் ஒரு பகுதியில் குழந்தைகளுக்காக விளையாட்டு சாமான்கள் வாங்கி வைத்தாள். ரமேஷும், தங்கத்தின் கணவனும் வியப்பால் விரிந்த விழிகளுடன் பார்த்து கொண்டிருந்தனர்.

ஆறே மாதத்தில் ஆச்சியும் மரணமடைந்தார். தங்கத்தின் கணவன் இறங்கி வந்தான். மெஸ் தடையில்லாமல் ஓடிக் கொண்டிருந்தது. ஆனால் இவ்வளவு பெரிய வீடு தேவையில்லை என்று காலி செய்துவிட்டார்கள்.

ஒருநாள் ரமேஷையும் அமுதாவையும் பார்த்தோம். புல்லட்டில் குழந்தைகளுடன் போய்க் கொண்டிருந்தார்கள்.

"கார் என்னாச்சு?"

"வத்துட்டண்ணா. டியூ கட்ட முடியல"

"நீங்க கட்டிட்டிருந்த வீடு?" நான் பயத்துடன் கேட்டேன்.

"எப்படியோ வீட்டை முடிச்சுட்டோம். ஆனா கடன் ஓவரா ஆயிருச்சு. வாடகைக்கு விட்டுட்டு கம்மி வாடகைக்கு வேலாண்டி பாளையத்தில இருக்கோம்" ரமேஷ் வருத்தத்துடன் சொன்னான்.

"பூஜையெல்லா எப்படி போகுது அமுதா?" என் மனைவி கேட்டாள்.

"எங்கக்கா நேரமிருக்கு. வேலை தீரவே மாட்டேங்குது. இதுகளை படிக்க வெக்கணும். தினமும் ஏதாவது புராஜெக்ட் இருக்கும். அதையெல்லாம் முடிச்சு தூங்க ராத்திரி பதினொன்னு பன்னெண்டு ஆகுது. அடுத்த நிமிஷம் தூக்கம்தான். பகல் முழுக்க வேலை. மெஸ்ஸுக்கு ஓடிவந்து கணக்கு வழக்கு பாக்கணும். இவரோட பிஸினெஸ் கணக்கு எண்ட்ட்ரி பண்ணணும். தொவைக்கனும்... வீடு கூட்டணும், சமையல்... பூஜைக்கெல்லா எங்கக்கா நேரம் இருக்கு"

"வெரிகுட்" என்றாள் என் மனைவி. "ருத்ராட்சம் எங்கே?"

"இந்தப் பிசாசு புடிச்சு பிச்சுப் போட்டுது" அமுதா மகனைக் காட்டினாள். "அங்கே போய்த்தான் இன்னொன்னு வாங்கணும். போயே வருசமாச்சு... ம்..." அமுதா இழுத்தாள்.

நான், மனைவி, அமுதா, ரமேஷ் நால்வரும் சிரித்தோம்.

அரசும் புரட்சியும்—1

அரசு ஹவுசிங் யூனிட்டில் உள்வாடகைக்குக் குடியிருக்கும் இருபத்தியேழு வயது இளைஞன் அசோக். மாருதி நெக்சா ஷோரூமில் வேலை. அதிகம் பேசாதவன். ஒரே ஒரு நண்பி கிருத்திகா.

திக் ஸ்வெப்ட் பேக் அண்டர் கட் சிகையலங்காரத்தில் காதோர முடியை ஒண்ட வெட்டி தாடியை டிரிம் செய்திருந்தான்.

அன்று காலை எழுந்து கண்ணாடியில் தாடியைப் பார்த்து டிரிம் செய்யவேண்டுமா என்று யோசித்துக்கொண்டே சிகரெட் பற்ற வைக்கும்போது காலிங் பெல் அடித்தது. பளீரென்ற வெள்ளை சட்டையை கருப்பு ரெகுலர் பிட் பேண்ட்டில் இன்ஷர்ட் செய்து, பளபளப்பான கருப்பு ஷூ அணிந்து லேப்டாப் பேக் போல ஒரு தோள்பையை மாட்டியிருந்த ஒரு நாற்பது வயது ஆள் நின்றுகொண்டிருந்தார். முன்வழுக்கை. மீசை தாடி எல்லாவற்றையும் சுத்தமாக மழித்திருந்த முகம் செங்கல் நிறத்திலிருந்தது. ஒல்லியாக உயரமாக இருந்தாலும் வலிமை அவர் கன்ன எலும்புகளிலும், விரிந்த தோட்களிலும், கைகளிலும் தெரிந்தது.

“ஒரு பைவ் மினிட்ஸ் ஜாப் இருக்கு செய்யமுடியுமா?”

‘என்ன?’ அசோக் குழப்பத்துடன் அவரைப் பார்த்தான். ஐந்து நிமிடத்தில் செய்யக்கூடிய வேலை என்னவாக

இருக்கும்? ஆனால் அசோக்குக்கு நண்பி, இணையம், பெட்ரோல், சிகரெட் நான்குக்கும் பணம் தேவைப்பட்டதுதான்.

அவன் இருந்தது சி பிளாக். அவனுக்கு நேர் எதிரே ஜி பிளாக் இருந்தது.

அவர் சுவாதீனமாக உள்ளே வந்து ஜி பிளாக்கில் நடுவில் தெரிந்த ஒரு வீட்டு பால்கனியைக் காட்டினார். "நியூ இந்தியா டெக்ஸ்டைல்ஸ்ல இருந்து வர்றேன்" கருப்பு நிறத்தில் தங்க எழுத்துக்கள் மின்னும் விசிட்டிங் கார்டைக் காட்டினார். சந்தோஷ் குமார், சேல்ஸ் எக்ஸிகூட்டிவ் என்றிருந்தது.

"இதோ எதிரே தெரியும் வீட்டை எங்க கம்பெனி சர்வேக்கு சேம்பிள் ஹவுஸாகத் தேர்ந்தெடுத்திருக்கோம். தினமும் பயன்படுத்தப்படும் துணிகள் குறித்து ஒரு சர்வே செய்து கொண்டிருக்கிறோம். இந்த வீட்டின் பால்கனியில் கட்டப் பட்டுள்ள கொடியில் தினமும் என்னென்ன துணிகள் காய்கின்றன என்று பார்த்து நாங்கள் தரும் எண்ணுக்கு வாட்ஸ்ஸப் செய்ய வேண்டும். மாதம் இரண்டாயிரம் ரூபாய் கூகுள் பே செய்து விடுவோம். சரியாக அனுப்புகிறீர்களா என்று நாங்கள் அடிக்கடி செக் செய்வோம். இந்த வேலையை ஒப்புக் கொள்கிறீர்களா?"

இது ஒரு வேலையே இல்லை. ஆனாலும் அசோக்குக்கு ஏதோ நெருடியது.

"ஏன் அவர்களையே கேட்டு விடலாமே?"

"இது போலப் பல வீடுகளில் சர்வே நடந்துகொண்டு இருக்கிறது. அவர்களிடம் சொன்னால் நம்மை யாரோ பார்க்கிறார்கள் என்ற நினைப்பில் கொஞ்சம் நல்ல துணிகளைப் பயன்படுத்துகிறார்கள். சர்வேயின் நோக்கமே பாழாகப் போகிறது. தவிர பெண்களின் உள்ளாடைகள் இருப்பதால் சங்கடமும் வருகிறது"

"ஓ சரி. புரிகிறது சார். ஏன் எழுதி அனுப்பவேண்டும்? போட்டோ எடுத்து அனுப்பட்டுமா?"

சந்தோஷ் குமார் சிரித்தார். "எங்களுக்கு ஒன்றுமில்லை. ஆனால் நீங்கள் போட்டோ எடுத்து அதை யாராவது பார்த்துவிட்டால் பிரச்சினை உங்களுக்குதான்"

அசோக் பயந்துவிட்டான். "அய்யோ, டைப் அடித்து அனுப்பி விடுகிறேன்"

—

ஆறுமாதங்களாக சர்வே தொடர்ந்து கொண்டிருந்தது. அந்த வீட்டில் ஒரு வயதான தம்பதி, ஒரு முப்பது, முப்பத்திரண்டு வயது மதிக்கத்தக்க பெண், அவள் மகளைப் போன்றிருந்த எட்டு வயது சிறுமி ஆகியோர் மட்டுமே இருந்தனர்.

எதிர் வீட்டில் பெரும்பாலும் தினமும் வாஷிங் மெஷினில் துணி துவைப்பார்கள். மாலை ஏழுமணிவரை துணிகள் காயும். பின்பு அந்த வீட்டிலிருந்த இரண்டு பெண்களும் அவற்றை எடுத்து ஒரு சேரில் போட்டு மடித்துக் கொண்டே சீரியல் பார்ப்பார்கள். அதற்கு முன்னால் அசோக் துணிகளைக் கணக்கெடுத்து சந்தோஷ் கொடுத்த எண்ணுக்கு அனுப்பிவிடுவான். ஒவ்வொரு மாதமும் முதல் தேதி இரண்டாயிரம் ரூபாய் தவறாமல் அசோக்கின் கணக்குக்கு வந்துவிடும். அவன் இப்போதெல்லாம் எதிர் வீட்டு பால்கனியை அலட்சியமாக ஒரு பார்வை பார்த்தே கொடியில் காயும் துணிகளைக் கண்களால் படம் பிடிக்கப் பழகிவிட்டான்.

அந்தப் பெண்ணின் சுடிதார், நைட்டி, உள்ளாடைகள், அந்த அம்மாவின் சேலை, ஜாக்கெட், சிறுமியின் கவுன், பள்ளிச்சீருடை, பெரியவரின் வெள்ளை சட்டை, வேட்டி, அண்டர் வேர் ஆகியவை மட்டும்தான் திரும்பத் திரும்ப காய்ந்துகொண்டிருக்கும். எப்போதாவது முகூர்த்த நாட்களில் பட்டுப்புடவைகள் காயும். கொடியில் எதுவரை துணிகள் இருந்தால் என்னென்ன துணிகள் இருக்கும் என்பதைக்கூட இப்போது அவனால் கணிக்க முடிந்தது. அந்த வீட்டுக்காரர்கள் யாராவது புதுத் துணி வாங்கி இருந்தாலும் உடனே கண்டுபிடித்துவிடுவான்.

வெண்ணிற இரவுகளில் தாஸ்தயேவ்ஸ்கிக்கும் பீட்டர்ஸ்பர்க் வீடுகளுக்கும் இடையே ஒரு உறவு இருக்குமே அதே போன்றதொரு உறவு அசோக்குக்கும் எதிர் வீட்டு ஆடைகளுக்கும் இடையே உருவாகிவிட்டது. சில வேளைகளில் இந்த சர்வே முடிந்துவிட்டால் தனக்கு இழப்புணர்வு ஏற்படுமோ என்று அஞ்சும் அளவுக்கு எதிர்வீட்டு உடைகள் அவனை ஆக்கிரமித்துக்கொண்டன.

—

சுடிதார், கவுன், வேட்டி, ஜீன்ஸ் பேண்ட், டி ஷார்ட்... அசோக் வாட்ஸ்ஸப் அனுப்பிவிட்டு சிகரெட் பற்றவைத்தான். வாட்ச்சைப் பார்த்தான். கிருத்திகாவை அழைக்கக்கூடிய நேரம்தான்.

நேரம் போவதே தெரியாமல் கிருத்திகாவுடன் பேசிக் கொண்டிருந்தபோது டமாலென்று எதிரே சத்தம் கேட்டது. ஒருவன் எதிர்வீட்டு பால்கனி கதவைத் திறந்துகொண்டு ஓடி வந்தான். ஜீன்ஸ் டி ஷார்ட்டில் இருந்த சில முரட்டு உருவங்கள் துரத்தி வந்து அவனைப் பிடித்து இழுத்துச்சென்றன.

கீழே அந்த பிளாக் முழுவதையும் போலீஸ் சுற்றி வளைத்திருந்தது. தெருவிலும் போலீஸ் வாகனங்கள். இரும்புத் தொப்பி போட்ட, மெஷின் கன் ஏந்திய போலீஸ் தலைகள். வேடிக்கை பார்க்க பெருங்கூட்டம் கூடிவிட்டிருந்தது.

அசோக் திகைத்துப் போனான். கிருத்திகா போனில் “ஹலோ ஹலோ டேய் என்னடா ஆச்சு?” என்று கத்திக்கொண்டிருந்தாள்.

யாரோ பேசிக்கொண்டது கேட்டது. “பெரிய தீவிரவாதியாம். புடிச்சுட்டாங்களாம்”

அசோக்குக்கு எங்கேயோ என்னமோ குத்தியது. இந்த வீட்டில் இதுவரை இப்படியொரு ஆளைப் பார்த்ததே இல்லையே? இதற்கும் தனக்கும் ஏதாவது சம்பந்தம் இருக்குமோ? இப்போது தான் என்ன செய்யவேண்டும்? அந்த வாட்ஸப் எண்ணை அழித்து விடுவதா? யாருடைய எண் அது? தான் தீவிரவாதி பக்கமா? போலீஸ் பக்கமா?

—

அசோக் அந்தப் போலீஸ் அதிகாரி முன்னால் உட்கார வைக்கப்பட்டிருந்தான்...

“ரிலாக்ஸ் பண்ணிக்க தம்பி” அதிகாரி பயமுறுத்தும் கணீர் குரலில் சொன்னார். அவரது கன்னங்களில் தோல் கருத்துப் போயிருந்தது. அவரது மயிரடர்ந்த கருத்த கரங்கள் அவரது உடலுக்குச் சம்பந்தமேயில்லாதவை போல மேசையில் அலட்சியமாகக் கிடந்தன.

“இதெல்லாம் என்ன சார்?” அசோகின் குரல் நடுங்கியது.

“நேத்து நீ என்ன வாட்ஸப் அனுப்பினே பாரு?”

“சுடிதார், கவுன், வேட்டி, ஜீன்ஸ் பேண்ட், டி ஷார்ட்...”

“நீ மெஸேஜ் பண்ணுனது எங்களுக்குத்தான். இதுவரை நீ அனுப்பிய செய்திகளில் ஜீன்ஸ் பேண்ட், டி ஷார்ட் இருக்கா?”

கேட்கவே வேண்டியதில்லை. இருக்காது. இல்லை.

“ஜீன்ஸ் டீ ஷார்ட் போட்டவன் வர்றதுக்காகத்தான் காத்திருந்தோம். அவன் புத்திசாலி ஆள். போலீஸ்காரங்களை கண்காணிக்கப் போட்டு வெச்சிருந்தா கண்டுபிடிச்சுடறான். அதான் உன்னை யூஸ் பண்ணிட்டோம். உன் பெயர் ஒருநாளும் வெளியே வராது நீ போகலாம்”

“நான் மறுத்திருந்தா?”

“உன்னைக் காலி பண்ணிட்டு வேற ஆளைக் குடி வெச்சிருப்போம்”

அசோக் கிளம்பிக் கதவுவரை சென்று திரும்பி நின்று கேட்டான்.

“சார் காலி பண்றதுன்னு நீங்க சொன்னது வீட்டைத் தானே?”

—

“அக்யூஸ்டைப் பிடிச்சதுக்கு அரசு கொடுக்கும் பத்து லட்சத்துல இவனுக்கு ஏதாவது கொடுக்கலாமா சார்?”

இளம் அதிகாரி மூத்த அதிகாரியின் முன்னால் வந்து உட்கார்ந்து கேட்டார்.

“இவனுக்கெதுக்கு? அதெல்லாம் யுனிபார்ம் போட்ட நம்ம பசங்களுக்குத்தான்” அதிகாரி வெடுக்கென்று சொன்னார். “தெரிஞ்சு எடுப்பதுதான் ரிஸ்க். சர்வே எடுக்க இரண்டாயிரம் ரூபாய் போதும்”

இளம் அதிகாரி மரியாதையை மறந்து சத்தமாகச் சிரித்து விட்டார். “சார் சர்வே ஐடியா எப்படி வந்தது?”

“எதிரி வருவான்னு சந்தேகப்படற எடத்துல ஒரு ஆள தங்க வெக்கறது வழக்கம்தான். இங்க இருந்தது அவன் பொண்டாட்டியும் புள்ளையும். அப்பாவும் அம்மாவும். வந்துதானே ஆகணும்!”

“அதெப்படி கண்டிப்பா வருவான்னு சொல்றீங்க சார்?”

“அது மனித இயல்பு. வருவான். வராட்டி வேற எங்கியாவது போவான். அதைக் கண்டு பிடிக்கணும். பொண்டாட்டி, புள்ளை, தொழிலாளி, விவசாயி, ஸ்டூடண்ட், கட்சிக்காரன் இப்படி யாரையாவது அவன் பாத்துத்தானே ஆகணும்? அதுக்குத்தானே புரட்சி புரட்சின்னு சுத்திட்டு இருக்கான்?”

“நம்ம காத்திருப்போம்ன்னு தெரியாதா சார்?”

‘தெரியும். ஆனால் இது வார் ஆஃப் நெர்வ்ஸ். யார் முதல்ல பொறுமை இழக்கறதுங்கறதுதான் வெற்றி தோல்வியை நிர்ணயிக்கும். நாம அரசு. நம்மகிட்ட இருக்கறது சிஸ்டம். ஒருத்தர் காத்திருப்பார். அவர் டியூட்டி முடிஞ்சதும் இன்னொருவர் காத்திருப்பார். இது ஒரு வேலை. இப்படி மூணு நாலு எடத்துல பொறி வெச்சு ஒரு போலீஸ் பார்ட்டி காத்திருக்கும். இன்னொரு பார்ட்டி அவன் காலடியைப் புடிச்சிட்டே பின்னாடி தொரத்திட்டிருக்கும். எந்த நேரமும் தான் வேட்டையாடப் படறோம்ங்கற உணர்விலேயே அவன் இருப்பான்”

“இதுக்கு அவங்க என்ன மாற்று வெச்சிருக்காங்க சார்?”

“ஒரு தலைமறைவு இயக்கம் கலையும், கூடும். வளரும், தேயும். அதனால் நம்மை மாதிரி இருநூறு வருசமா வேர் விட்ட சிஸ்டம் அவங்க கிட்ட இருக்காது. தனிப்பட்ட ஆட்களோட திறமை, அறிவு இதை வெச்சுத்தான் சர்வைவ் ஆகறாங்க. சிஸ்டத்துக்கு பதிலா கொள்கை கோட்பாடு மாதிரி விஷயங்களை வெச்சுக்கறாங்க. கொள்கைதான் மெய்ன். ஒரு தலைவன் போனா இன்னொருவன், என்கிற முறைக்கு வர முயற்சி செய்யறாங்க. ஆனால் தலைமையை அவ்வளவு ஈஸியா மாத்திட முடியாது.”

“என்னைக்காவது ஒருநாள் மக்கள் முழுவதும் நம்பிக்கையிழந்து அரசியல், லட்சியம், புரட்சி எல்லாம் முன்னுக்கு வந்தால்...”

“அதென்ன என்னிக்காவது ஒருநாள்? இப்ப மட்டும் என்ன ஜனங்க நம்மள நம்பிட்டா இருக்காங்க! புரட்சி அரசியல் அதிகமானா நாம அவனுகளை விட அதிகமா புரட்சி பேசி யார் ஒரிஜினல் புரட்சின்னே தெரியாம கொழப்பிடுவோம் இல்ல” அதிகாரி அலட்சியமாகக் கூறினார்.

முற்றிலும் இந்திய அரசுக்குச் சொந்தமானது—1

"சார் என் பெயர் வினோத் குமார்" என்றான் வினோத் குமார்.

"ஓகே" என்றார் வக்கீல்.

"ஆனா என் மகளின் பர்த் சர்டிஃபிகேட்ல கணேஷ் குமார்னு தப்பா பதிவு செஞ்சுட்டாங்க"

"அதெப்படிப்பா முடியும்?"

"வைஃப் டெலிவரி ஆயிருந்த நேரம் நான் அங்கயிங்க அலைஞ்சிட்டிருந்தப்ப சொந்தக்காரங்க தப்பா ஆஸ்பத்திரில கொடுத்திருக்காங்க. இல்லாட்டி ஆஸ்பத்திரி ஸ்டாப் தப்பா ரெக்கார்டு பண்ணி இருக்கணும்"

"ஓகே இப்ப என்ன பிரச்சினை?" பிரச்சினை வக்கீலுக்கு தெரிந்துவிட்டது. பிரச்சினையின் தீவிரம் தெரிந்தால் பீஸ் முடிவு செய்துவிடலாம்.

"மகளைப் பள்ளிக் கூடத்தில் சேர்க்க போனா அப்பா பெயர் வேறாக இருக்குது. மனைவி டென்ஷன் ஆகிறாள் சார். மகளுக்கு ஆதார் கார்டு எடுக்க பிரச்சினை ஆகும். சொத்து பிரச்சினை வரும்"

"ஓ பயங்கரம். பிறப்பு இறப்பு ஆபீஸ் போய் அவங்களையே மாத்தி கொடுக்கச் சொல்லலாம் இல்லையா?"

“அதுக்கு வாய்ப்பு இல்லைன்னு சொல்றாங்க சார். ஆஸ்பத்திரி போய் பார்க்கச் சொல்றாங்க சார். அங்க போனா எல்லாமே மாறிப் போயிருக்கு. பழைய டாக்டர், நர்ஸ், மேனேஜர், கிளார்க் யாருமே இப்ப இல்லை. ஒரே ஒரு பில்புக் மட்டும் தான் இருக்கு. ஒரு வருஷமா போகாத இடம் இல்லை சார். ஏறாத ஆபீஸ் இல்லை சார். ரெண்டு மூணு அதிகாரிகள், அமைச்சர் எல்லாத்தையும் பாத்துட்டேன். எல்லாரும் கை விரிச்சுடாங்க. படு பயங்கரமான புரொசிஜர் இருக்குன்னு சொல்றாங்க சார். நெஞ்சு வலிக்குது சார். என்னால தூங்க முடியல சார். சாப்பிட முடியல சார். நாள் முழுக்க பதட்டமாவே இருக்கு”

“என்னது அமைச்சர் சொல்லியுமா நடக்கல?”

“ஆமா சார். இதை கேட்டதும் அமைச்சர் கொதிச்சுப் போயிட்டார். இதுவொரு பிரச்சினை. இதைப் போய் இந்த இழு இழுக்கறீங்கன்னு சத்தம் போட்டார்”

“அப்புறம்?”

“நல்லா ஸ்மார்ட்டா, ஸ்டைலா ஒரு அதிகாரி வந்தார். என்னென்னமோ ரூல்ஸ், ஜி.ஓ எல்லாம் காட்டி சிரிச்சு சிரிச்சு பேசி விளக்கினார் சார். அதைக் கேட்டதும் என் மகள் பர்த் சர்டிபிகேட்ல என் பெயரை மாத்தினா ஆட்சியே கலஞ்சுடும்ங்கற அளவுக்கு அமைச்சர் பயந்துட்டார் சார்.”

வினோத் குமார் கண்ணீர் விட்டு அரற்றினான். ‘நான் என்ன தப்பு சார் செய்தேன்! எனக்கு எதற்கு இந்த தண்டனை சார்!’

வக்கீல் சிந்தனையில் ஆழ்ந்தார். அலுவலகத்தில் மேலும் கீழும் நடைபோடத் தொடங்கினார். ரொம்பவும் சிக்கலான விஷயங்கள் வரும்போது இப்படி நடப்பது அவரது வழக்கம். அவர் முகத்திலும் துயரம் ஒரு படலம் போல ஒட்டிக் கொண்டிருந்தது. கட்சிக்காரர்களின் துயரங்களை தன்னுடையவையாக ஏற்றுக் கொள்ளப் பழகியவர் அவர்.

திடீரென்று வக்கீலின் கண்கள் சுடர்விட்டன. டக்கென்று நாற்காலியில் உட்கார்ந்து வினோத் குமாரை உற்றுப் பார்த்தார்.

“பேரை மாத்திடலாம்”

“பர்த் சர்டிஃபிகேட்ல என் பெயர் தப்பா இருக்கறத மாத்திடலாமா சார்” வினோத் குமார் விரிவாக விளக்கமாக கேட்டான்.

“இல்ல உங்க பெயரை மாத்துடலாம்”

“அய்யோ என்ன சொல்றீங்க சார்?”

“உங்க பேர் என்ன?”

“வினோத் குமார்”

“என்னன்னு பதிவாயிருக்கு?”

“கணேஷ் குமார்”

“கணேஷ் குமார் ஆகிய நான் என் பெயரை வினோத்குமார் என்று மாற்றிக்கொள்கிறேன் என்று கெஜட்ல மாத்திக் கொடுக்கிறேன். ஸ்கூல்ல கேட்டா என் பெயர் இப்ப வினோத்குமார்ன்னு சொல்லுங்கள். கெஜெட்டைக் காட்டுங்க. அதோட கணேஷ் குமாரை மறந்துடுங்க. வினோத்குமார் வினோத்குமார் ஆகவே மாறிட்டார். மேட்டர் முடிஞ்சது”

“ஓ மை காட். ஓ மை காட்” வினோத் குமாருக்கு தலை சுற்றியது. அந்த கணத்தில் மனதில் இருந்த பாரம் விலகி உடலும் மனமும் காற்றில் பறந்தன.

வக்கீல் புன்முறுவல் பூத்தபடி புத்தக அலமாரியில் இருந்த இந்திய அரசியல் சட்டத்தின் மேல் கண்ணோடினார்.

(தலைப்பு ரவிச்சந்திரன் என்ற எழுத்தாளர் தனது சிறுகதை ஒன்றுக்கு வைத்தது. காப்பிரைட் அவருக்கு).

முற்றிலும் இந்திய அரசுக்குச் சொந்தமானது—2

"சார், இங்க ஒரு ஓடை இருந்துச்சே. எங்க அதை இப்ப காணோம்?" புதிய லே அவுட்டில் மைதானம் போல கிடந்த சைட்டுகளின் நடுவே நின்று வாங்க வந்தவர் கேட்டார்.

"ஆமாம் சார் இருந்துச்சு. பட்டா பள்ளம் சார். தனியார் நிலத்தில் இருந்தது."

"இப்ப அது என்ன ஆச்சு சார்?"

"இதோ பாருங்க இந்த நாலைஞ்சு புது லேயவுட் போட்டிருக்கோம்ல இந்த சைட்டுகளுக்கு மேக்கால பள்ளம் இருந்துச்சு. கெழக்கால இருந்த நெலத்துல எல்லாம் காலேஜ், ஃபேக்டரி எல்லாம் வந்துருச்சு. கிழக்க அந்த எடங்க வழியா போய்த்தான் நாங்க மெய்ன் ரோட்டுக்குப் போயிட்டிருந்தோம். இந்த காலேஜ், ஃபேக்டரிகாரங்க அந்த வழியை அடைச்சுட்டாங்க. நாங்க அவசர ஆத்தரத்துக்கு பள்ளத்துல எறங்கி போயிருவோம். லாரி டிராக்டர் வேன் எங்க எடத்துக்கு வரணும்னா பாடாத பாடுபட்டுத்தான் வரணும்ங்கற நெலம வந்துருச்சு"

"அய்யோ அப்புறம் என்ன செஞ்சீங்க?"

"ரிகொஸ்ட் பண்ணினோம், பஞ்சாயத்து பண்ணிப் பாத்தோம். போலீசுக்குப் போனோம், அவங்க பெரிய ஆளுக ஒண்ணும் பண்ண முடியல, பள்ளத்து வழியா

தானே இவ்வளவு நாள் போறீங்க. அப்படியே போய்க்கன்னு சொல்லிட்டாங்க.''

''சரி...?''

''எப்படியோ கஷ்டப்பட்டு ஓட்டினோம், விவசாயமே பண்ண முடியாம போயிருச்சு. சைட் போடறதைத் தவிர வேற வழியில்ல. மாட்டு வண்டி, சைக்கிள், டிவிஎஸ் வெச்சு இருந்தப் பள்ளம் வழியா போனோம். இப்ப சைட் போடணும்னா லாரி வரணும். சைட் வாங்க வர்றவங்களுக்கு கார் வரணும். பள்ளத்து வழியா வர முடியுமா?''

''அதனால...?''

''பள்ளத்து மேல ஒரு பாலம் கட்டித் தாங்க. நாங்க பள்ளத்துக்கு அந்தப் பக்கம் இருக்கற ரோட்ல சுத்தியாச்சும் போய்க்கறோம்னு கவர்மெண்ட்ல கேட்டுப் பாத்தோம். கண்டுக்கவே இல்லை. மண்ணப்போட்டு பள்ளத்தை மூடினா அதுக்கு வேற தொல்லை வருமே. தண்ணி வராட்டியும் நாம அன்னிக்கு நீந்தி வெளையாண்ட பள்ளம் ஆச்சே அதை மூட மனசும் வரல. நம்ம எடத்துல தானே இருக்கு. நாமே ஒரு பாலம் கட்டலாம்ன்னு முடிவு பண்ணினோம். நாற்பது லட்சம் எஸ்டிமேட் ஆச்சு''

''நாற்பது லட்சம்! ஓ மை காட்''

''எப்படியோ கடனை ஓடனை வாங்கி கட்டிடலாம்ன்னு முடிவு பண்ணி தொடங்கற நேரத்துல விஏஓ வந்து பர்மிஷன் வாங்கணும். பள்ளம் உங்களுக்கு சொந்தமான பட்டா நிலத்துல இருந்தாலும் கவர்மெண்ட் அனுமதி இல்லாம பாலம் கட்டக் கூடாதுன்னு சொல்லிட்டார்''

''அதனால் பள்ளத்தை மண்ணை போட்டு மூடி விட்டீர்களா? யாரும் தடுக்கலையா?''

''மண்ணை போட்டு மூடினா தடுப்பான். அதனால் பள்ளத்தை மறிச்சு ஓடக்கல்லை குவிச்சு வெச்சுசுட்டோம்.''

''----''

''நாலு மழை வந்ததும் மலைல இருந்து மண்ணை அடிச்சுட்டு வர்ற தண்ணி அணை கட்ன மாதிரி நின்னுச்சு. தண்ணி

வத்தினதும் அது அடிச்சுட்டு வந்த மண் ஓடைல நெறஞ்சு மேடுதட்டிப் போச்சு. கொஞ்ச கொஞ்சமா ஓடை முழுக்க மூடிச் போச்சு. கொஞ்ச நஞ்சம் மீதி இருந்த இடத்தை வேஸ்ட் மண்ணைப் போட்டு மூடிட்டோம்"

"சார் இப்ப இது சைட் ஆயிருச்சு. நான் இதை வாங்கினா நாளைக்கு ஏதாவது பிரச்சினை வந்துட்டா என்ன பண்றது?"

"வராது சார். பள்ளம் பூரா ரிசர்வ் சைட். அதாவது கோவில், பார்க், ரோடு இப்படி விட்டிருக்கோம். முடிஞ்சா கவர்மெண்ட் எடுத்துக்கட்டும்"

"கவர்ன்மெண்டு இனிமேல் வந்து பள்ள இடத்தை எடுத்தா என்ன செய்வீங்க?"

"எடுத்துட்டு போறான். நாங்க அதானே சொன்னோம். கவர்மெண்டு எடுத்து ரோடு பாலம் போடுங்கடா. இல்லாட்டி நாங்க போட்டுக்கறோம்னு சொன்னோம். கேக்கல. நாங்க பள்ளத்தை வெச்சு சோறு பொங்கித் திங்கவா முடியும்? இல்ல விவசாயம் பண்ணித்தான் பொழைக்க முடியுமா?"

சைட் உரிமையாளர் வேப்ப மரத்தடியில் அமர்ந்து பீடி பற்ற வைத்தார்.

முற்றிலும் இந்திய அரசுக்கு சொந்தமான மலைகளில் இருந்து காற்று வீசி அடித்துக் கொண்டிருந்தது.

✿ ✿ ✿

முற்றிலும் இந்திய அரசுக்குச் சொந்தமானது—3

பனையூரில் உள்ள முன்னாள் ஆளும் கட்சியின் மிக முக்கியமான பிரமுகர் வீட்டில் ரெய்டு நடந்து கொண்டிருந்தது.

அவரது மாளிகை போன்ற வீட்டின் பெரும் கதவுகளுக்கு வெளியே நிமிடத்துக்கு நிமிடம் கட்சிக்காரர்கள் குவிந்து கொண்டிருந்தனர். பிரமுகர் சமுதாயத்தையே கட்சியாகவும், கட்சிக்காரர்களையே பிசினஸ் கூட்டாளிகள் ஆகவும் மாற்றி அந்தப்பகுதி முழுவதிலும் வலிமையான உறவுகளை உருவாக்கியிருந்தார்.

அடுத்தது தங்கள் மீது விசாரணை வரலாம் என்று பயந்தவர்கள், உள்ளாட்சி தேர்தலில் வாய்ப்பு வேண்டுபவர்கள் என்று பலவகையானவர்கள் கூட்டத்திலிருந்தனர்.

இருபதாவது வார்டு செயலாளர் கூட்டத்தில் நசுங்கிக் கொண்டிருந்தார். பத்தாண்டுகளாக வெயிலையே மறந்து போயிருந்த அவரது சிவந்து பெருத்த உடல் அனலிலிட்ட பஞ்சு போலப் பொசுங்கிக் கொண்டிருந்தது... வெக்கையில் பிரஷர் ஏறி வியர்வை ஆறாகப் பெருகி வழிந்தது. வரும் மாநகராட்சித் தேர்தலில் கவுன்சிலர் ஆகத் தேர்ந்தெடுக்கப்பட்டால், கட்சி நகரை வென்றால் மண்டல செயலாளர் அல்லது துணை மேயர் ஆகிவிடுவார். அதற்கு பிரமுகர் ஆதரவு நிச்சயம் தேவை என்பதால் வெயிலையும் பொருட்

படுத்தாமல், தன் உடல்நிலையையும் அலட்சியப்படுத்தி இங்கே வந்திருந்தார். ஆனால் இந்த நெரிசலில், வெக்கையில் பிரஷர் ஏறி தனக்கு அட்டாக் வந்துவிடுமோ என்ற பயம் அவரை வதைத்துக் கொண்டிருந்தது. தான் இங்கே இருப்பது பங்களாவுக்கு உள்ளே லஞ்ச ஒழிப்புத் துறையின் பிடியில் அசோகவனத்துச் சீதை போலிருக்கும் தலைவனுக்கு தெரியுமா என்ற கவலை வேறு அவரை அணுவணுவாகச் சித்திரவதை செய்தது...

குழப்பம், கோபம், அசதி, வியர்வைக் கசகசப்பு, கவலை, இரக்கமற்ற சூரியன், கொதித்துக் கொண்டிருந்த தரை எல்லாம் சேர்ந்து மண்டைக்குள் அலையடித்ததில் ஒரு விவரிக்கமுடியாத கணத்தில் செயலாலர் அந்த முடிவெடுத்தார். கோத்தகிரி காட்டெருமை போல கூட்டத்தை பிளந்து சென்று இரும்புத் தடுப்பை தூக்கி சாலையில் வீசினார்.

கூட்டம் கொந்தளித்து செயலாளரைப் பின்பற்றியது. கல்மழை பொழிந்தது. கண்ணில் கண்ட பொருட்கள் எல்லாம் பறந்தன. மறியல் தொடங்கியது. சாலையில் வந்த பஸ்கள் லாரிகளின் கண்ணாடிகள் சிலீர் சிலீரென்று உடைந்தன. ஒரு கும்பல் தெருவில் சென்ற ஆளும் கட்சிக்காரர்களைப் பிடித்து நையப்புடைத்தது. பாதுகாப்புப் பணியிலிருந்த காவல்துறை அதிகாரி தடியடி நடத்தக் கூடாது என்று காவலர்களுக்குக் கண்டிப்பான உத்தரவு பிறப்பித்தார். ரிசர்வ் போலீஸார் கேடயங்களை வைத்து மென்மையாகக் கூட்டத்தை கலைத்தார்கள்.

—

காவல் அதிகாரி இப்போது ரெய்டு நடந்து கொண்டிருக்கும் வீட்டின் உரிமையாளரான முன்னாள் ஆளும் கட்சிப் பிரமுகரின் உற்ற தோழர். பிரமுகருக்காக எத்தனையோ பேரைப் பொய் வழக்குப் போட்டு சிறையில் அடைத்தவர்.

நெடுஞ்சாலையில் ரணகளம் நடந்து கொண்டிருந்தபோதும், பொது சொத்துக்களும், பொதுமக்களும் தாக்கப்பட்டபோதும் போலீஸ் பிடிவாதமாக தடியடி நடத்த மறுத்த விவகாரம், சமூக வலைதள அறிவுஜீவிகள், முற்போக்காளர்கள் நடுவே கடுமையான கோபத்தை ஏற்படுத்தியது. இன்னும் பழைய ஆட்சிதான் நடக்கிறதா என்று ஆளும் கட்சியினரும் பொங்கினர்.

ஊழல் வாதியின் ஆதரவாளர்களுக்கு போலீஸ் ஆதரவு அளிக்கிறதா? என்ற ஹேஷ்டாக் வைரலானது.

அரசின் மொத்த நோக்கமும் இந்த அதிகாரியால் வீணாகிவிடும்.

இந்த அதிகாரி எப்படியாவது பிரமுகருக்கு உதவப் போகிறார். போலீஸ் இன்னும் பிரமுகரின் கட்டுப்பாட்டில் உள்ளது என்று கட்டுரைகள் எழுதப்பட்டன.

பிரமுகரின் உத்தரவின் பேரில் காவல் அதிகாரி நடத்திய தாக்குதல்கள், கைதுகள், மிரட்டல்கள் பற்றிய பட்டியல்கள் வாட்ஸாப்பில் பறந்தன. பிரமுகர் செய்த அத்தனை வில்லங்கங் களிலும் அதிகாரிக்கு பங்கு இருந்தது. இப்படிப்பட்ட அதிகாரியா ரெய்டுக்கு பாதுகாப்பு? என்பது போன்ற கேள்விகள் யூ டியூப் சேனல்களால் இடையறாது எழுப்பப்பட்டன. கடுங்கோபம் நாடு முழுவதும் விரிந்து பரவியது.

—

காவல் அதிகாரி தனது அலுவலகத்தில் நடுநாயகமாக உட் கார்ந்திருந்தார். ஒரு பட்டியலை உளவுத்துறை அதிகாரி ஒருவர் அவரிடம் கொடுத்தார். "இதில் முன்னூறு பேர் இருக்குங்கையா" என்று பவ்யமாகக் கூறினார்.

"எல்லோர் மீதும் பொதுச் சொத்தை சேதப் படுத்தியதாக 7 (1) (a) போடுங்க. ஒரு மாசத்துக்கு ஒரு பயல் வெளிய வரக்கூடாது." அதிகாரி அதை மேலோட்டமாகப் பார்வையிட்டுவிட்டு தனது அடுத்த நிலையிலிருந்த பனையூர் காவல் ஆய்வாளருக்கு உத்தரவிட்டார்.

"எல்லாம் மேலாங்களாங்கைய்யா? இவனுக பலபேர் அந்த எடத்துலயே இல்லையே?" உளவுத்துறை அதிகாரி தயக்கத்துடன் கேள்வி எழுப்பினார்.

"அதனால என்ன? எல்லார் மேலையும் கேஸ் போட்டு உள்ள போடுவோம். கோர்ட்ல நிரூபிச்சு வெளிய வரட்டும். எவன் இருந்தான், எவன் தூண்டிவிட்டான்னு நமக்கு எப்படித் தெரியும், எல்லோரையும் புடிப்போம். சட்டம் தன் கடமையைச் செய்யும்"

—

“ஓ மை காட் இந்த முன்னூறு பேரும் உள்ளூர் தலைவர்கள். இவர்கள் கைது செய்யப்பட்டால் வரவிருக்கும் மாநகராட்சித் தேர்தலில் அந்தக் கட்சி பனால். கலவரம் பண்ணவிட்டு லிஸ்ட் எடுத்து இருக்கிறார்கள்.” செய்தி கேள்விப்பட்ட ஒரு செய்தியாளர் இன்னொருவரிடம் சொன்னார்.

“நம்ம அதிகாரி பிரமுகருக்கு வேண்டியவர்னு சொன்னாங்களே!” இளம் செய்தியாளர் நம்பமுடியாத வியப்புடன் கேட்டார்.

“அதிகாரி பிரமுகருக்கு வேண்டியவர் அல்ல. அரசுக்கு வேண்டியவர். அரசு யாரை கடிக்கச் சொன்னாலும் கடிப்பார். உதைக்கச் சொன்னாலும் உதைப்பார். அதில் ஏதாவது லாபம் வந்தால் எடுத்துக்குவார். மத்தபடி பக்கா புரொஃபஷனல்”

“இது புது அரசுக்கு தெரியுமா?”

“தெரியாமலா இவரை இந்த வேலைக்கு அனுப்பி இருக்காங்க!. யார் ஆட்சிக்கு வந்தாலும் அவங்களுக்கு விசுவாசமாக இருக்கற புரொஃபஷனல் ஆட்களை ஆட்சியில் இருப்பவர்களுக்கு ரொம்ப புடிக்கும்.”

இப்ப இவங்க பேரு புரொஃபஷனல். ஆனால் முன்னாடி... அதிகாரத்தில் இருப்பவர்கள் அல்லது தங்கள் சேவைக்கு ஏற்ற ஊதியம் வழங்குபவர்கள் யாராக இருந்தாலும் அவர்களுக்குப் பணிபுரிந்த வீரர்கள் ஒருகாலத்தில் இருந்ததை வரலாற்று மாணவரான இளம் செய்தியாளர் நினைவு கூர்ந்தார். அப்போது அவர்களுக்குப் பெயர்...

“சார்?” எதையோ யோசித்துக் கொண்டிருந்த இளம் பத்திரிகையாளர் சட்டென்று நினைவு வந்து கேட்டார், “அப்ப முன்னாள் ஆளும் கட்சி பிரமுகருடன் சேர்ந்து தொழில் செய்தது, சொத்துக்கள் வாங்கியது... எல்லாம்?”

“அதுவும் பார்ட் ஆஃப் த ஜாப் தான்” சொல்லிவிட்டு வாய்விட்டுச் சிரித்தார் மூத்த இதழாளர்.

அரசும் புரட்சியும்—2

"யுவர் எக்ஸெலன்ஸி, யானைப் பள்ளத்தாக்கில் மாவோயிஸ்ட் பிரச்சினையை கட்டுப்படுத்துவதற்கான வழிமுறைகளை ஆய்வுசெய்ய அமைக்கப்பட்ட கமிட்டியின் பரிந்துரைகள் வந்துவிட்டன" இந்தியில் நனைந்த ஆங்கிலத்தில் கூறினார் துறையின் செயலரான மூத்த ஐ ஏ எஸ் அதிகாரி.

புதிதாகப் பொறுப்பேற்றுள்ள மாநிலஅரசின் வனத்துறை அமைச்சர் இன்னும் கட்சிக்காரர்களின் தலைவரே, அய்யா, அண்ணாவுக்கும் அதிகாரிகளின் யுவர் எக்ஸெலென்சிக்கும் இடையே தடுமாறிக் கொண்டிருந்தார். அமைச்சர் பாரம்பரியமிக்க தொழிலதிபர் குடும்பத்தைச் சேர்ந்தவர். வழக்குரைஞராகப் பணி செய்தவர். தன்னிடம் வரும் கோப்புகளுக்கு வாய்மொழி விளக்கம் கேட்பது, பின்பு கோப்பின் சுருக்கத்தை ஓரிரிரு பக்கங்களில் நோட்ஸாக வாங்கித் தெரிந்துகொள்வது, பின்பு முழுமையாகப் படிப்பது என்ற முறையைக் கடைப்பிடிக்கத் தொடங்கியிருந்தார். அமைச்சர் ஸ்டான்ஃபோர்ட் கிராஜுவேட் ஸ்கூல் ஆஃப் பிஸினெஸில் படித்தவர். அவரது ஆங்கிலம் துல்லியமானது. உச்சரிப்பு அழகும் நளினமும் கொண்டது. தலைமைச் செயலரின் ஆங்கிலத்தைக் கேட்டு மெல்லிய புன்முறுவலுடன் கோப்பை வாங்கினார் அமைச்சர்.

மாவோயிஸ்டுகளைக் கட்டுப்படுத்த அவசியமான வழிமுறைகளை ஆய்வுசெய்ய அமைக்கப்பட்ட கமிட்டி உறுப்பினர்களின் பெயர்களை மேலோட்டமாகப் பார்த்தவர் குழப்பமடைந்தார். இது முந்தைய அரசு அமைத்திருந்த கமிட்டி. அதில் மூன்றாவதாக பாரத் டைனமிக்ஸ் லிமிட்டெட் கம்பெனியின் முன்னாள் டைரக்டர் கே ஆர் பாண்டேவின் பெயர் இருந்தது.

“இது ராணுவத்துக்கு ஆயுதங்கள் தயாரிக்கும் தொழிற்சாலை இல்லையா? இவருக்கு இதில் என்ன வேலை?” அமைச்சர் கேட்டார்.

“ஆயுதத் தொழிற்சாலைதானே ஆயுதங்கள் சப்ளை செய்ய வேண்டும்! அவர்கள் வேண்டுமல்லவா”

“ஆயுதங்கள்!” அமைச்சர் அதிர்ச்சியடைந்தது தெரிந்தது. யானைப் பள்ளத்தாக்கு ஐம்பது கிலோமீட்டர் அகலமும், எழுபது எண்பது கிலோமீட்டர் நீளமும் கொண்ட காட்டுப் பகுதி. நாற்பது ஐம்பது பழங்குடி மக்கள் கிராமங்களும், இரண்டு குட்டி நகரங்களும் மட்டுமே அங்கே இருந்தன. பரிந்துரை என்றதும் அமைச்சர் ஏதோ வேலை கொடுக்கவேண்டும்... கடன் கொடுக்க வேண்டும், ரேஷன்கடை திறக்கவேண்டும் என்பது போல நினைத்திருந்தார்.

“யுவர் எக்ஸெலென்சி, இது மாவோயிஸ்ட் பிரச்சினை. ஆயுதங்கள், படைகள் இல்லாமல் தீர்க்க முடியாது”

“அப்படியென்ன பிரச்சினை? ஒன்றையும் காணோமே?”

“மாவோயிஸ்ட் ஸ்குவாட் நான்கு கிராமங்களுக்கு வந்து சிலரைச் சந்தித்து உள்ளது. தாலுக்கா ஆபிஸில் அவர்கள் துண்டு பிரசுரங்களை ஒட்டி இருக்கிறார்கள். ஒரு வனத்துறை ஜீப் தீ வைத்து கொளுத்தப்பட்டுள்ளது”

“வெய்ட். வனத்துறை ஜீப்பை தீவைத்து கொளுத்தியவர்கள் கிரேனைட் குவாரிக்காரர்கள் என்று நமது மாநில உளவுத்துறை ரிபோர்ட் பார்த்தேனே, இதற்கும் மாவோயிஸ்ட்டுக்கும் என்ன சம்பந்தம்?” அமைச்சர் இன்னும் குழப்பம் தீராமல் கேட்டார்.

“மறுத்துப் பேசுவதற்கு வருந்துகிறேன் யுவர் எக்ஸெலென்ஸி. அது உளவுத்துறை ரிபோர்ட். கியூ பிரிவு தீ வைத்தது

மாவோயிஸ்டுகள்தான் என்று கருதுகிறது. விரைவில் கியூ ரிபோர்ட் வந்துவிடும். மத்திய அரசும், மாவோயிஸ்டுகளை ஒழிப்பதற்காக அமைக்கப்பட்டுள்ள ஜாயிண்ட் கமிஷனும் இங்கே மாவோயிஸ்ட் பிரச்சினை தலை தூக்குவதற்கான அடிப்படைக் காரணங்கள் உள்ளன என்று கருதுகின்றனர். நாம் உடனடி நடவடிக்கை எடுக்கவேண்டும் என்று எதிர்பார்க்கின்றனர். இது சீரியஸ் யுவர் எக்ஸெலென்ஸி"

செயலர் பிரம்மாஸ்திரத்தை வீசியதும் அமைச்சர் வாயடைத்துப் போனார்.

"சரி என்ன பரிந்துரைகள்?"

"யானைப் பள்ளத்தாக்கைச் சுற்றியுள்ள பகுதிகளில் உள்ள ஏழு காவல்நிலையங்கள் மேம்படுத்தப்பட வேண்டும். கமாண்டோக்களைத் தங்க வைப்பதற்கான வசதிகள் செய்யப்பட வேண்டும். மலை மேல் உள்ள காவல் நிலையம் விரிவாக்கம் செய்யப்பட்டு அதற்கு மூன்று போலீஸ் அவுட் போஸ்ட்கள் அமைக்கப்படவேண்டும். கீழே இருநூறு ஏக்கரில் கமாண்டோ டிரைனிங் சென்ட்டர் அமைக்கப்பட வேண்டும். அதுவரை போலீசில் இருந்து வருடத்துக்கு ஐநூறு பேர் சட்டிஸ்கரில் உள்ள கமாண்டோ டிரெய்னிங் சென்டருக்கு பயிற்சிக்கு அனுப்பப்படவேண்டும்"

"ம்" அமைச்சரின் முகத்தில் குழப்பம் மறைந்து திகைப்பு தெரியத் தொடங்கியது.

"ஃபோலியேஜ் பெனட்ரேட்டிங் எக்ஸ்ரே கேமரா அதாவது மரங்கள், இலைகளை ஊடுருவி படம் எடுக்கும் கேமராக்கள், அவற்றை பொருத்த ஆளில்லாத விமானங்கள் ஆகியவற்றை யு எஸ்ஸில் இருந்தும் துருக்கியில் இருந்தும் வாங்க பரிந்துரை செய்யப்பட்டுள்ளது. M24 ரெமிங்டன் ஸ்னைபர் ரைபிள் ஐம்பது தேவைப்படும் என்று கமிட்டி பரிந்துரை செய்துள்ளது. காட்டில் சண்டையிட ஏ கே 47 போதுமானதாக இல்லை. அமெரிக்க எம் 16 ரைபிள் நீண்ட தூர கில்லிங் பவர் கொண்டது. படைகளுக்கு அதைக் கொடுப்பது சிறப்பானதாக இருக்கும் என்று கமிட்டி கூறுகிறது. உள்நாட்டு தயாரிப்பான திருச்சி அஸால்ட் ரைபிள் அடிப்படை ஆயுதமாகப் பயன்படுத்தப்படுவது ஏற்றதாக இருக்கும்."

அமைச்சர் பதிலேதும் சொல்லவில்லை. அவரது சிந்தனையின் எல்லையைக் கடந்து நிகழ்வு போய்க் கொண்டிருந்தது.

“அவுட் போஸ்டுகள் உட்பட எல்லாக் காவல் நிலையங்களும் 50 காலிபர் தாம்ஸன் கனரக மெஷின்கன்களால் பாதுகாக்கப்பட வேண்டும். குண்டு துளைக்காத வாகனங்கள், கண்ணி வெடியின் பாதிப்பைத் தாங்கக்கூடிய வாகனங்கள்... சிறப்பு அதிரடிப் படையினருக்கு வழங்கப்படவேண்டும். தவிர விரிவாக்கப்பட்ட போலீஸ் ஸ்டேஷனுக்கு ஏற்ற ரோடு போட வேண்டும். கரண்ட் தண்ணீர் வசதி வேண்டும், தகவல் தொடர்பு சாதனங்கள் வேண்டும்...”

“சரி... எவ்வளவு பட்ஜெட்?” அமைச்சர் குறுகிட்டார்.

“138 கோடி ரூபாய் ஆரம்பகட்ட முதலீடு தேவைப்படும். ஒவ்வொரு மாதமும் 9.27 கோடி ரூபாய் செலவு பிடிக்கும் என்று உத்தேசமாகக் கணக்கிடப்பட்டுள்ளது.”

“அந்த ஊர்க்காரங்களுக்கு என்ன வேண்டும்?”

“அதாவது யுவர் எக்ஸெலென்ஸி அவர்கள் ஜார்கண்ட் வரை ரெட் காரிடார் உருவாக்க முயல்கிறார்கள். ஜனநாயகத்துக்கு விரோதமாக ஒரு கட்சி சர்வாதிகாரத்தை உருவாக வேலை செய்கிறார்கள்”

“அட அவங்களைச் சொல்லலைங்க. அந்த ஊர்க்காரங்க அதான் காட்டு வாசிகளுக்கு என்ன வேணுமாம்?” அமைச்சர் எரிச்சலுடன் கேட்டார்.

“அவங்களா எக்ஸெலென்ஸி... ஆஸ்பத்திரி வேணுமாம். காட்டுக்குள்ள போய் மூலிகை எடுக்கறதைத் தடை செஞ்சுட்டதால பழைய மருத்துவம் செய்ய முடியலையாம். அதான் நம்ம மாதிரி ஆஸ்பத்தி வேண்டுமாம். ஸ்கூல் வேணுமாம். ஒரு அஞ்சு ரேஷன் கடை, மூணு பஸ், கரண்ட், தண்ணி பைப் வேணுமாம்”

“இதெல்லாம் செய்ய ஒரு அஞ்சாறு கோடி போதுமே? எதுக்கு 138 கோடி மிஷின் கன் விவகாரமெல்லாம்? அங்க என்ன சண்டையா நடக்குது? ஒரு உண்ணாவிரதம் கூட நடக்கலையே?”

“யுவர் எக்ஸெலென்ஸி நீங்கள் சொல்வது மிகவும் சரி. ஆனால் இந்த வசதிகள் செய்து கொடுக்கப்பட்டால் மக்கள் காட்டைவிட்டு வெளியேற மாட்டார்களே”

‘வெளியேறா விட்டால் என்ன? அவங்க ஊர்தானே?”

“நோ எக்ஸெலென்ஸி. காட்டில் இருக்கும் அனைவரும் வெளியேற வேண்டும் என்பதுதான் அரசு கொள்கை. அதை மாற்றமுடியாது. காட்டில் வாழும் மக்களுக்கு வசதிகள் செய்து கொடுப்பது என்ற பெயரில் வனத்துக்கு கேடு ஏற்படுத்துவது சட்டப்படி தடை செய்யப்பட்டுள்ளது”

“இப்போ என்ன செய்ய வேண்டும்?”

“யானைப் பள்ளத்தாக்குப் பாதுகாப்புப் பணிகள் விரைவில் தொடங்க வேண்டும். மக்களை எங்கே மாற்றிக் குடியமர்த்துவது என்று யுவர் எக்ஸெலென்ஸி அவர்களே குறிப்பிடும்படி கமிட்டி கேட்டுக்கொள்கிறது. தவிர புதிய சாலை வசதிகள், கட்டுமானங்கள், உணவுப்பொருள் கான்ட்ராக்ட், வாகனங்கள் ஆகியவற்றுக்கான டெண்டர் விடவேண்டும். அது நமது மாநில அரசின் பொறுப்பு. அதாவது நமது அமைச்சகத்தின் பணி” செயலர் மரியாதை குறையாமல் மென்மையாக அமைச்சர் முகத்தை ஏறிட்டுப் பார்த்தார்.

சில கணங்கள் ஆழ்ந்து சிந்தித்த அமைச்சரின் இதழ்களில் ஒரு மெல்லிய முறுவல் அரும்பியது. கோப்பில் கையெழுத்திட பேனாவை நோக்கி கை நீட்டினார். செயலர் பேனாவை எடுத்து மூடியைத் திறந்து அமைச்சரிடம் வழங்கினார்.

247 இரா. முருகவேள்

இரா. முருகவேளின் பிற நூல்கள்

நாவல்கள்

மிளிர்கல்
முகிலினி
செம்புலம்
புனைபாவை

மொழிபெயர்ப்புகள்

ஒரு பொருளாதார அடியாளின் ஒப்புதல் வாக்குமூலம்
எரியும் பனிக்காடு
தூக்கிலிடுபவரின் குறிப்புகள்

கட்டுரைத் தொகுப்புகள்

நீலத்தங்கம் – தனியார்மயமும் நீர் வணிகமும்
கார்ப்பரேட் என் ஜி ஓ.க்களும் புலிகள் காப்பகங்களும்
நாத்திக குரு
இன்பமயமான இந்திய வரலாறு